സ്ത്രീ - എഴുത്തും വിമോചനവും

ഫെമിനിസ്റ്റ് സിദ്ധാന്തചരിത്രം

sthree - ezhuthum vimochanavum
feminist sidhanda charithram

•

prof. v sukumaran

•

first edition
june 2011

•

typesetting & published
chintha publishers, thiruvananthapuram

•

printed
akshara offset, thiruvananthapuram

•

cover
ambeesh kumar

•

വിതരണം

ദേശാഭിമാനി ബുക്ക് ഹൗസ്

H O തിരുവനന്തപുരം–695 001

ബ്രാഞ്ചുകൾ

ഓവർബ്രിഡ്ജ് തിരുവനന്തപുരം • കെ എസ് ആർ ടി സി ബസ് സ്റ്റേഷൻ ആലപ്പുഴ • കെ എസ് ആർ ടി സി ബസ് സ്റ്റേഷൻ എറണാകുളം • ഐ ജി റോഡ് കോഴിക്കോട് • മാവൂർ റോഡ് കോഴിക്കോട് • എൻ ജി ഒ യൂണിയൻ ബിൽഡിങ് കണ്ണൂർ • സെൻട്രൽ ബസ് ടെർമിനൽ കോംപ്ലക്സ് താവക്കര കണ്ണൂർ • മച്ചിങ്ങൽ ലെയ്ൻ തൃശൂർ

CO - 1599 / 2719

സ്ത്രീ - എഴുത്തും വിമോചനവും

ഫെമിനിസ്റ്റ് സിദ്ധാന്തചരിത്രം

പ്രൊഫ. വി സുകുമാരൻ

ചിന്ത പബ്ലിഷേഴ്സ്
തിരുവനന്തപുരം-695 001

പ്രൊഫ. വി സുകുമാരൻ

അധ്യാപകൻ, മാർക്സിസ്റ്റ് ചിന്തകൻ, സാഹിത്യനിരൂപകൻ, കോളമിസ്റ്റ്.
ജനനം മദ്രാസിൽ 1936 സെപ്തംബർ 30ന്. അച്ഛൻ റാവു സാഹേബ് എം പി നാരായണൻ നായർ, അമ്മ വാവുള്ളിപ്പതി കല്യാണി അമ്മ.

നാലു പതിറ്റാണ്ട് ഇംഗ്ലീഷ് സാഹിത്യം യൂണിവേഴ്സിറ്റി തലത്തിൽ പഠിപ്പിച്ചു; ഇന്ത്യക്കകത്തും പുറംനാടുകളിലും. യൂറോപ്പിലും ആഫ്രിക്കയിലും തെക്കനേഷ്യയിലുമായി ഒരുപാടു നാടുകൾ ചുറ്റിക്കണ്ടു. ഇംഗ്ലീഷിലും മലയാളത്തിലും ലേഖനങ്ങൾ, സാഹിത്യ വിമർശനം, മിഡിൽ പേജ്, കോളങ്ങൾ എഴുതുന്നു. 2006 ൽ സാഹിത്യ നിരൂപണത്തിന് ശക്തി–തായാട്ട് പുരസ്കാരം ലഭിച്ചു. സാഹിത്യ–സാംസ്കാരിക രംഗങ്ങളിൽ സജീവം. പുരോഗമന കലാസാഹിത്യ സംഘത്തിന്റെ സംസ്ഥാന കമ്മിറ്റി അംഗം.

കൃതികൾ: *How to Fall in Love with English, The Epic That is English, The Empires of English, Cruelty Towards Shakespeare. ആധുനികതയുടെ അക്ഷരമാല, കുഞ്ചൻ ചിരിയുടെ രണ്ടാംവരവ്, അക്ഷരം അഗ്നി, വെള്ളാനയുടെ നാട്, ബിലാത്തി വിശേഷം, പുതിയ പാഠം, മാർക്സിയൻ സൗന്ദര്യശാസ്ത്രം നവസിദ്ധാന്തങ്ങൾ, റൊമാൻസ് ഓഫ് വേഡ്സ്.*

ഭാര്യ : കഥാകാരിയായ കുമുദം
മക്കൾ : അജിത്, അനൂപ്
വിലാസം : എ–5, സുരഭി, ഗിരിനഗർ
കോഴിക്കോട് – 10

ഉള്ളടക്കം

പടിപ്പുര 7

പെണ്ണും പുലിയും: വർജീനിയ വുൾഫ് 13

സിമൻ ദെ ബൊവെ: ഫ്രഞ്ച് ഫെമിനിസത്തിന്റെ വഴികാട്ടി 19

കാലം മറന്നുപോയ ഫെമിനിസ്റ്റ് 25

ജൂലിയ ക്രിസ്റ്റേവ: ഫെമിനിസ്റ്റ് ചിന്തയിലെ വ്യത്യസ്ത ശബ്ദം 32

ആംഗ്ലോ-അമേരിക്കൻ ഫെമിനിസത്തിന്റെ വക്താവ്
എലൈൻ ഷോവാൾട്ടർ 36

ലെസ്ബിയൻ ഫെമിനിസ്റ്റ് സംവാദം: മോൺടിക് വിറ്റിഗ് 43

ലൂസ് ഇറിഗാറെ: ലിംഗവൈജാത്യത്തിന്റെ സിദ്ധാന്ത രൂപങ്ങൾ 50

മെഡൂസ ചിരിക്കുമ്പോൾ 56

മച്ചിൻപുറത്തെ പ്രാന്തിപ്പാറു (സാൻഡ്രാഗിൽബെർട്ട്/ഗൂബർ) 63

ജെർമെൻ ഗ്രീർ എന്ന ഭദ്രകാളി 69

നുണകൾ രഹസ്യങ്ങൾ നിശ്ശബ്ദതകൾ 75

ഡേൽ സ്പെൻഡർ ദി ക്രിംസൺ ഫെമിനിസ്റ്റ് 81

ഫെമിനിസത്തിന്റെ മാർക്സിസ്റ്റ് മുഖങ്ങൾ 87

ഫെമിനിസവും വെള്ളിത്തിരയും 93

ഫെമിനിസത്തിന്റെ ഇന്ത്യൻ രുചിഭേദങ്ങൾ... 99

അപനിർമാണവും ഫെമിനിസവും:
ഗായത്രി ചക്രബൊർതി സ്പൈവാക് 106

ഫെമിനിസവും ഇൻഡിംഗ്ലീഷ് നോവലും 112

ഫെമിനിസം ദൈവത്തിന്റെ സ്വന്തം നാട്ടിൽ 118

കറുത്ത കത്രീനയുടെ സംഘകഥ 126

വ്യഭിചാരം എന്ന സ്ത്രീ ചൂഷണം: ഫെമിനിസ്റ്റ് കാഴ്ചപ്പാട് 132

ചുരുക്കിപ്പറഞ്ഞാൽ 138

ഗ്രന്ഥസൂചി 143

നന്ദിപൂർവം

ദേശാഭിമാനി വാരികയിൽ ഫെമിനിസത്തിന്റെ നാൾവഴിയെക്കുറിച്ച് ഞാനെഴുതിയ പതിനെട്ടു ലേഖനങ്ങളുടെ സമാഹാരമാണ് ഈ പുസ്തകം. ഊഷ്മളവും ആവേശകരവുമായ പ്രതിസ്പന്ദങ്ങളാണ് ഈ പഠനങ്ങൾക്കു വായനക്കാരിൽ നിന്നുണ്ടായത്. ഞാൻ വിനയപൂർവം നന്ദി പറയുന്നു.

ഈ സ്ത്രീപാഠങ്ങളെഴുതാൻ എന്നെ സ്നേഹപൂർവം നിർബന്ധിച്ച സ. കോയമുഹമ്മദ്, ഷിബു മുഹമ്മദ്, സജിത് (എല്ലാവരും *ദേശാഭിമാനി* വാരികയുടെ ചുമതലക്കാർ) എന്നിവരോട് ഞാൻ ഏറെ കടപ്പെട്ടിരിക്കുന്നു. യശഃശരീരനായ ദാസ്മാഷും (സ. ഐ വി ദാസ്) എന്നെ പ്രോത്സാഹിപ്പിച്ചിരുന്നു.

ഈ പുസ്തകം പ്രസിദ്ധീകരിക്കാൻ സന്മനസു കാട്ടിയ ചിന്ത പബ്ലിഷേഴ്സിനോടും പ്രത്യേക താൽപ്പര്യമെടുത്ത സ. വി കെ ജോസഫിനോടും എനിക്കുള്ള നന്ദി വളരെ വലുതാണ്.

പ്രൊഫ. വി സുകുമാരൻ

പടിപ്പുര

പണ്ടു പണ്ടു ഗോത്ര സമൂഹങ്ങളിൽ നിലനിന്നിരുന്നത് തള്ളവാഴ്ചയായിരുന്നു: മെട്രിയാർക്കി. താക്കോൽക്കൂട്ടം അരയിൽത്തിരുകി, മുറുക്കിച്ചുവപ്പിച്ച്, കൊല്ലിനും കൊലയ്ക്കും കെൽപ്പുള്ള കാരണോത്തി പൂമുഖത്തെ ചാരുപടിയിൽ വിരാജിച്ചു. ഒറ്റമുണ്ടും ഈരിഴത്തോർത്തുമായി ഉടപ്പിറന്നോൻ വാപൊത്തി നിന്നു. അമ്മവായ്ക്കെതിർവായില്ലായിരുന്നു. പിന്നീടെപ്പോഴോ വാ പൊത്തിനിന്ന കോന്തുണ്ണിനായര് തക്കാരം പറഞ്ഞ് താക്കോൽക്കൂട്ടം തട്ടിയെടുത്തു. പൂമാൻ ഏമാനായി; പൂമാനിനിയാകട്ടെ അകത്തളങ്ങളിൽ ഒതുങ്ങി. പെണ്ണുങ്ങളുടെ ഒച്ച പൊങ്ങാതായി. ആങ്ങള തിരുവിളയാടൽ തുടങ്ങി. ലിംഗകേന്ദ്രിത സമൂഹം (phallic society)പരുവപ്പെട്ടു. അതാണ് പേട്രിയാർക്കി അഥവാ തന്തവാഴ്ച.

അവിടന്നങ്ങോട്ട് ഒരു കഥ ആരംഭിക്കുന്നു. അടിച്ചമർത്തലിന്റെ, ലിംഗ ചൂഷണത്തിന്റെ, പെൺപാർശ്വവൽക്കരണത്തിന്റെ, നീതി നിഷേധത്തിന്റെ, സ്വത്വനിഗ്രഹത്തിന്റെ ആഭരണങ്ങളണിയിച്ച് ആണ് പെണ്ണിനെ അനങ്ങാൻ വയ്യാതാക്കി. അവളെ അവൻ സതി എന്നു വിളിച്ചു; സാവിത്രിയെന്ന് വർണിച്ചു; സർവംസഹയെന്നും സുഹാസിനിയെന്നും വാഴ്ത്തി, സുമധുരഭാഷിണിയെന്ന് സുഖിപ്പിച്ചു. ഓരോ വിളിയും ഓരോ നാമവിശേഷണവും ഒരു തന്ത്രമായിരുന്നു. കുതന്ത്രം, കീഴ്പ്പെടുത്തലിന്റെ അടവ്, നിരായുധീകരണത്തിന്റെ കൂടോത്രം, ഭാവശുദ്ധി, ശാലീനത, ചാരിത്ര്യം തുടങ്ങിയ മധുരപദങ്ങൾ പെണ്ണിനെ തളച്ചുകെട്ടാനുള്ള പൊട്ടാച്ചരടുകളായി. ഇതുപോലെ അപകടം പതിയിരിക്കുന്ന ഒരുപാട് സ്തുതിവാക്കുകൾ പുരുഷാധിപത്യം അത്യന്തകുശലമായി പ്രയോഗിച്ചു. ബന്ധുരകാഞ്ചന കൂടുകൾ ഭാഷകളിൽ നിറഞ്ഞു. കണ്ണെഴുതി പൊട്ടുംതൊട്ട് പാവംപെണ്ണ് ഈ ഹേമപഞ്ജരങ്ങളിലമർന്നു.

സ്വത്വനഷ്ടത്തെക്കുറിച്ച്, പിൻതള്ളപ്പെടലിനെക്കുറിച്ച്, പ്രാന്തവൽക്കരണത്തെക്കുറിച്ച്, എപ്പോഴോ സ്ത്രീബോധമുണർന്നപ്പോഴാണ് ഫെമിനിസം വെളിച്ചപ്പെടുന്നത്, പതിവുപോലെ പടിഞ്ഞാറ്. പെൺപക്ഷപാതത്തിന്റെ വേരുകളന്വേഷിക്കുമ്പോൾ നാം ചെന്നെത്തുന്നത് ഏതെങ്കിലുമൊരു പ്രത്യേക ഉറവിടത്തിലല്ല, ചില പാരമ്പര്യങ്ങളിലാണ്. സാമൂഹ്യവ്യഥകളിലാണ്; ചരിത്രച്ചുഴികളിലാണ്. ഫെമിനിസത്തെ കൃത്യമായും തൃപ്തികരമായും നിർവചിക്കാൻ എളുപ്പമല്ലാതെ വരുന്നത് അതുകൊണ്ടാണ്. മധ്യകാല യൂറോപ്പിൽ നവോത്ഥാനത്തിന്റെ കാറ്റ് ശക്തിയായി വിശീയപ്പോൾ, സ്വാതന്ത്ര്യം, പ്രകൃതിനിയമം, മനുഷ്യമഹത്വം തുടങ്ങിയ ആശയങ്ങൾക്ക് വിപുലവും ആവേശകരവുമായ സ്വീകരണമുണ്ടായി. അക്കാലത്താണ് ഫെമിനിസ്റ്റ് ചിന്തയും ചിറകുവിരുത്തിയത്. പതിമൂന്നാം നൂറ്റാണ്ടിൽ ജീവിച്ചിരുന്ന ഴാൻദെമ്യൂങ്ങാ, പതിനാലാം ശതകത്തിൽ പ്രശസ്തയായ ക്രിസ്റ്റീൻ ദെപിഡാൻ തുടങ്ങിയ ഫെമിനിസ്റ്റുകളാണ് സ്ത്രീപക്ഷ വേദാന്തത്തിന് വിത്തുപാകിയത്. അവരുടെ പാത പിൻതുടർന്ന് പിന്നീട് അഫ്രബെന്നും മേരി ആസ്റ്റെലും ഇംഗ്ലണ്ടിൽ ഫെമിനിസത്തിന്റെ കൊടിയുയർത്തി. ഫെമിനിസത്തെ ഒരു പ്രസ്ഥാനമെന്ന നിലയിൽ പരിശോധിക്കുമ്പോൾ ആ ആദ്യകാല ആക്ടിവിസ്റ്റുകളെ വിസ്മരിച്ചുകൂടാ. ഫ്രഞ്ചുവിപ്ലവവും അമേരിക്കൻ സ്വാതന്ത്ര്യസമരവും സ്ത്രീവിമോചന വിചാരത്തിനും ഉണർവും ഊക്കും പ്രദാനം ചെയ്തു. ഈ പരിസരങ്ങളിൽ നിന്നുകൊണ്ടാണ് മേരി വോൾസ്റ്റൺ ക്രാഫ്റ്റ് (Mary wolston craft) എന്ന ബ്രിട്ടീഷ് ഫെമിനിസ്റ്റ് പ്രഖ്യാതമായൊരു പുസ്തകമെഴുതിയത് – *A vindication of the rights of women (പെണ്ണവകാശങ്ങളുടെ സമർഥനം)*. 1772ലാണ് ഈ ഗ്രന്ഥം വെളിച്ചം കാണുന്നത്. സ്ത്രീ സ്വാഭാവികമായും പുരുഷനു താഴെയാണെന്ന വാദത്തെ മേരിവോൾസ്റ്റൺ ക്രാഫ്റ്റ് ശക്തിയുക്തം എതിർക്കുന്നു. വിദ്യാഭ്യാസപരമായ പിന്നോക്കനില. അതാണ് പെണ്ണിന്റെ താഴ്ത്തിക്കെട്ടലിന് പ്രധാന ഹേതുവെന്ന് അവർ ചൂണ്ടിക്കാട്ടി. ബുദ്ധിയിലും യുക്തിയിലും അധിഷ്ഠിതമായ ഒരു സമൂഹഘടന ഉണ്ടാകണമെന്നും ആണും പെണ്ണും ചിന്താശക്തിയുള്ള സൃഷ്ടികളെന്ന നിലയിൽ ഒരേ വിതാനത്തിൽ പരിഗണിക്കപ്പെടേണ്ടവരാണെന്നും ഈ ഫെമിനിസ്റ്റ് സമർഥിക്കുന്നു.

എഴുത്തെന്നപോലെ, മേരിയുടെ സ്വകാര്യജീവിതവും വ്യക്തിബന്ധങ്ങളും സ്ഫോടനാത്മകമായിരുന്നു. തികച്ചും അസാമ്പ്രദായികം എന്ന് അവയെ വിശേഷിപ്പിക്കാം. രണ്ട് പ്രണയങ്ങൾ മിന്നുകെട്ടിലെത്താതെ തകർന്നുപോയി. മൂന്നാമത്തെ പ്രേമം പരിണയത്തിൽ കലാശിച്ചു. ചിന്താപരമായ അരാജകത്വത്തിന്റെ ആചാര്യന്മാരിൽ ഒരാളായ വില്യം ഗോഡ്വിനെ—അദ്ദേഹം ഉറച്ച നിരീശ്വരവാദിയും ആയിരുന്നു—ജീവിതസഖാവായി സ്വീകരിക്കുമ്പോൾ മേരി ഗർഭവതിയായിരുന്നു, കുഞ്ഞിന്റെ പിതൃത്വം പൂർവകാമുകനുമായിരുന്നു. ആ കുട്ടിയാണ് ഫാനി മേരി വോൾസ്റ്റൺ ക്രാഫ്റ്റ്. ഗോഡ്വിൻ ബന്ധത്തിൽ പിറന്ന മകൾ പിന്നീട് പ്രഖ്യാത കാൽപ്പനിക കവി ഷെല്ലിയുടെ വാമഭാഗമായി (അവരെഴുതിയ *ഫ്രാങ്കെസ്റ്റിൻ* എന്ന ഗോ

ഥിക് നോവൽ ഒരു ക്ലാസിക്കായി). രണ്ടാമത്തെ കുഞ്ഞിനെ പ്രസവിച്ച് രണ്ടാഴ്ചയ്ക്കകം മേരി വോൾസ്റ്റൺ ക്രാഫ്റ്റ് രക്തസ്രാവംമൂലം മരിച്ചു.

ഈ ഫെമിനിസ്റ്റിന്റെ എഴുത്തിന് ഒരു ദാർശനിക ഭാവമുണ്ട്. തന്റെ കാലത്തിനു ബഹുദൂരം മുന്നിൽനിന്നുകൊണ്ടാണ് അവർ സംസാരിച്ചത്. അവരുടെ ഏറെ മാറ്റൊലികൊണ്ട വാക്യമിതാണ്: "ആണിന്റെ മേൽ പെണ്ണിന് അധികാരമുണ്ടാവണമെന്നല്ല ഞാനാഗ്രഹിക്കുന്നത്; അവളുടെ മേൽ അവൾക്കുതന്നെ ആധിപത്യമുണ്ടാവണം എന്നാണ്." മേരി വോൾസ്റ്റൺ ക്രാഫ്റ്റിന്റെ ശ്രദ്ധേയമായ മറ്റൊരു വാചകമുണ്ട് "സ്ത്രീകളെ യുക്തിബോധമുള്ളവരാക്കുക, സ്വതന്ത്രരാക്കുക, എങ്കിൽ അവർ താമസിയാതെ നല്ല ഭാര്യമാരായിത്തീരും." പുരുഷ വിദ്വേഷമല്ല, സ്ത്രീപക്ഷവിചാരത്തിന്റെ ആധാരശിലയെന്ന് മേരി വോൾസ്റ്റൺ ക്രാഫ്റ്റ് നമ്മെ ബോധ്യപ്പെടുത്തുന്നു.

അമേരിക്കൻ ഐക്യനാടുകളിലും ബ്രിട്ടനിലും ഫെമിനിസ്റ്റ് പ്രസ്ഥാനത്തിന് കരുത്തേറിയ സാരഥികളുണ്ടായി. എലിസബത്ത് ക്യാഡി സ്റ്റാൻട്രൻ (Elezabeth cady stantron) മാർഗ്രറ്റ് ഫുള്ളർ (Margaret fuller) ലുക്രീഷ്യ മോട്ട് (Lucretia mott) എന്നിവർ. സ്ത്രീക്ക് വിവാഹം, വിദ്യാഭ്യാസം, തൊഴിൽ എന്നീ കാര്യങ്ങളിൽ നിയമപരമായ അവകാശങ്ങൾ ഉറപ്പുവരുത്തുകയായിരുന്നു അവരുടെ മുഖ്യമായ ആവശ്യം. ലാങ്ഹ്യാം പ്ലേസ് ഗ്രൂപ്പിന്റെ പ്രവർത്തനം തികഞ്ഞ ദിശാബോധത്തോടുകൂടിയായിരുന്നു. പത്തൊമ്പതാം നൂറ്റാണ്ടിലെ അടിമവിരുദ്ധ പ്രസ്ഥാനങ്ങളുമായും മദ്യ നിരോധ പ്രക്ഷോഭങ്ങളുമായും ഫെമിനിസ്റ്റുകൾ ഐക്യദാർഢ്യം പ്രഖ്യാപിച്ചിരുന്നു. യുണിറ്റേറിയൻ ക്വാക്കർ പാരമ്പര്യങ്ങളുമായി സമരസപ്പെടാൻ അന്നത്തെ പെൺപക്ഷ ചിന്തയ്ക്ക് പ്രയാസമുണ്ടായില്ല (യൂണിറ്റേറിയൻ വിശ്വാസികൾ യേശുക്രിസ്തുവിന്റെ അപാരനന്മയിലാണ് ഊന്നുന്നത്). ത്രിമൂർത്തി സങ്കൽപ്പത്തെ holy trinity: father, son and the holy ghost അവർ നിരാകരിക്കുന്നു. ക്വാക്കർമാരാകട്ടെ, മതത്തിന്റെ ബാഹ്യാചാരങ്ങളെ, അനുഷ്ഠാനങ്ങളെ അനാവശ്യമെന്ന് വിധിക്കുന്നവരാണ് (Society of friends എന്നാണ് ക്വാക്കർ സമൂഹത്തിന്റെ ശരിയായ പേര്). ഇപ്പറഞ്ഞ ഫെമിനിസ്റ്റ് വിചാരത്തെ ബൂർഷ്വാ എന്ന് വിശേഷിപ്പിക്കുന്നത് അനുചിതമാവില്ല. അതിനോട് ആശയതലങ്ങളിൽ കലഹിച്ചുകൊണ്ടാണ് സോഷ്യലിസ്റ്റ് ഫെമിനിസം എന്ന ചിന്താധാരയും അതിന്റെ പ്രസ്ഥാനരൂപവും അരങ്ങത്തുവന്നത്. ആദ്യകാല സോഷ്യലിസ്റ്റ് സാമൂഹ്യാത്മക വേദികളിൽ നിന്ന് സെയിന്റ് സിമൺ, ഫൊറിയർ, റോബർട് ഓവൻ മുതൽ പേർ നയിച്ച സോഷ്യലിസ്റ്റ് പ്രസ്ഥാനത്തിൽനിന്ന് — പുരോഗമനപരമായ പെൺവാദം ഊർജമുൾക്കൊണ്ടു.

1860 നും 1930 നുമിടയ്ക്ക് പ്രബലപ്പെട്ട സമ്മതിദായകത്വത്തിനു വേണ്ടിയുള്ള സ്ത്രീ മുന്നേറ്റം — വിവിധ പശ്ചാത്തലങ്ങളിൽനിന്ന്, വർഗ ശ്രേണികളിൽനിന്ന് വരുന്ന വനിതകളെ ഒരു ബലവത്തായ ചരടിൽ കോർത്തുനിർത്തി. വോട്ടവകാശത്തിനായുള്ള പോരാട്ടത്തിന്റെ സന്ദർഭത്തിൽ അഭൂതപൂർവമായ കുതിപ്പാണ് സ്ത്രീവാദത്തിന് യൂറോപ്യൻരാ

ജ്യങ്ങളിലുണ്ടായത്. അവരുടെ അവകാശങ്ങൾ നേടിയെടുക്കാനുള്ള സമരങ്ങൾ അവർ തന്നെ നടത്തണമെന്നും, ആൺകോയ്മ പുലരുന്ന രാഷ്ട്രീയ പാർട്ടികളെയോ തൊഴിൽസംഘടനകളെയോ ആശ്രയിച്ചിട്ട് കാര്യമില്ലെന്നും പെൺകൂട്ടായ്മകൾക്ക് തികച്ചും ബോധ്യം വന്നതും അക്കാലത്താണ്.

സിഗ്മണ്ട് ഫ്രോയ്ഡ് എന്ന ഓസ്ട്രിയൻ മനഃശാസ്ത്രജ്ഞൻ പോയ നൂറ്റാണ്ടിന്റെ വിചാരമണ്ഡലങ്ങളിൽ ഒരു കൊടുങ്കാറ്റു വിതയ്ക്കുകയുണ്ടായല്ലോ. അദ്ദേഹത്തിന്റെ സമീപനങ്ങൾ ഫെമിനിസ്റ്റ് ചിന്തയെയും ആഴത്തിൽ സ്പർശിച്ചു, പ്രത്യേകിച്ച് ഫ്രാൻസിൽ രൂപംകൊണ്ട സ്ത്രീപക്ഷ പ്ലാറ്റ്ഫോമുകളെ. ഈ താടിക്കാരൻ വരുന്നതുവരെ സമൂഹ മനസിൽ ആണും പെണ്ണും എന്നത് ജീവശാസ്ത്രപരമായ രണ്ട് വകഭേദങ്ങൾ മാത്രമായിരുന്നു. ലൈംഗികതയെക്കുറിച്ച് ഫ്രോയ്ഡ് തുറന്നുവിട്ട സംവാദം നമ്മുടെ സംസ്കാരസങ്കൽപ്പനങ്ങളുടെ സാമ്പ്രദായിക സദാചാരധാരണകളുടെ, അടിത്തറതന്നെ മാന്തുന്ന അടിസ്ഥാനപരമായ സന്ദേഹങ്ങളാണ് അനാവരണം ചെയ്തത്. ലൈംഗികത എന്നതിന്റെ നിർമാണത്തിൽ ഉൾച്ചേരുന്ന സങ്കീർണമായ പ്രക്രിയയെ ഫ്രോയ്ഡ് ഇഴ കീറി പരിശോധിക്കുകയുണ്ടായി. ആണും പെണ്ണുമല്ല, 'ഹ്യൂമൻസബ്ജക്ട്' — മനുഷ്യൻ എന്ന വിഷയം — എന്നതാണ് പ്രധാനമെന്ന് അദ്ദേഹം വാദിച്ചു. മനുഷ്യലൈംഗികതയെ ഉപരിതലത്തിൽനിന്ന് സൂക്ഷ്മത്തിന്റെ അടിപ്പടവിലേക്ക് കൊണ്ടുവരാനാണ് ഫ്രോയ്ഡ് ഉദ്യമിച്ചത്. ആൺകോയ്മക്ക് കീഴിലുള്ള സ്ത്രീസ്വത്വത്തിന്റെ അടിച്ചമർത്തൽ ഫ്രോയ്ഡിയൻ വിശകലനത്തിന് വലിയ തോതിൽ വിധേയമായി. പെൺപക്ഷവാദത്തിന് ആശയശാസ്ത്രപരമായ ആരൂഢമൊരുക്കുമ്പോൾ ഫ്രോയ്ഡിയൻ കാഴ്ചപ്പാടുകളിൽ ചിലതെങ്കിലും ഫെമിനിസ്റ്റ് സൈദ്ധാന്തികർക്ക് പ്രയോജനപ്പെട്ടു.

1960 കളിലാണല്ലോ ആഗോളമായിത്തന്നെ സ്ത്രീമോചനമുന്നേറ്റം ഊക്കും ഊറ്റവും കൈവരിച്ചത്. വിദ്യാർഥികളും തൊഴിലാളികളും കറുത്ത വർഗക്കാരും സ്ത്രീ സമൂഹവും സടകുടഞ്ഞെഴുന്നേറ്റ് സിംഹഗർജനം ചെയ്ത കാലം. ഈ നിവർന്ന് നിൽപ്പ്, ഈ അട്ടഹാസം, മനുഷ്യമോചന ചരിത്രത്തിലെ വിലപ്പെട്ട ഒരേടാകുന്നു. പ്രതിഷേധ പ്രവർത്തനങ്ങളുടെ രണ്ടാംനിരയിലേക്ക് തള്ളിനീക്കപ്പെടുന്നുവെന്ന അവസ്ഥയുണ്ടായപ്പോൾ സ്ത്രീകളുടേതു മാത്രമായ സംഘം ചേരലുകൾ പല പടിഞ്ഞാറൻ നാടുകളിലും തകൃതിയായി നടന്നു. (conciousness - raising groups ബോധമുണർത്തുന്ന ഗ്രൂപ്പുകൾ) എന്നാണ് ഇവ പൊതുവെ വ്യവഹരിക്കപ്പെട്ടത്. സഹോദരീ സംഗമമെന്ന ആശയത്തിന് വലിയ പ്രചാരമുണ്ടായി. മധ്യവർഗ എഴുത്തുകാരികൾ — സിമൻ ദെബൊവെ, ബെറ്റിഫ്രീഡൻ, കേറ്റ് മില്ലറ്റ്, ജർമെൻ ഗ്രീർ തുടങ്ങിയവർ — ഫെമിനിസ്റ്റ് ആശയശാസ്ത്രത്തിന് പുതിയ ജനലുകൾ തുറന്നിട്ടു. തൊഴിലിടങ്ങളിലെ ചൂഷണം മുതൽ കിടപ്പറയിലെ അനുഭവങ്ങൾ വരെയുള്ള നിരവധി വിഷയങ്ങളിൽ സ്ത്രീകൾ ഒളിച്ചുവയ്ക്കാതെയും വളച്ചുകെട്ടില്ലാതെയും ഉറക്കെ സംസാ

രിച്ചുതുടങ്ങിയതും ഇക്കാലത്താണ്. വ്യക്തിപരമെന്നത് രാഷ്ട്രീയപരമായി, സാമൂഹ്യ പ്രസക്തമായി.

1970കളിലും 80കളിലും ഫെമിനിസ്റ്റ് പ്രസ്ഥാനത്തിലും സ്ത്രീപക്ഷ ചിന്താപദ്ധതികളിലും ചെറുതും വലുതുമായ ഉരുൾപൊട്ടലുകൾ സംഭവിച്ചു. ആ പതിറ്റാണ്ടുകൾ സാക്ഷ്യം വഹിച്ചത് സ്ത്രീ സ്വത്വവിചാരത്തിന്റെ നിർമിതിക്കാണ്. റാഡിക്കൽ ഫെമിനിസം ആവിർഭവിച്ചു. അതിന് അനുകൂലവും പ്രതികൂലവുമായ പ്രതിസ്പന്ദനങ്ങളുണ്ടായി. പെൺ പ്രസ്ഥാനത്തിന്റെ പ്രത്യയശാസ്ത്ര മതിലുകളിൽ പലേടത്തും വിള്ളലുകൾ പ്രത്യക്ഷമായി. പെണ്ണനുഭവം എന്നതിന്റെ വ്യത്യസ്തതയും സങ്കീർണ സ്വഭാവവും അംഗീകരിക്കപ്പെട്ടതോടെ നിരവധി ഫെമിനിസ്റ്റ് ഗ്രൂപ്പുകൾ ഉദയം ചെയ്തു. അധ്വാനിക്കുന്ന സ്ത്രീ, മൂന്നാംലോകത്തിലെ സ്ത്രീ, കറുത്ത സ്ത്രീ, യൂറോകേന്ദ്രിതവും മധ്യവർഗവീക്ഷണം സ്വകാര്യമായി സ്വീകരിക്കുന്നതുമായ പൊതുപ്രസ്ഥാനത്തിൽനിന്ന് അടർന്നുനിന്നു. ആംഗ്ലോ - അമേരിക്കൻ സ്ത്രീ പാരമ്പര്യത്തിന്റെ പാതയോരത്ത് റാഡിക്കൽ ലെസ്ബിയനിസം പൊട്ടിമുളയ്ക്കുന്നത് കാണായി. ഈ സവിശേഷ ഫെമിനിസ്റ്റ് ചിന്ത പൊക്കിപ്പിടിക്കുന്നത് ഒരു തരം 'സെപ്പെരിറ്റിസ'മാണെന്ന, ലിംഗവ്യത്യസ്തതയാണെന്ന ആക്ഷേപവുമുണ്ടായി. ഇതേത്തുടർന്ന് ലെസ്ബിയൻ സാഡോമസോക്കിസം ഒരു തട്ടുതകർപ്പൻ സംവാദമായി വളരുകയുമുണ്ടായി.

അധുനാതുന ഫെമിനിസ്റ്റ് സിദ്ധാന്ത ചർച്ചയിൽ ഫ്രഞ്ച് സംഭാവന വളരെ വിലപ്പെട്ടതാണ്. സൈദ്ധാന്തികമായ പുതുവെളിച്ചങ്ങളും അപഗ്രഥന രസതന്ത്രവുമായി ഇടപെട്ടത് ജൂലിയ ക്രിസ്റ്റേവ, ഹെൽ സിക്സൂ, ലൂസ്ഇരിഗറെ തുടങ്ങിയ പ്രതിഭാശാലികളായിരുന്നു. ഇവർ അവലംബിച്ചത് ജെ ലെകാൻ (Jaques Lacan) പരിഷ്കരിച്ച് പ്രചരിപ്പിച്ച മനഃശാസ്ത്രാപഗ്രഥനത്തിന്റെ ഉപകരണങ്ങളെയത്രെ. ലക്കന്റെ രീതിശാസ്ത്രത്തെ ചില്ലറ നീക്കുപോക്കുകളോടെ ഇവർ പിന്തുടർന്നു. ചിന്ത, ഭാഷ, ലൈംഗികതയുടെ നിർമാണം, സാഹിത്യപാഠങ്ങളിൽ ലിംഗ ചോദനയുടെ ആവിഷ്കാരം, ഇച്ഛയുടെ അനാവരണം തുടങ്ങിയ വിഷയങ്ങളെ ഫ്രഞ്ച് ഫെമിനിസം ലക്കേനിയൻ വിശ്ലേഷണ സമ്പ്രദായമുപയോഗിച്ച് വിസ്തരിച്ച് പഠിച്ചു. സ്ത്രീപാഠവും സ്ത്രീ സ്വത്വ വിചാരവും ഏകരൂപവും, ഇഴതൂർന്ന് കിടക്കുന്നതുമാണെന്ന ധാരണയെ, സങ്കൽപ്പത്തെ — ഇതാണ് ഹ്യൂമനിസ്റ്റ് ഫെമിനിസം അഥവാ ബൂർഷ്വാ ഫെമിനിസം കാതലായി കണ്ടത് — ഫ്രഞ്ചു ഫെമിനിസ്റ്റുകൾ തീർത്തും നിരാകരിക്കുന്നു.

1981 ൽ പുറത്തുവന്ന ബെറ്റി ഫ്രീഡന്റെ *ദി സെക്കൻഡ് സ്റ്റേജസ്* എന്ന പാഠവും 1984 ൽ ജെർമൻ ഗ്രീർ എഴുതിയ *സെക്സ് ആൻഡ് ഡെസ്റ്റിനി* എന്ന പ്രാമാണിക ഗ്രന്ഥവും ആംഗ്ലോ - അമേരിക്കൻ ഫെമിനിസ്റ്റ് ആലോചനയിലെ അമൂല്യമായ അടയാള പുസ്തകങ്ങളാണ്. സെക്ഷ്വൽ പൊളിറ്റിക്സ് (ലൈംഗിക രാഷ്ട്രീയം) എന്നതിൽനിന്നുള്ള ഒരു പിൻവാങ്ങൽ നാമിവിടെ കാണുന്നു. ഒരു ഉത്തരഫെമിനിസ്റ്റ് കാലഘട്ടം ഈ പിൻവാങ്ങലിലൂടെ പിറന്നുവെന്ന് പലരും കരുതുന്നുമുണ്ട്.

ഫെമിനിസ്റ്റ് നിരൂപണശാഖയെപ്പറ്റി അൽപ്പമൊന്നുപന്യസിക്കാതെ ഈ ആമുഖമവസാനിപ്പിക്കുന്നത് ഉചിതമാവില്ല. സ്ത്രീയും ഭാഷയും തമ്മിലുള്ള സവിശേഷ വേഴ്ചയെ സൂക്ഷ്മമായി വിശേഷിക്കുക എന്നത് ഈ നിരൂപണത്തിന്റെ നിയോഗമത്രെ. പെണ്ണെഴുത്തിനെ, പെണ്ണെഴുത്തുകാരെ, പെൺപാഠങ്ങളെ, പെൺവായനാ സമൂഹത്തിന്റെ ഇഷ്ടാനിഷ്ടങ്ങളെ ഗൗരവമായി പരിശോധിക്കുക എന്ന പ്രധാനമായ ചുമതലയും ഫെമിനിസ്റ്റ് വിമർശനം ഏറ്റെടുക്കുന്നുണ്ട്. ഇവിടെയും രണ്ട് കളരികൾ കാണാം: 1. ആഗ്ലോ – അമേരിക്കൻ 2. ഫ്രാങ്കോ – യൂറോപ്യൻ. ആദ്യത്തേത് കർതൃ – കേന്ദ്രിതം ആണെങ്കിൽ രണ്ടാമത്തേത് പാഠ കേന്ദ്രിതം ആണ്. ആംഗ്ലോ – അമേരിക്കൻ ഫെമിനിസ്റ്റ് നിരൂപണം സിദ്ധാന്തത്തെ സംശയദൃഷ്ടിയോടെയാണ് വീക്ഷിച്ചത്. അത് ഒരു പുരുഷ കേന്ദ്രിത സംവാദം ആണെന്ന അഭിപ്രായം പല ബ്രിട്ടീഷ് ഫെമിനിസ്റ്റുകൾക്കുമുണ്ടായി. പെണ്ണെഴുത്തുകാരിയുടെ വേറിട്ട ശബ്ദത്തെ തിരിച്ചറിയുകയും ഇതിനെ ഉറക്കെ കേൾപ്പിക്കുകയുമാണ് ബ്രിട്ടീഷ് ഫെമിനിസ്റ്റുകൾ ഒരു വിപ്ലവ പ്രവർത്തനമായി സ്വീകരിച്ചത്. 1977 ൽ പുറത്തിറങ്ങിയ *A Literature of thier own* എന്ന പേർകൊണ്ട് പുസ്തകത്തിലൂടെ അ ലൈൻ ഷോ വാൾട്ടർ ചെയ്തതും അതാണ്. ആണെഴുത്തുകാരുടെയും പെണ്ണെഴുത്തുകാരുടെയും സൃഷ്ടികളിൽ സന്നിഹിതമായ ലൈംഗിക പ്രത്യയശാസ്ത്രത്തെ തുറന്നുകാട്ടുകയെന്നതും ബ്രിട്ടീഷ് ഫെമിനിസ്റ്റ് നിരൂപണക്കളരി ഒരു ധർമമായി കണ്ടു.

ഫ്രഞ്ച് ഫെമിനിസ്റ്റ് വിമർശനമാകട്ടെ സൈക്കോ അനാലിസ്, സ്ട്രക്ചറലിസം, ഡീകൺസ്ട്രക്ഷൻ തുടങ്ങിയ ഭാഷാബന്ധിത ചിന്താ പദ്ധതികളിൽനിന്ന് ഊർജം ഊറ്റിയെടുത്തു. അവയുടെ ആയുധങ്ങൾ നിർലോഭം ഉപയോഗിച്ചു. ജൂലിയ ക്രിസ്റ്റേവയും സിക്സുസും ഇറിഗാറെയുമൊക്കെ ഇതാണ് ചെയ്തത്. അവർ പാഠത്തിന് പരമമായ പ്രധാന്യം കൽപ്പിക്കുന്നു. പാഠത്തിലൂടെ ലൈംഗികതയുടെ നിർമാണത്തെ നിരീക്ഷിക്കുകയും വ്യാഖ്യാനിക്കുകയും ചെയ്യുന്നു. സ്ഥായിയായ, ഉറച്ച ഒരു മനുഷ്യവിഷയം എന്ന സങ്കൽപ്പത്തെ തന്നെ ചോദ്യം ചെയ്യുന്നു.

സ്ത്രീക്ക് ആത്മാവിഷ്കാരത്തിന്, സർഗപ്രവർത്തനത്തിന് സ്വന്തമായ ഒരു ഇടം അത്യാവശ്യമാണെന്ന വാദം ആദ്യമായി ഉന്നയിച്ചത് വെർജീനിയ വുൾഫ് ആണ്. അവരുടെ *A room of one's own* എന്ന പ്രബന്ധത്തിന്റെ പ്രസക്തി ഇപ്പോഴും മങ്ങിയിട്ടില്ല. അതുപോലെ ആയിരത്തിത്തൊള്ളായിരത്തി അറുപതുകളിലെ പെൺപക്ഷ മുന്നേറ്റത്തിന്റെ ധാരയിൽ കിളിർത്തുവന്ന പ്രസിദ്ധീകരണങ്ങളെയും പ്രസിദ്ധീകരണ ശാലകളെയും ഓർക്കേണ്ടതുണ്ട്. Spare, Rib, Sign, Virago, Womens's press തുടങ്ങിയ നിരവധി സ്ത്രീപക്ഷ പ്രസിദ്ധീകരണ സ്ഥാപനങ്ങൾ ഫെമിനിസ്റ്റ് ചിന്തക്കും സാഹിത്യ പ്രവർത്തനത്തിനും അവിസ്മരണീയമായ സംഭാവനയാണ് നൽകിയത്.

ഇനി നമുക്ക് സ്ത്രീപക്ഷ ചിന്തയുടെ അകത്തളത്തിലേക്ക് പ്രവേശിക്കാം.

പെണ്ണും പുലിയും: വർജീനിയ വുൾഫ്

സ്ത്രീപക്ഷ വിചാരം വിഷയമാക്കിയുള്ള ഏത് സംവാദത്തിലും ആദ്യം പൊന്തിവരുന്ന പേരാണ് വർജീനിയ വുൾഫ്. എഡ്‌വേഡ് ആൽബി എന്ന അമേരിക്കൻ അസംബന്ധ നാടകകൃത്ത് തന്റെ പ്രഖ്യാതമായ ഒരു രംഗപാഠത്തിനു നൽകിയ ശീർഷകം Who is Afraid of Virginia Wolf എന്നത്രെ. "she is neither a virgin nor a wolf"എന്ന അത്ര നിർദോഷമല്ലാത്ത തമാശ ഏറെക്കാലം പ്രചരിച്ചിരുന്നു. പോയ നൂറ്റാണ്ടിന്റെ ആദ്യ പകുതിയിൽ ബ്രിട്ടീഷ് എഴുത്തിലെ വ്യത്യസ്തമായ സ്ത്രീശബ്ദമായിരുന്നു അമ്പത്തൊമ്പത് വയസിൽ സ്വയം മുങ്ങിമരിച്ച അഡെലിൻ വർജീനിയ വുൾഫ് (1882–1941). പ്രസിദ്ധ സാഹിത്യ നിരൂപകനായിരുന്ന ലെസ്‌ലി സ്റ്റീഫന്റെ മകൾ വർജീനിയ മുപ്പതാം വയസിലാണ് എഴുത്തുകാരനും പ്രസാധകനുമായ ലിയൊണാർഡ് വുൾഫിനെ വരിച്ചത്. ഭർത്താവ് സ്ഥാപിച്ച ഹോഗാർത്ത് പ്രസിലൂടെയാണ് അവരുടെ മിക്ക പുസ്തകങ്ങളും വെളിച്ചം കണ്ടത്.

ഔപചാരിക വിദ്യാഭ്യാസം വർജീനിയയ്ക്കുണ്ടായില്ല. വിദ്യാധനമെന്നത് അവർ സ്വയം ആർജിക്കുകയാണ് ചെയ്തത്; ആഴവും പരപ്പുമുള്ള വായനയിലൂടെ. ഇരുപതുകളിലും മുപ്പതുകളിലും ഈ എഴുത്തുകാരി ബ്ലൂംസ് ബെറി ഗ്രൂപ്പ് എന്നു വിളികൊണ്ട സാഹിത്യ സർക്കിളിന്റെ സജീവ പ്രവർത്തകയായിരുന്നു. അച്ഛൻ ലെസ്‌ലി സ്റ്റീഫനും ഭർത്താവ് ലിയൊണാർഡ് വുൾഫും സഹോദരി വനീസയും ഒപ്പമുണ്ടായിരുന്നു. താനുൾപ്പെടുന്ന മധ്യവർഗ സമൂഹത്തോട്, അതിന്റെ നീതിശാസ്ത്രത്തോട്, വർജീനിയ നിരന്തരം കലഹിച്ചു. ഒരു ഉറച്ച 'പസിഫിസ്റ്റ്'(സമാധാനവാദി) ആയും അവർ അറിയപ്പെട്ടിരുന്നു. വിമൻസ് കോപ്പറേറ്റീവ് ഗിൽഡ് എന്ന സംഘടനയും വർജീനിയയുടെ ഇഷ്ടവേദികളിലൊന്നായി. അകാ

രണമായൊരു വിഷാദഭാവം ഈ എഴുത്തുകാരിയെ ആവേശിച്ചിരുന്നു. പലപ്പോഴും ഒരു ആത്മഹത്യാ പ്രവണത അവർ പ്രദർശിപ്പിക്കുകയും ചെയ്തിരുന്നു. വൈറ്റാസാക്വിൽവെസ്റ്റ് (*ദി എഡ്വേഡിയൻസ്* എന്ന ആഖ്യായികയുടെ കർത്താവ്) എന്ന എഴുത്തുകാരിയോട് വർജീനിയ കാട്ടിയ അഭിനിവേശം വിവാദങ്ങൾക്ക് വഴിതുറന്നു. *ടൈംസ് ലിറ്ററി സപ്ലിമെന്റ്, ദി ന്യൂ സ്റ്റേറ്റ്സ്മാൻ, ദി ഗാർഡിയൻ* തുടങ്ങിയ മികച്ച ബ്രിട്ടീഷ് പത്രമാസികകളിൽ അവർ പതിവായി എഴുതി. സമകാലിക സാഹിത്യാധ്വാനങ്ങളെക്കുറിച്ച് ഒരുപാട് നിരൂപണങ്ങൾ പ്രസിദ്ധീകരിച്ചു. വിവാദപരമായ ലഘുലേഖകളും ധാരാളമെഴുതി. അവയൊക്കെ രൂക്ഷമായ ആക്രമണങ്ങളായിരുന്നു: വ്യവസ്ഥിതിക്കെതിരെ, സാമ്രാജ്യത്വത്തിനെതിരെ, മുതലാളിത്ത വ്യവസ്ഥയ്ക്കെതിരെ, പട്ടാളവൽക്കരണത്തിനെതിരെ, ലിംഗചൂഷണത്തിനെതിരെ. എഴുത്ത്, ലിംഗഭേദം എന്നീ വിഷയങ്ങളെ സിദ്ധാന്തവൽക്കരിക്കുക എന്നത് അവരുടെ സ്വാഭാവിക രീതിയായിരുന്നു.

ബ്രിട്ടീഷ് നോവലിന്റെ ഒരു പരിവർത്തനഘട്ടത്തെ വർജീനിയ വുൾഫ് പ്രതിനിധാനം ചെയ്തു. നോവലിന്റെ രൂപവും ഘടനയും ശൈലിയും അവർ പരീക്ഷണവിധേയമാക്കി. റിയലിസവുമായി പരസ്യമായി മല്ലടിച്ചു. ബോധധാരയ്ക്ക് ആഴത്തിലുള്ള ചാലുകളുണ്ടാക്കി. ധാരാളം വിഗ്രഹങ്ങളെ തച്ചുടച്ചു. 1925 നും 1941 നുമിടയ്ക്ക് വർജീനിയ ഒമ്പത് നോവലുകളും രണ്ട് കഥാസഞ്ചികകളും ഒരു രംഗപാഠവും രണ്ട് ജീവചരിത്രങ്ങളും പുറത്തിറക്കി. *ടു ദി ലൈറ്റ് ഹൗസ്, ദി വേവ്സ്, മിസിസ് ഡാലോ വെ* എന്നീ വുൾഫ് നോവലുകൾ ഇപ്പോഴും ഗൗരവമായി ചർച്ചചെയ്യപ്പെടുന്നു. 1941 ൽ എഴുതിയ *ബിറ്റ്വീൻ ദ ആക്ട്സ്* എന്ന ആഖ്യായികയും ഏറെ ശ്രദ്ധേയമായി. നിബന്ധങ്ങളും സാഹിത്യവിമർശനങ്ങളുമായി പതിനൊന്നോളം പുസ്തകങ്ങൾ വേറെയുമുണ്ട്. അമ്പരപ്പിക്കുന്ന വേഗത്തിലാണ് വർജീനിയ സാഹിത്യോൽപ്പാദനം സാധിച്ചത്. സമൃദ്ധം എന്ന വാക്കുതന്നെ അപര്യാപ്തമായി വരുന്നു.

എ റൂം ഓഫ് വൺസ് ഓൺ എന്ന നീണ്ട പ്രബന്ധമാണ് വർജീനിയ വുൾഫിനെ ബ്രിട്ടീഷ് ഫെമിനിസത്തിന്റെ ആശാട്ടിയാക്കിയത്. അവരുടെ ഏറ്റവും അറിയപ്പെടുന്ന കൃതിയും, ഒരുപക്ഷേ, അതുതന്നെയാവും. എഴുത്തിന്റെയും ജെന്ററിന്റെയും പ്രശ്നങ്ങളാണ് അവർ സംവാദത്തിന് സ്വീകരിക്കുന്നത്. ഇതൊരു 'സങ്കീർണപാഠം' ആകുന്നു. സൈദ്ധാന്തികമെന്ന് വിളിക്കാവുന്ന ഒരുപാട് ഇഴകൾ ഈ പ്രബന്ധത്തിൽ കെട്ടുപിണഞ്ഞുകിടപ്പുണ്ട്. ഇവയിൽ ചിലതൊക്കെ വർജീനിയയുടെ മറ്റു ലേഖനങ്ങളിൽ വീണ്ടും വിചാരണയ്ക്ക് വരുന്നുമുണ്ട്.

സാഹിത്യോൽപ്പാദനത്തെ സംബന്ധിക്കുന്ന ഒരു സിദ്ധാന്തം എന്ന നിലയിൽ ഇത് തികച്ചും ഭൗതികവാദാധിഷ്ഠിതം ആണെന്ന് പറയാം. ഒരു വ്യക്തിപ്രതിഭയുടെ ഉൽപ്പന്നമല്ല കലാസൃഷ്ടി എന്നാണ് വർജീനിയ വുൾഫ് വാദിക്കുന്നത്. അത് ചരിത്രപരമായ ഭൗതികാവസ്ഥയുടെ നിർമിതിയാണ്. ലിംഗപരവും വർഗപരവുമായ അസമത്വവും അസന്തുലിതാ

വസ്ഥയും സമൂഹത്തിൽ നിലനിൽക്കുന്നുണ്ട്. സാഹിത്യം ഉൽപ്പാദിപ്പിക്കാനുള്ള ഉപകരണങ്ങളിലേക്കും രീതികളിലേക്കും സ്ത്രീക്ക് പ്രവേശം നിഷേധിക്കുന്നത് ഈ ലിംഗപരമായ അസമത്വമത്രെ. വർജീനിയ വുൾഫിന്റെ വാദം യുക്തിഭദ്രമാണ്; പ്രത്യയശാസ്ത്രപരവും. സാമ്പത്തിക ഘടകമാണ് എല്ലാ ചൂഷണ വ്യവസ്ഥയുടെയും അടിയിലെന്ന മാർക്സിയൻ പരിപ്രേക്ഷ്യത്തോട് അത് പല തലങ്ങളിലും പൊരുത്തപ്പെടുന്നു. പൊതുവെ സ്ത്രീകൾക്ക് ഉൽപ്പാദനത്തിനാവശ്യമായ ഭൗതികസാഹചര്യങ്ങൾ വളരെ പരിമിതമാണ് എന്ന് വർജീനിയ വുൾഫ് ചൂണ്ടിക്കാട്ടുന്നു. പെണ്ണിന് സാമ്പത്തികശേഷിയില്ല, സ്വന്തമായൊരിടമില്ല, വേണ്ടത്ര വിദ്യാഭ്യാസമില്ല, എഴുത്തിന്റെ വലിയ പാരമ്പര്യവുമില്ല. ഈ അവശതകളൊക്കെ പുരുഷാധീശ സമൂഹം സമ്മാനിക്കുന്നതാണ്.

ഈ നില മാറണമെങ്കിൽ സമൂഹത്തിൽ പെണ്ണിനുള്ള സ്ഥാനം പുനർനിർണയിക്കപ്പെടണമെന്ന് വർജീനിയ വുൾഫ് വാദിക്കുന്നു. ഇതത്ര എളുപ്പമല്ല. അവരുടെ അഭിപ്രായത്തിൽ ലിംഗപരമായ പ്രശ്നങ്ങൾ, സമസ്യകൾ, ബ്രിട്ടീഷ് സാമ്രാജ്യത്വവുമായി, കോളനീകരണവുമായി, മധ്യവർഗത്തിന്റെ വികാസപരിണാമങ്ങളുമായി ഇഴപിരിച്ചെടുക്കാനാവാത്ത വിധം കെട്ടുപിണഞ്ഞുകിടക്കുന്നു.

ഇരുപതാംനൂറ്റാണ്ടിന്റെ ആദ്യ ദശകങ്ങളിലെ ബ്രിട്ടീഷ് സമൂഹം, അതിന്റെ ഭൗതികാവസ്ഥ ഇതേക്കുറിച്ചൊക്കെ വർജീനിയ വുൾഫ് ഉപന്യസിക്കുന്നുണ്ട്, ഉൽക്കണ്ഠപ്പെടുന്നുണ്ട്. പക്ഷേ, അവരുടെ എഴുത്തിന്റെ ദൃഷ്ടി സൂക്ഷ്മമായി പതിയുന്നത് പ്രത്യയശാസ്ത്രത്തിന്റെ പ്രശ്നങ്ങളിലാണ്. അധികാരഘടനകൾ പ്രത്യയശാസ്ത്രവുമായി ബന്ധപ്പെട്ടിരിക്കുന്നു. ഈ അധികാരഘടനകൾ തത്സ്വരൂപങ്ങളെ സൃഷ്ടിക്കുന്നത് പ്രത്യയശാസ്ത്രത്തിൽക്കൂടിയാണ്. പ്രത്യയശാസ്ത്രത്തിന്റെ പ്രജകളായ ആളുകളെ അധികാരഘടന നിർമിക്കുന്നു. ഒരു സംസ്കാരം അതേപ്പറ്റി ചിന്തിക്കുന്ന രീതികളെ നമുക്ക് ചോദ്യം ചെയ്യേണ്ടിവരും. എങ്കിൽ മാത്രമേ ഭൗതികമായ അസമത്വങ്ങൾ, അസന്തുലിതാവസ്ഥകൾ, അവസാനിപ്പിക്കാൻ കഴിയൂ.

ഫ്രോയിഡിന്റെ മനഃശാസ്ത്രാപഗ്രഥന വിജ്ഞാനീയത്തിന്റെ സ്വാധീനം വർജീനിയ വുൾഫിന്റെ പാഠങ്ങളിൽ പ്രകടമത്രെ. കർതൃത്വത്തിന്റെ അവ്യവസ്ഥ, അസ്ഥിരത, അതിന്റെ ഛിന്നഭിന്നമായ അവസ്ഥ ഇതൊക്കെ അവർ എടുത്ത് പറയുന്നുണ്ട്. നമ്മുടെ ബോധപൂർവമായ ചിന്തകളിലും പ്രവർത്തനങ്ങളിലും അബോധമായ ആഗ്രഹങ്ങളും ത്വരകളും വിഘടനാത്മകമായ സമ്മർദം ചെലുത്തുന്നുണ്ടെന്ന് വർജീനിയ വുൾഫ് പറയുന്നത് സൈക്കോ അനാലിസിസിന്റെ സ്വാധീനം കൊണ്ടാണല്ലോ. അധികാര വ്യവസ്ഥ നിലനിൽക്കുന്നത് ബുദ്ധിപരവും യുക്തിപരവുമായ കോയ്മ സ്വകാര്യസ്വത്വത്തിനുമേൽ സ്ഥാപിച്ചുകൊണ്ടാണ്. ഇതിനെ അലങ്കോലമാക്കുന്നതാണ് അബോധത്തിന്റെ സമ്മർദം. മൊത്തത്തിൽ ഈ വിഘടനാപരമായ അബോധത്തിന്റെ ശക്തിയോട് അടുത്തുനിൽക്കുന്നത് ആണല്ല, പെണ്ണാണ് എന്ന് വർജീനിയ വുൾഫ്

സിദ്ധാന്തിക്കുന്നു. *എ റൂം ഓഫ് വൺസ് ഓൺ* എന്ന മൗലിക പ്രബന്ധത്തിൽ അവർ പറയുന്നത്, ബോധത്തിന്റെ പെട്ടെന്നുള്ള ഒരു വിച്ഛേദം പലപ്പോഴും സ്ത്രീക്ക് അനുഭവപ്പെടുന്നുണ്ടെന്നാണ്. സംസ്കാരത്തിന്റെ ഒരു ഭാഗമെന്ന നിലയിൽനിന്ന് സ്ത്രീ നിരന്തരം അതിന്റെ പുറംപോക്കിലേക്ക് നീങ്ങിക്കൊണ്ടിരിക്കുകയാണെന്ന് വർജീനിയ വുൾഫ് നിരീക്ഷിക്കുന്നു. അവൾ ഒരു അന്യവൽക്കരണം അനുഭവിക്കുന്നുണ്ട്. ഇത് ഒരേസമയം ഭൗതികവും മാനസികവുമായ ഒരവസ്ഥാവിശേഷമായിത്തീരുന്നു. സംസ്കാരമെന്ന് വ്യവഹരിക്കാവുന്ന ഒരു മാനസിക കാലാവസ്ഥ നിലനിർത്തുന്നതിനുവേണ്ടി സ്ത്രീ ചിലത് മനഃപൂർവം അമർത്തിപ്പിടിക്കുന്നുണ്ടെന്നാണ് വർജീനിയ വുൾഫിന്റെ പക്ഷം. ക്രമേണ ഈ അമർത്തൽ ഒരു വലിയ ഉദ്യമം ആയിത്തീരുന്നു.

സുസ്ഥിരമായ ഒരു സാമൂഹ്യക്രമത്തിന്റെ പുനരുൽപ്പാദനത്തിന് ഈ അബോധത്തിന്റെ അടിച്ചമർത്തൽ എത്രകണ്ട് ആവശ്യമാണ് എന്ന അന്വേഷണം തന്റെ ചില നോവലുകളിൽ വർജീനിയ വുൾഫ് നടത്തുന്നുണ്ട്. *മിസിസ് ഡാലോവെ* എന്ന ബോധധാരാ നോവൽതന്നെ ഒരു ഉദാഹരണമാണ്. അടിച്ചമർത്തൽ ആവശ്യപ്പെടുകയോ, നിർബന്ധമാക്കുകയോ ചെയ്യുന്ന സമൂഹശക്തികളുടെ പ്രതികൂലമായ വിമർശന പാഠമാണ് ഈ പുസ്തകം. എങ്ങനെയും സ്റ്റാറ്റസ്കോ –മാറ്റമില്ലാസ്ഥിതി – ഉറപ്പുവരുത്തുക: അതാണ് സാമൂഹികക്രമത്തിന്റെ/ ഘടനയുടെ ലക്ഷ്യം. അടിച്ചമർത്തൽ അപകടകരമാണ്, അസ്ഥിരമാണ്, അസാധ്യം കൂടിയാണ് എന്ന് ഈ നോവൽ വെളിവാക്കുന്നു. അബോധം നിലവറയിൽ നിന്ന് പുറത്തുചാടുകതന്നെ ചെയ്യും. തന്റെ അമ്പത്തിരണ്ടാം വയസിൽ മുഖ്യകഥാപാത്രമായ മിസിസ് ക്ലാരിസ് ഡാലോവെ, തന്റെ സ്വത്വത്തിന്റെ ഭഗ്നഭാവങ്ങളെ, ബിംബശകലങ്ങളെ, കൂട്ടിച്ചേർക്കാൻ, ഒട്ടിച്ചുവയ്ക്കാൻ പാഴ്ശ്രമം നടത്തുന്നു. എത്ര ശ്രമിച്ചിട്ടും അബോധത്തിന്റെ രൂപകങ്ങളെ പ്രതിരോധിക്കാൻ ആ സ്ത്രീക്കാവുന്നില്ല. സെല്ലിസെറ്റൺ എന്ന കൂട്ടുകാരിയോടുള്ള അമർത്തിപ്പിടിച്ച രതിഭാവം; സ്വകാര്യസ്വത്ത്, ഭരണകൂടം ഇത്യാദി കാര്യങ്ങളെക്കുറിച്ചുള്ള തന്റെ സോഷ്യലിസ്റ്റ് ആശയങ്ങൾ: ഇതൊക്കെ നിനച്ചിരിക്കാതെ കയർപൊട്ടിച്ച് പുറത്തുചാടുന്നു. ഉപരിതലത്തിൽ മിസിസ് ഡാലോവെ പ്രതിനിധീകരിക്കുന്നത് സമൂഹമാന്യതയാണ്; കുലീനമെന്ന് ലേബലൊട്ടിച്ച മൂല്യങ്ങളെയാണ്. പക്ഷേ, അവരുടെ അബോധം ഇതൊക്കെ അവജ്ഞാപൂർവം നിരാകരിക്കുന്നു. ഇതാണ് ബ്രിട്ടീഷ് മധ്യവർഗ വനിതയുടെ വിഷമസ്ഥിതി.

ബഹുമുഖവും വിച്ഛേദിതവുമായ വ്യക്തി സ്വത്വം: അതിനെക്കുറിച്ചുള്ള സങ്കൽപ്പത്തെ ജെൻഡർ പ്രശ്നവുമായി സമർഥമായി ബന്ധപ്പെടുത്തുന്നുണ്ട്, ഈ എഴുത്തുകാരി. *ഒർലാൻഡോ* എന്ന നോവലിൽ നമുക്കത് കാണാം. പെണ്ണായി മാറുന്ന ഒരാണിന്റെ കഥ: അതാവും *ഒർലാൻഡോ*വിന്റെ ഉപരിപ്ലവമായ വിവരണം. ആൺ –പെൺ വ്യത്യാസത്തിന്റെ സാമ്പ്രദായിക ധാരണകളെയാണ് നോവലിസ്റ്റ് കടപുഴക്കുന്നത്: സമൂഹം സ്വാഭാവികം, വ്യക്തം, സത്യം എന്നൊക്കെ വിളിക്കുന്ന പുല്ലിംഗ സ്ത്രീലിംഗ – ഭേദങ്ങളെ.

ലിംഗവ്യക്തിത്വമെന്നത് കഥാപുരുഷൻ ഒരാവശ്യമായി കണക്കാക്കുന്നില്ല. അത് അവന്/അവൾക്ക് ഒരു നിലപാട് മാത്രമാണ്; തരംപോലെ മാറാവുന്ന നിലപാട്. ആണ്/പെണ്ണ് എന്ന വിഭജനം മനുഷ്യവ്യക്തിത്വത്തെ നിർവചിക്കുന്ന വിശേഷണമാവുന്നില്ല. പ്രതീകാത്മകമായ ഒരു ക്രമത്തിനുള്ളിൽ, ഒരു വ്യവസ്ഥയ്ക്കുള്ളിൽ അതൊരു നിലപാടുമാത്രമേ ആവുന്നുള്ളു.

വർജീനിയ വുൾഫിന്റെ ആഖ്യാനങ്ങളിൽ ഊന്നൽ വീഴുന്നത് രണ്ടു ഘടകങ്ങളിലാണ്: ഒന്ന് സ്ത്രീ; രണ്ട് എഴുത്ത് എന്ന സർഗക്രിയ. ഈ രണ്ടിനെയും സംയോജിപ്പിക്കുവാൻ അവർ ആവതും യത്നിക്കുന്നുണ്ട്. സ്ത്രീ പുരുഷനെക്കാൾ അബോധത്തോടടുത്തുനിൽക്കുന്നതിനാൽ അവളെഴുതുന്നത് അബോധത്തിന്റെ ആഴങ്ങളിൽ നിന്നാണെന്ന് വർജീനിയ സമർഥിക്കുന്നു. പെണ്ണിന്റെ ആഖ്യാനശൈലിയും വ്യത്യസ്തമായിരിക്കണം. പെണ്ണെഴുത്തിന്റെ വാക്യം സ്ത്രീലിംഗത്തിന്റെ (മനഃശാസ്ത്രപരമായ വാക്യം) ആയിരിക്കണം. അത് പ്രതീക്ഷിതവാക്യത്തെ, സാമ്പ്രദായിക വാചകത്തെ ഉടച്ചുതകർക്കുന്നതാവണം.

വർജീനിയ വുൾഫിന്റെ എഴുത്തിൽ മിക്കതും പരസ്യമായിത്തന്നെ ആശയാധിഷ്ഠിതമാണ്; രാഷ്ട്രീയപരവുമാണ്. അവരുടെ രചനയുടെ സൗന്ദര്യശാസ്ത്രത്തെ സിദ്ധാന്തത്തിൽ നിന്നും രാഷ്ട്രീയത്തിൽനിന്നും അടർത്തിമാറ്റാനാവില്ല. തന്റെ കാലത്തിനുമുമ്പേ നടന്ന ഈ എഴുത്തുകാരി തന്റേതായൊരു വിനിർമാണ ശൈലി കുശലമായി പ്രയോഗിച്ചു. ഭാഷയെ വിച്ഛേദിക്കാൻ അവർ ഒട്ടും മടിക്കുന്നില്ല. ലിംഗസംവാദത്തെ ഭാഷാ സംവാദവുമായി കോർത്തുകെട്ടാൻ കൊല്ലങ്ങൾക്കു മുമ്പേ അവർക്ക് കഴിഞ്ഞു. നമ്മുടെ സംസ്കാരം സൃഷ്ടിക്കുന്ന പൊള്ളയായ വ്യവസ്ഥയുണ്ടല്ലോ, അതിനെ പ്രതിരോധിക്കാൻ പ്രേരിപ്പിക്കുകയാണ് ഈ ഫെമിനിസ്റ്റ് ആദ്യന്തം ചെയ്തത്. ഭാഷയെയും ജെൻഡറിനെയും കുറിച്ച് ഇന്ന് നടക്കുന്ന സംവാദങ്ങൾക്ക് തുടക്കമിട്ടത് വർജീനിയ വുൾഫ് ആയിരുന്നു. പെണ്ണെഴുത്തിന് ഒരു വിധ്വംസകശക്തിയായി യാഥാസ്ഥിതികതയെ, സാമ്പ്രദായിക ലിംഗസങ്കൽപ്പങ്ങളെ വെല്ലുവിളിക്കാൻ കഴിയുമെന്ന് തെളിയിച്ചതും അവരാണ്.

ഫെമിനിസത്തിന്റെ ആദ്യതരംഗത്തിലാണ് വർജീനിയ വുൾഫ് പ്രത്യക്ഷപ്പെടുന്നത്. ആണുമായി തട്ടിച്ചുനോക്കുമ്പോൾ പെണ്ണിനുള്ള പ്രതികൂലഘടകങ്ങളെ വേർതിരിച്ച് ചർച്ചചെയ്യാൻ മുന്നോട്ടുവന്നതും അവർ തന്നെ. *എ റൂം ഓഫ് വൺസ് ഓൺ* എന്ന ദീർഘ പഠനത്തിൽ പെൺസാഹിത്യ നിർമാണത്തിന്റെ ചരിത്ര - സാമൂഹിക സന്ദർഭങ്ങളിലാണ് ഈ എഴുത്തുകാരി പ്രധാനമായും വ്യാപരിക്കുന്നത്. പുരുഷാനുഭവങ്ങളുമായി സ്വന്തം അനുഭവങ്ങളെ ചേർത്തുവയ്ക്കുകയോ താരതമ്യപ്പെടുത്തുകയോ അല്ല പെണ്ണെഴുത്ത് ചെയ്യേണ്ടത് എന്നു വർജീനിയ വാദിക്കുന്നു. പെണ്ണ് അവളുടെ അനുഭവത്തെ സ്വതന്ത്രമായി, സധീരമായി പരിശോധിക്കുകയാണ് വേണ്ടത്. സ്ത്രീരചനയുടെ തനതായൊരു പാരമ്പര്യം കണ്ടെത്തുക അത്യാവശ്യമാണെന്നും അവർ സിദ്ധാന്തിച്ചു.

എ റൂം ഓഫ് വൺസ് ഓൺ എഴുതി ഏതാണ്ട് ഒമ്പതുകൊല്ലം കഴിഞ്ഞാണ് അത്രതന്നെ ശ്രദ്ധിക്കപ്പെടാതെ പോയ *ത്രീ ഗിനിസ്* വർജീനിയാ വുൾഫ് സമൂഹ സമക്ഷം അവതരിപ്പിച്ചത്. ഈ പുസ്തകമെഴുതുമ്പോഴേക്കും അവരുടെ ഫെമിനിസ്റ്റ് ചിന്തകൾക്ക് പുതിയ ചിറകുകൾ മുളച്ചതായിക്കാണാം. (ലിംഗവ്യക്തിത്വം) എന്നത് ഒരു സമൂഹ നിർമിതിയാണെന്ന ബോധം ഇവിടെ പ്രകടമാവുന്നു. ഇതിനെ പൊളിച്ചെഴുതാനും ചോദ്യം ചെയ്യാനും സാധിക്കും. സ്ത്രീയുടെ സാഹിത്യപരമായ മോഹങ്ങൾക്കും പ്രതീക്ഷകൾക്കും ഒരുപാട് തടസങ്ങൾ ഉണ്ടാകുന്നു. ഈ തടസങ്ങളാകട്ടെ സാമൂഹികവും സാമ്പത്തികവുമാണ്. സ്ത്രീയുടെ വിദ്യാഭ്യാസം പരിമിതപ്പെടുന്നു. 'ഫെമിനിസ്റ്റ് ബോധം' എന്നതിനെ അവർ പരിശോധിക്കുന്നുണ്ട്. ഫെമിനിസ്റ്റ് അബോധത്തെയാണ് വർജീനിയ പിന്താങ്ങുന്നത്. ഈ അബോധത്തിൽക്കൂടി മാത്രമേ (സ്ത്രൈണം) എന്ന സങ്കൽപ്പത്തിൽനിന്ന് സ്ത്രീക്ക് രക്ഷ നേടാനാവൂ.

ശ്രദ്ധിച്ചു വായിക്കേണ്ട ഒരു പ്രബന്ധമാണ് വർജീനിയ വുൾഫിന്റെ പ്രൊഫഷൻസ് ഫോർ വിമൻ. എഴുത്തുകാരിയെന്ന നിലയിലുള്ള സ്വന്തം ജീവിതചര്യതന്നെ രണ്ടുതരത്തിൽ തടസപ്പെട്ടതായി അവർ ചൂണ്ടിക്കാട്ടുന്നു. അന്നു പ്രമാണിത്തം നേടിയിരുന്ന സ്ത്രീസംബന്ധിയായ ആശയശാസ്ത്രങ്ങൾ അവരെ തടവിലിടുകയും സ്വതന്ത്രമായ മുന്നേറ്റം ദുഷ്കരമാക്കുകയും ചെയ്തു. രണ്ട്, ഒരു ശരീരം എന്ന നിലയിലുള്ള സ്വാനുഭവങ്ങളെ സ്വച്ഛമായി വിവരിക്കാൻ, സ്വന്തം ത്വരകളെക്കുറിച്ചുള്ള സത്യം തുറന്നുപറയാൻ അന്ന് നിലവിലുണ്ടായിരുന്ന വിലക്കുകൾ അനുവദിച്ചില്ല. ഇത് സ്ത്രൈണ ലൈംഗികതയുടെ നിഷേധമായിത്തീരുന്നു. ആയതിനാൽ സ്ത്രീയുടെ തളച്ചുനിർത്തപ്പെട്ട ജീവിതത്തെ വർണിക്കാനും വ്യാഖ്യാനിക്കാനും പോന്ന ഭാഷാവ്യവസ്ഥ കരുപ്പിടിപ്പിക്കുക : അതാണ് തന്റെ ചുമതല എന്ന് വർജീനിയ വുൾഫ് വിശ്വസിച്ചു; സാമൂഹ്യവും സാമ്പത്തികവുമായ സമത്വം സ്ത്രീ നേടുന്നതോടെ അവളുടെ സർഗപരമായ സമ്പൂർണവികാസം സംഭവിക്കുമെന്നും പുരുഷ ലൈംഗികതയും സ്ത്രീലൈംഗികതയും തമ്മിലുള്ള സംഘർഷത്തിൽനിന്ന് പതിയെ പിൻവാങ്ങുകയാണ് വർജീനിയ വുൾഫ് ചെയ്തതെന്ന് സ്ത്രീപക്ഷത്തുനിന്നുതന്നെ ആരോപണമുണ്ടായി. എലൈൻ ഷോവാൾട്ടർ എന്ന പ്രമുഖ ഫെമിനിസ്റ്റിന് ഈ അഭിപ്രായമാണ്. എന്നാൽ ഇതൊരു തെറ്റായ വായനയാണെന്ന് ടോറിൽ മോയ് – ഫ്രഞ്ച് സ്ത്രീപക്ഷ സൈദ്ധാന്തിക – തറപ്പിച്ചു പറയുന്നു. ആൺ – പെൺ ദ്വന്ദ്വത്തിനല്ല അവർ സവിശേഷത കൽപ്പിക്കുന്നത്; പുരുഷലക്ഷണത്തിനും സ്ത്രീലക്ഷണത്തിനുമല്ല. സ്ഥിരമായ 'ജെൻഡർ ഐഡന്റിറ്റി'യെ – ലിംഗ വ്യക്തിത്വത്തെ – ഉന്തി മാറ്റുന്ന പ്രവർത്തനമാണ് മുഖ്യം എന്ന് വർജീനിയ വുൾഫ് വിശ്വസിച്ചു.

1941 ൽ എഴുതിയ *ബിറ്റ്വീൻ ദി ആക്ട്സ്* എന്ന പരീക്ഷണാത്മകമായ കൃതിയായിരുന്നു വർജീനിയയുടെ ഹംസഗീതം. ഏറെ താമസിയാതെയാണ് സസെക്സിലെ തന്റെ വീടിനടുത്തുള്ള ഔസ് നദിയിൽ അവർ ജീവിതമവസാനിപ്പിച്ചത്.

സിമൻ ദെ ബൊവെ: ഫ്രഞ്ച് ഫെമിനിസത്തിന്റെ വഴികാട്ടി

കറ തീർന്ന (അസ്തിത്വവാദി), തലപ്പൊക്കമുള്ള നോവലിസ്റ്റ്, വീറുള്ള സാംസ്കാരിക വിമർശക, ഫ്രഞ്ച് ഫെമിനിസത്തിന്റെ പ്രാമാണിക ശബ്ദം: സിമൻ ദെ ബോവെക്ക് ഗുണവിശേഷണങ്ങളേറെ. അവരുടെ ആഗോളവും അതിസങ്കീർണവുമായ പുകഴിന് എപ്പോഴുമുണ്ടായിരുന്നു വിവാദങ്ങളുടെ അകമ്പടി. പോയ നൂറ്റാണ്ടിലെ ഫ്രഞ്ച് ബുദ്ധിജീവിതത്തിന്റെ ധീരമായ മുഖങ്ങളിലൊന്ന് ഈ സിംഹികയുടേതായിരുന്നു. സ്ത്രീപക്ഷ ചിന്തയുടെ രണ്ടാം വരവിൽ ഏറെ മുഴങ്ങിക്കേട്ടതും അവരുടെ സ്വരംതന്നെ.

1949 ൽ സിമൻ ദെ ബൊവെ എഴുതിയ *ദി സെക്കൻഡ് സെക്സ്* യുദ്ധാനന്തര പടിഞ്ഞാറൻ ഫെമിനിസത്തിന്റെ അടിസ്ഥാനപാഠങ്ങളിൽ പ്രമുഖമായ ഒരു പീഠം നേടുന്നു. സ്ത്രീ എന്താണ് എന്ന അന്വേഷണവും അപഗ്രഥനവുമാണ് അവർ ഈ പുസ്തകത്തിൽ നടത്തുന്നത്. ഏറെ വായിക്കപ്പെടുകയും ചർച്ചചെയ്യപ്പെടുകയും ചെയ്ത ഒരു പാഠം. അതി നിശിതവും പലപ്പോഴും വിഷലിപ്തവുമായ വിമർശനത്തിന് ഈ പുസ്തകം വിധേയമായി. *ദി സെക്കൻഡ് സെക്സി*നെ ആക്രമിച്ചത് പുരുഷസൂകരങ്ങൾ മാത്രമല്ല. പല പെൺപുലികളും അതിനെ കടിച്ചുകീറാൻ വന്നു. പോസ്റ്റ് സ്ട്രക്ചറൽ ഫെമിനിസ്റ്റുകൾ — ഘടനോത്തര സ്ത്രീപക്ഷവാദികൾ — ആണ് മുഖ്യമായും പട നടത്തിയത്. സിമൻ ദെ ബൊവെയുമായി അവർ രാഷ്ട്രീയമായും പ്രത്യയശാസ്ത്രപരമായും വിയോജിക്കുകയും ആ വിയോജനക്കുറിപ്പുകൾ ആഘോഷപൂർവം അവതരിപ്പിക്കുകയുമുണ്ടായി. 1970 കളിലാണ് ബൊവെ വിരോധം ഏതാണ്ടൊരു പരിഷ്കാരമായത്.

സിമൻ ദെ ബൊവെയുടെ പ്രശസ്തിക്ക് ഒരു പ്രഭാവലയമുണ്ട്; ഒരു തമോവലയവും. രണ്ടും നമുക്ക് കണ്ടില്ലെന്ന് നടിക്കാനാവില്ല. അവരുടെ ദർശനം, അവരുടെ സമീപനം, അവരുടെ രചന ഇതെല്ലാംതന്നെ ബൊവെയുടെ സ്വകാര്യജീവിതവുമായി കുരുക്കഴിക്കാനാവില്ലാത്ത വിധം കെട്ടുപിണഞ്ഞുകിടക്കുന്നു. നോവലെഴുത്തിലും സിദ്ധാന്തവിചാരത്തിലുമൊക്കെ സ്വകാര്യാനുഭവം സാന്നിധ്യമറിയിക്കുന്നു. ആത്മകഥയെ അകറ്റിനിർത്തിക്കൊണ്ടുള്ള സർഗവ്യാപാരമോ, ബുദ്ധിപ്രവർത്തനമോ ഈ എഴുത്തുകാരിക്കില്ല. കത്തുകൾ, അഭിമുഖങ്ങൾ, ആത്മകഥാപരമായ ആഖ്യാനങ്ങൾ, ഇങ്ങനെ ബൊവെയുടെ സ്വകാര്യസാഹിത്യം വളരെ വലുതാണ്. അവയും അവരുടെ ഗൗരവമായ സിദ്ധാന്തപാഠങ്ങളും പല ഘട്ടങ്ങളിലും കണ്ണികോർക്കുന്നുണ്ട്. അവരുടെ എല്ലാ എഴുത്തുകൾക്കും പാഠാന്തർബന്ധവുമുണ്ട്. അവരുടെ ബുദ്ധിപരവും വികാരപരവും ലിംഗപരവുമായ ജീവിതവൃത്താന്തവുമായി ബൊവെ സാഹിത്യം അഭേദ്യമാംവിധം ഒട്ടിച്ചേർന്നിരിക്കുന്നു എന്ന് ചുരുക്കം.

അവരുടെ അച്ഛൻ ഒരഭിഭാഷകനും അമചർ നടനുമായിരുന്നു. അദ്ദേഹത്തിന്റെ സാഹിത്യരുചിയാണ് മകൾക്കും പകർന്നുകിട്ടിയത്. ആദ്യകാല വിദ്യാഭ്യാസം ഒരു കത്തോലിക്കാ പള്ളിക്കൂടത്തിൽ. എങ്ങനെ നല്ല കുടുംബിനികളാകാമെന്ന് പെൺകിടാങ്ങളെ പഠിപ്പിക്കുക: അതാണ് പ്രധാനമായും ആ കോൺവന്റ് സ്കൂൾ ചെയ്തുകൊണ്ടിരുന്നത്. സിമൻ നല്ലൊരു ഭാര്യയായില്ല; നല്ലൊരു അമ്മയുമായില്ല Ecole Nor-male എന്ന സ്ഥാപനത്തിൽ തുടർ വിദ്യാഭ്യാസത്തിന് ചേർന്നപ്പോഴാണ് സതീർഥ്യനായ ഴാങ്പോൾ സാർത്രുമായി പരിചയപ്പെട്ടത്. അത് ജീവിതകാലം മുഴുവൻ നിലനിന്ന അത്യുഷ്മള ബന്ധമായി വളർന്നു. ഈ അടുപ്പത്തിന് എല്ലാ അർഥങ്ങളുമുണ്ടായിരുന്നു: ബുദ്ധിപരം, ശാരീരികം, വൈകാരികം. സിമണിന് അന്ന് വയസ്സ് ഇരുപത്തൊന്ന്, സിമൻ ദെ ബൊവെ ഇരുപത്തിനാലും. ഫൈനൽ പരീക്ഷയിൽ ഒന്നാം റാങ്ക് കിട്ടിയത് കാമുകന്; രണ്ടാം സ്ഥാനം കാമുകിക്കും. വിവാഹം എന്ന ഔപചാരികതയ്ക്ക്, സമൂഹസമ്മതിക്ക്, കീഴ്പ്പെടാതെ സാർത്രിന്റെ കൂട്ടുകാരിയായി, കിടപ്പറ പങ്കാളിയായി കഴിയാനാണ് ബൊവെ തീരുമാനിച്ചത്. അത് അവരുടെ പെൺബോധത്തിന്റെ സ്വാതന്ത്ര്യ പ്രഖ്യാപനമായിരുന്നു. പോളും സിമണും ബുദ്ധിജീവിതവും രാഷ്ട്രീയവീക്ഷണവും ശരീരത്തോടൊപ്പം പൂർണമായും പങ്കുവച്ചു. അവർ എഴുതുന്നതെല്ലാം പരസ്പരം കൈമാറുകയും വിമർശനാത്മകമായി വായിക്കുകയും ചെയ്യുമായിരുന്നു. അതിനുശേഷമേ അവരെന്തും പ്രസിദ്ധീകരണത്തിന് കൊടുത്തിരുന്നുള്ളൂ. ആയിരത്തിത്തൊള്ളായിരത്തി എഴുപതുകളിൽ ഫ്രാൻസിലെ സ്ത്രീമോചന മുന്നേറ്റങ്ങളിൽ മുഖ്യ പങ്കുവഹിച്ച സിമൺ 1971ലെ വിഖ്യാതമായ 'മാനിഫെസ്റ്റോ'വിൽ ഒപ്പുവയ്ക്കുകയും ചെയ്തു. ഈ മാനിഫെസ്റ്റോ, ഗർഭഛിദ്രം നിയമവിധേയമാക്കണമെന്നാണ് പ്രധാനമായും ആവശ്യപ്പെട്ടത്, അത് നടന്നു. 1974 മുതൽ ഫ്രാൻസിൽ

അത് നിയമമനുവദിക്കുന്ന ഒരു നടപടിയായിത്തീർന്നു. സാർത്രിന്റെ മരണശേഷവും സിമൻ തന്റെ സ്ഥാപനവിരുദ്ധ പോരാട്ടങ്ങൾ തുടർന്നു കൊണ്ടിരുന്നു, എഴുപത്തെട്ടാം വയസിൽ ന്യൂമോണിയ ബാധിച്ച് കാലംചെയ്യുംവരെ.

തന്റെ ആത്മകഥയുടെ മൂന്നാം വാല്യത്തിൽ *ദി സെക്കൻഡ് സെക്സ്* ചിക്കുവാനുണ്ടായ പ്രേരണകളെക്കുറിച്ച് ബൊവെ സംസാരിക്കുന്നുണ്ട്. സാർത്രുമായുണ്ടായ ഒരു സംഭാഷണമാണത്രെ മൂലകാരണം. ആ സംഭാഷണത്തിനിടയ്ക്ക് ഒരാണായി പിറക്കുന്നതും പെണ്ണായി പിറക്കുന്നതും തമ്മിലുള്ള വ്യത്യാസം അവർക്ക് മനസിലായി. ആരാണ് പെണ്ണ് എന്ന ചോദ്യത്തെ *ദി സെക്കൻഡ് സെക്സിൽ* അവർ നേരിടുന്നുണ്ട്. സ്ത്രീയുടെ സ്വത്വത്തെ നിർമിച്ചത് പുരുഷനാണ്. പുരുഷ പ്രതിമാനത്തിന് അനുയോജ്യമാംവിധമാണ് അവനത് നിർവഹിച്ചത്. ചരിത്രപരമായിത്തന്നെ മനുഷ്യരാശി - എന്നാൽ പുല്ലിംഗമാകുന്നു എന്ന ധാരണ ആൺപക്ഷം ഉൽപ്പാദിപ്പിക്കുകയും പ്രചരിപ്പിക്കുകയുംചെയ്തു. അവന്റെ സ്ത്രീഭാഷ്യം അവന്റേതുമാത്രമാണ്. എന്നുവച്ചാൽ, അവന്റെ താൽപ്പര്യാനുസാരമാണ് അവന്റെ വ്യാഖ്യാനങ്ങളെല്ലാംതന്നെ. സ്വയം നിർണയാവകാശമുള്ള സ്വതന്ത്രജീവിയായി പുരുഷൻ സ്ത്രീയെ പരിഗണിക്കുന്നില്ല. ആണിനെ സംബന്ധിച്ചിടത്തോളം പെണ്ണ് എന്നത് 'സെക്സ്' ആണ്- അതിൽ കുറഞ്ഞോ കൂടുതലായോ ഒന്നുമില്ല. - പെണ്ണ് - നിർവചിക്കപ്പെടുന്നത്, വ്യവഹരിക്കപ്പെടുന്നത് - ആണ് -എന്നതിനോട് ചേർത്തുവച്ചുകൊണ്ടാണ്. പെണ്ണ് എന്നതിനോട് ചേർത്തുപിടിച്ച് ആണ് എന്നത് വ്യാഖ്യാനിക്കപ്പെടുന്നതുമില്ല. അവൾ - ആനുഷംഗികം -ആകുന്നു അത്യന്താപേക്ഷിതമല്ലാതാകുന്നു. എന്നാൽ അവനോ? അവൻ ഒഴിച്ചുകൂടാത്തത്, പരമപ്രധാനം. അവൻ കർത്താവ്, മുഖ്യ വിഷയം, പരമം. അവളോ? മറ്റത്, അമുഖ്യം.

സിമൻ ദെ ബൊവെയുടെ മറ്റൊരു പേരുകേട്ട പ്രസ്താവം *ദി സെക്കൻഡ് സെക്സിൽ* വായിക്കാം: (ആരും പെണ്ണായി പിറക്കുന്നില്ല; പെണ്ണായിത്തീരുകയാണ് ചെയ്യുന്നത്). സിമൻ ദെ ബൊവെയുടെ വാദം അസ്തിത്വവേദാന്തത്തിൽനിന്ന് മുളപൊട്ടിയതാണ്. അസ്തിത്വവാദം സാമാന്യമായി പറയുന്നത് ഇച്ഛാനുസാരം പ്രവർത്തിക്കാൻ മനുഷ്യന് സ്വാതന്ത്ര്യമുണ്ടെന്നാണ്. മറ്റുള്ളവരെക്കുറിച്ചുള്ള അത്യാവശ്യമായ അറിവ് ഈ വാദത്തെ അൽപ്പം കുഴപ്പിക്കുന്നു. മറ്റുള്ളവരെ സ്വന്തമാക്കാൻ, നിയന്ത്രിക്കാൻ ശക്തമായൊരു പ്രേരണ ആണിനും പെണ്ണിനുമുണ്ട്. ലൈംഗിക വേഴ്ചകളുടെ, ശാരീരിക ബന്ധങ്ങളുടെ, വൈകാരിക സമീപനങ്ങളുടെ പിന്നിൽ ഈ പ്രേരണ കാണാമെന്ന് സിമൻ ദെ ബൊവെ സമർഥിക്കുന്നു. അസ്തിത്വവാദത്തിന്റെ - ഒരു സ്ത്രീപക്ഷ വ്യാഖ്യാനമാണ് ഈ എഴുത്തുകാരി പ്രഗത്ഭമായി അവതരിപ്പിച്ചത്. അതിൽ പുനർവിചാരംകൂടി പ്രവർത്തിക്കുന്നു. 'സ്ത്രൈണം' എന്ന് സമൂഹം പൊതുവെ വിവരിക്കുന്ന സ്വഭാവങ്ങളെ സിമൻ ദെ ബൊവെ വിശദ

മായി പരിശോധിക്കുന്നു. സഹനം, പുരുഷാശ്രയം, താൻ ആണിന് താഴെയാണെന്ന ധാരണ എന്നിവ; പെണ്ണിന്റെ സാമൂഹ്യവിഭജനം സംബന്ധിച്ച ചരിത്ര വിവരണങ്ങൾ, ചരിത്രാതീതകാലം മുതൽക്കുള്ള ആണിന്റെ വേഷം, സാഹിത്യത്തിലും പുരാണത്തിലുമൊക്കെ സ്ത്രീ എങ്ങനെ ചിത്രീകരിക്കപ്പെടുന്നു എന്നത്: ഇതൊക്കെ സിമൻ ദെ ബൊവെ ചർച്ചയ്ക്കെടുക്കുന്നുണ്ട്. സ്ത്രീവിരുദ്ധ മിത്തുകളെക്കുറിച്ചും അവർ വാചാലയാവുന്നു. ആധുനിക സ്ത്രീയുടെ സ്ഥാനം, അവൾ സ്വീകരിക്കുന്ന ഭാവങ്ങൾ, അവളുടെ സാമൂഹികാവസ്ഥ, അവളുടെ ലൈംഗിക പ്രശ്നങ്ങൾ - ഇവയെല്ലാം വിസ്തരിക്കപ്പെടുന്നു. സിമൻ സ്വീകരിച്ച എക്സിസ്റ്റെൻഷ്യലിസ്റ്റ് സമീപനത്തിന്റെ അവഗണിക്കാനാവാത്ത സ്വാധീനം പല സ്ത്രീപക്ഷ സൈദ്ധാന്തികരുടെയും പിൽക്കാല രചനകളിൽ സ്പഷ്ടമാണ്. ഒരുദാഹരണമത്രെ കേറ്റ് മില്ലറ്റ് 1970 ൽ എഴുതിയ ക്ലാസിക് പാഠം: (*ലൈംഗിക രാഷ്ട്രീയം*).

സിമൻ ദെ ബൊവെയുടെ കഥകളിൽ മിക്കതിലും സ്വന്തം ജീവിതത്തിൽനിന്നുരുത്തിരിഞ്ഞുവന്ന ചോദ്യങ്ങൾക്കാണ് അവർ ഉത്തരമന്വേഷിക്കുന്നത്. പല വിഭവങ്ങളും സ്വാനുഭവങ്ങളിൽനിന്ന് ശേഖരിച്ചവ തന്നെ. അവരുടെ കന്നി നോവൽ *She came to Stay* (L" invitee) ഒരു പുരുഷനുവേണ്ടിയുള്ള രണ്ടു പെണ്ണുങ്ങളുടെ മത്സരമാണ് വിഷയമാക്കുന്നത്. 'സെക്ഷ്വൽ ജലെസി'യുടെ - കാരണം നോവലിസ്റ്റ് ആനുഷംഗികമായി ആലോചനക്കെടുക്കുന്നു; ഭോഗപരതയും. 1948 ൽ എഴുതിയ *The Blood of Others* വ്യക്തിസ്വാതന്ത്ര്യം, നിർണയാധികാരം, മറ്റുള്ളവരോടുള്ള ഒരു വ്യക്തിയുടെ ചുമതല തുടങ്ങിയ കാര്യങ്ങളാണ് സ്പർശിച്ചുപോകുന്നത്. നാസികൾ ഫ്രാൻസ് കീഴടക്കിയ കാലത്ത് ഒളിവിൽ പ്രവർത്തിച്ചുപോന്ന ഒളിപ്പോരാളികളുടെ കഥ പറയുമ്പോഴത്രെ മുൻചൊന്ന പ്രശ്നങ്ങൾ പ്രസക്തമാവുന്നത്.

സിമൻ ദെ ബൊവെയുടെ ഏറ്റവും അറിയപ്പെടുന്ന നോവൽ *The Mandarins* ആണെന്ന് നിസ്സംശയം പറയാം. 1954 ലാണ് ഇത് വെളിച്ചം കണ്ടത്. കേന്ദ്ര കഥാപാത്രമായ ഒരു സ്ത്രീയും ഒരു അമേരിക്കൻ എഴുത്തുകാരനും തമ്മിലുള്ള വേഴ്ചയാണ് പ്രമേയം. ലൈംഗികമായ സ്വീകരണ സ്വാതന്ത്ര്യവും യുദ്ധാനന്തര ഫ്രാൻസിലെ സോഷ്യലിസ്റ്റ് രാഷ്ട്രീയവും നോവലിസ്റ്റിന്റെ പരിഗണനയിൽ വരുന്നുണ്ട്. സിമൻ ദെ ബൊവെയുടെ നാലു വാല്യങ്ങൾ വരുന്ന ആത്മകഥയിലും നോവലുകളിൽ വിചാരണക്കെടുത്ത വിഷയങ്ങൾ തന്നെയാണ് പ്രത്യക്ഷപ്പെടുന്നത്.

Memories of a Dutiful daughter എന്ന ശീർഷകത്തിൽ പുറത്തിറങ്ങിയ ആത്മകഥയുടെ ആദ്യ വാല്യത്തിൽ എഴുത്തുകാരി തന്റെ ബാല്യ - കൗമാര - താരുണ്യ കാലങ്ങൾ അനാവരണം ചെയ്യുന്നു. ഇതൊരു തുറന്നെഴുത്താകുന്നു. പ്രഥമ ലൈംഗിക വേഴ്ചയെക്കുറിച്ച് പറയാൻ അവർ മടിക്കുന്നില്ല. ഴാങ് പോൾ സാർത്രിനെ ആദ്യമായി

കണ്ടതിനെക്കുറിച്ചും സിമൻ പ്രതിപാദിക്കുന്നുണ്ട്. താൻ പിൽക്കാലത്ത് സ്വീകരിച്ച ദാർശനിക നിലപാടുകളുടെ ആരൂഢത്തെപ്പറ്റിയും അവർ സംസാരിക്കുന്നു. *The Prime of Life* എന്ന് പേരിട്ടിരിക്കുന്ന രണ്ടാം വാല്യത്തിൽ (1960) പറയുന്നത്, സാർത്രുമായി തനിക്കുള്ള ബന്ധത്തിന്റെ വൈകാരികവും ധൈഷണികവുമായ കാലാവസ്ഥയെക്കുറിച്ചാണ്. മൂന്നാം വാല്യമായ *Force of Circumstance* 1963 ൽ വായനക്കാർക്ക് കിട്ടി. ഇതിൽ ചിത്രീകരിക്കുന്നത് സോഷ്യലിസ്റ്റ് രാഷ്ട്രീയവുമായി എഴുത്തുകാരി നടത്തിയ ഇടപാടുകളുടെ കാലമാണ്. ആൾ ഗ്രെൻ, ലാൻസ്മ്യാൻ എന്നിവരുമായി തനിക്കുണ്ടായിരുന്ന അടുപ്പത്തെക്കുറിച്ചും സിമൻ വിസ്തരിച്ചെഴുതുന്നു. ആത്മകഥാസഞ്ചികയിലെ അവസാനത്തെ പുസ്തകമാണ് 1972 ൽ പ്രസിദ്ധീകരിച്ച *All Said and Done* ക്യാൻസർ രോഗിയായ അമ്മയുടെ മരണം ഹൃദയസ്പൃക്കായ ഒരു സൃഷ്ടിക്ക് കാരണമായി: *An Easy Death* 1981ൽ തന്റെ കൂട്ടുകാരന്റെ - ഴാങ് പോൾ സാർത്രിന്റെ - ദേഹവിയോഗത്തെത്തുടർന്ന് സിമൺ വികാരോഷ്മളമായ ഓരോർമപ്പുസ്തകമെഴുതി: *Adieu: A Farewell to Sartre* ഏറെക്കാലം ഈ എഴുത്തുകാരിയെ ആവേശിച്ചത് മൃത്യുചിന്തകളായിരുന്നു.

ആത്യന്തികവിശകലനത്തിൽ, *The Second Sex* എന്ന ക്ലാസിക്കിന്റെ കർത്രി എന്ന നിലയ്ക്കാവും സിമൻ ദെ ബൊവെ എക്കാലത്തും വാഴ്ത്തപ്പെടുക. അസാമാന്യമായ ഒരാഘാതമാണ് ഈ പുസ്തകം പടിഞ്ഞാറൻ സ്ത്രീ സമൂഹത്തിന് സമ്മാനിച്ചത്. ആയിരത്തിത്തൊള്ളായിരത്തി അമ്പതുകളിലും അറുപതുകളിലെ ആദ്യ പതിറ്റാണ്ടിലും പുരുഷാധീശ പ്രത്യയശാസ്ത്രത്തിന്റെ തടവറയിൽ ഒറ്റപ്പെട്ടുകിടന്നിരുന്ന സ്ത്രീക്ക് ഒരു പുതിയ ഊർജവും ഒരു പുതിയ വെളിച്ചവും പകർന്നുനൽകിയത് സിമൻ ദെ ബൊവെയുടെ ഈ മാസ്റ്റർ പീസ് ആണെന്നതിൽ ഒരു തർക്കവുമില്ല. സമ്പ്രദായങ്ങളിൽനിന്ന് സ്വയം മോചിപ്പിച്ച് സാർഥകമായ മറ്റൊരു ജീവിതം നയിക്കാനുള്ള ഉൾക്കരുത്തും വിഭവശേഷിയും പെണ്ണിനുണ്ടെന്ന് യൂറോപ്യൻ മിഡിൽക്ലാസ് സ്ത്രീസമൂഹം മനസിലാക്കിയത് *Second Sex* വായിച്ചിട്ടാണ്. സ്വന്തം ജീവിതങ്ങളെ ഈ പുസ്തകം എവ്വിധം സ്വാധീനിച്ചു എന്ന് വിവരിക്കുന്ന കത്തുകൾ ഈ എഴുത്തുകാരിക്കു വന്നുകൊണ്ടേയിരുന്നു. എഴുപതുകളുടെ ആദ്യം *The Second Sex* പെൺപക്ഷ ഗ്രൂപ്പുകളുടെ അടിസ്ഥാന പാഠപുസ്തകമായി മാറി.

നിരവധി വിഷലിപ്തമായ വിമർശനശരങ്ങളും അതിന്മേൽ പതിച്ചു. പെണ്ണിന്റെ പീഡനത്തിനും അടിച്ചമർത്തലിനും മറുപടി സോഷ്യലിസ്റ്റ് വ്യവസ്ഥ മാത്രമാണെന്ന് സിമൻ ദെ ബൊവെ സമർഥിച്ചുവെങ്കിലും, സ്ത്രീ ചൂഷണത്തെ, മറ്റു ചൂഷണ രൂപങ്ങളിൽനിന്ന് വകതിരിച്ചുകാണാനുള്ള അവരുടെ ഉദ്യമത്തെ ഇടതുപക്ഷ വിമർശകന്മാർ കലശലായ സംശയത്തോടുകൂടിയാണ് പൊതുവെ വീക്ഷിച്ചത്. പുരുഷാധികാര

ഘടനകളോട് സിമൻ ദെ ബൊവെ പരോക്ഷമായി സന്ധിചെയ്യുകയാണെന്ന ഗൗരവമായ ആരോപണവും ഉയർന്നുകേൾക്കായി. *The Second Sex*ലും മറ്റു ചില രചനകളിലും – പുരുഷതയെ –അവർ അബോധമായി ആദർശവൽക്കരിക്കുന്നില്ലേ എന്ന സന്ദേഹം ചില സ്ത്രീപക്ഷ ആക്ടിവിസ്റ്റുകൾതന്നെ പരസ്യമായി പ്രകടിപ്പിച്ചു. – പുരുഷതയെ (പ്രതിമാനം)ആയി ബൊവെ അംഗീകരിക്കുന്നു എന്ന കുറ്റപ്പെടുത്തലും യൂറോപ്പിലെ ചില സ്ത്രീ സദസുകളിൽനിന്നുണ്ടായി. മനഃശാസ്ത്ര അപഗ്രഥനരീതിയുമായി കൈകോർത്ത ഘടനാനന്തര സ്ത്രീപക്ഷവാദികൾ അവരെ Phallic woman എന്ന് കളിയാക്കാൻപോലും ശങ്കിച്ചില്ല. സിമൻ ദെ ബൊവെയുടെ ഹ്യൂമനിസ്റ്റ് വിശ്വാസങ്ങൾക്ക് പെൺപോരാട്ടങ്ങളിലേക്ക് വിശേഷിച്ചൊന്നും സംഭാവന ചെയ്യാനായിട്ടില്ലെന്ന് ഇക്കൂട്ടർ വാദിച്ചു. 1980 കളിലെ ഫ്രഞ്ച് ഫെമിനിസ്റ്റുകളിൽ മോണിക്‌വിറ്റിങ് മാത്രമാണ് സിമൻ ദെ ബോവെയുടെ സ്വാധീനവും സംഭാവനയും പൂർണമായും വരവുവയ്ക്കാൻ തയാറായത്.

ഇരുപതാം നൂറ്റാണ്ടിലെ ഉത്കൃഷ്ടനായ അസ്തിത്വദാർശനികനായി ഴാങ് പോൾ സാർത്രിനെ പൊക്കിക്കാട്ടാൻ സിമൻ പാടുപെട്ടതും വലിയ കോലാഹലങ്ങൾക്ക് വഴിതുറന്നു. 'എക്സിസ്റ്റൻഷ്യലി'സത്തിന് താൻതന്നെ നൽകിയ കനപ്പെട്ട സംഭാവനകളെ മറച്ചുപിടിച്ചുകൊണ്ടാണ് കാമുകനും സഹായിയുമായ സാർത്രിനുവേണ്ടി അവർ വാദിച്ചതെന്ന് Kate and Edward Full broke അവരുടെ ഗവേഷണ പ്രബന്ധങ്ങളിൽ വെളിപ്പെടുത്തി.

സിമൻ ദെ ബൊവെയെക്കുറിച്ച്, അവരുടെ സ്ത്രീപക്ഷ നിലപാടിനെക്കുറിച്ച് സത്യസന്ധമായൊരു വിലയിരുത്തൽ നടത്തിയത് Toril Moi എന്ന സൈദ്ധാന്തികയാണ്. *Simone de Beauoir the Making of an Intellectual Woman* എന്ന മോയുടെ പഠനം സൂക്ഷ്മങ്ങളിലേക്കിറങ്ങുന്ന നിരൂപണ പാഠമാണ്.

ആരെന്തൊക്കെപ്പറഞ്ഞാലും സ്ത്രീപക്ഷ മുന്നേറ്റത്തിന് സിമൻ ദെ ബൊവെ നൽകിയ സിദ്ധാന്തപരമായ കാഴ്ചപ്പാട് ചരിത്രവും സമൂഹവും കണക്കിലെടുക്കുകതന്നെ ചെയ്യും തീർച്ച.

കാലം മറന്നുപോയ ഫെമിനിസ്റ്റ്

പെൺപക്ഷ മുന്നേറ്റത്തിന്റെ രണ്ടാം വരവ് എഴുപതുകളിൽ ആരംഭിച്ചത് വലിയൊരു ഇടിമുഴക്കത്തോടുകൂടിയായിരുന്നു. ആ മേഘഗർജനം ബഹിർഗമിച്ചതാകട്ടെ ക്യാതറിൻ മ്യൂറെ മില്ലറ്റ് (Katherine Murray Millett) എന്ന മുപ്പത്തഞ്ചുകാരിയുടെ തൊണ്ടയിൽനിന്നും. 1970 ൽ കൊളംബിയ സർവകലാശാലയ്ക്ക് തന്റെ ഡോക്ടറൽ പ്രബന്ധമായി കേറ്റ് സമർപ്പിച്ച ഉഗ്രൻ പാഠമത്രെ *Sexual Politics -ലൈംഗിക രാഷ്ട്രീയം-* എന്ന പേരിൽ സമകാലിക സാംസ്കാരിക-സാമൂഹിക വിചാരങ്ങളുടെ അടിക്കല്ലുകളെ പിടിച്ചുകുലുക്കിയത്. എന്നാൽ ഇന്ന് കേറ്റ് മില്ലറ്റ് എന്ന ജ്വാലയെ കാലം ഏതാണ്ട് മറന്ന മട്ടാണ്. *Sexual politics* അടക്കമുള്ള അവരുടെ പല പുസ്തകങ്ങൾക്കും പുതിയ പതിപ്പുകൾ ഉണ്ടാവുന്നില്ല, പുനർവായനകൾ വേണ്ടത്ര നടക്കുന്നില്ല.

1934 സെപ്തംബറിൽ മിനിസോട്ടയിൽ (യു എസ്) ജനിച്ച കേറ്റ് ജാപ്പനീസ് ശിൽപ്പിയായ ഫ്യൂമിയോ യോഷ മ്യൂറെയെ 1965ൽ കൂട്ടുകാരനായി സ്വീകരിച്ചു. ആ ദാമ്പത്യം ഒമ്പതുവർഷത്തിനുശേഷം വിവാഹമോചനത്തിലവസാനിച്ചു. പോയ നൂറ്റാണ്ടിന്റെ അറുപതുകളിലും എഴുപതുകളിലും സ്ത്രീപക്ഷ രാഷ്ട്രീയത്തിന്റെ കനൽപ്പാടങ്ങളിൽ കേറ്റ് മില്ലറ്റ് കത്തിനിന്നു. National Organisations for Women (Now) എന്ന സംഘടനയിലാണ് അവർ പ്രവർത്തിച്ചത്. സ്ത്രീവിമോചനത്തിന്, സ്ത്രീപക്ഷവാദത്തിന്റെ പ്രത്യയശാസ്ത്ര ഭൂമികയ്ക്ക് കേറ്റ് മില്ലറ്റ് നൽകിയ ആശയദാനങ്ങൾ വിലപ്പെട്ടതാകുന്നു. എങ്കിലും പിൽക്കാല ഫെമിനിസ്റ്റുകൾ അവരെ പിൻതള്ളുകയും പ്രാന്തവൽക്കരിക്കുകയുമാണ് ചെയ്തത്. പത്തുപതിനൊന്നു കൊല്ലംമുമ്പ് കേറ്റ് മില്ലറ്റ് താൻ നേരിടുന്ന അവഗണനയെക്കുറിച്ച് ലണ്ടനിലെ *ദി ഗാർഡിയൻ* (The Guardian) പത്ര

ത്തിൽ തുറന്നെഴുതി. അതീവ വേദനയോടെ അവർ ഇങ്ങനെ പറഞ്ഞു: "Nothing I write now, has the prospect of seeing print." (ഇപ്പോൾ ഞാനെഴുതുന്നതൊന്നും അച്ചടിച്ചുവരാൻ സാധ്യത കാണുന്നില്ല).

1970 ലാണ് കേറ്റ് മില്ലറ്റിന്റെ ചരിത്രം ചമച്ച മാസ്റ്റർ പീസ്- *സെക്ഷൽ പൊളിറ്റിക്സ്* -പൊതുവായനക്ക് വിളമ്പിക്കിട്ടിയത്. അക്കൊല്ലം തന്നെ ശ്രദ്ധേയമായ മറ്റു ചില പെൺപാഠങ്ങളും പുറത്തുവന്നു ജർമൻ ഗ്രീൻ എഴുതിയ *ദി ഫിമേൽ യൂനക്*' ('The Female cunuch), ഷുലാസ്മിത്ത് ഫയർസ്റ്റൺ എഴുതിയ *ദി ഡയലെക്റ്റ് ഓഫ് സെക്സ്* (The dialect of sex), ഈവ ഫിഗ് രചിച്ച *പേട്രിയാർക്കൽ ആറ്റിറ്റ്യൂഡ്സ്* (Patriarchal Attitudes), റോബിൻമോർഗൻ എഡിറ്റു ചെയ്ത *സിസ്റ്റർഹുഡ് ഈസ് പവർഫുൾ* (Sisterhood is Powerful) എന്ന നിബന്ധസ്സമാഹാരം.

രണ്ടാംതരംഗ ഫെമിനിസം അതിപ്രബലമായ ഒരു സിദ്ധാന്തരൂപമായി, നിർണായകമായ ഒരു വിമർശനവേദിയായി വെളിപ്പെടുകയായിരുന്നു. റാഡിക്കൽ ഫെമിനിസത്തിന്റെ ചാലുകീറിയത് കേറ്റ്മില്ലറ്റിന്റെ കന്നിപ്പുസ്തകമത്രെ. ലൈംഗിക ബന്ധങ്ങൾ സൂക്ഷ്മ പരിശോധനയിൽ രാഷ്ട്രീയമാണെന്ന് (Political) തറപ്പിച്ചുപറഞ്ഞതും ഈ സൈദ്ധാന്തികതയാണ്. നിലവിലുള്ള അക്കാദമിക് അതിർത്തികളെ അതിലംഘിക്കാൻ പോന്ന ഒരു ഫെമിനിസ്റ്റ് സാംസ്കാരികസിദ്ധാന്തം (Feminist Cultural Theory) സാധ്യമാണെന്ന് അവരുടെ കൃതി തെളിയിക്കുകയും ചെയ്തു.

പേട്രിയാർക്കിയെ – തന്ത്രവാഴ്ചയെ – ഒരു രാഷ്ട്രീയ സ്ഥാപനമായി വ്യവഹരിക്കുകയാണ് കേറ്റ്മില്ലറ്റ് ചെയ്യുന്നത്. രാഷ്ട്രീയമെന്നത് അധികാരഘടനകളാൽ നിയന്ത്രിക്കപ്പെടുന്ന ബന്ധങ്ങളാണ്– Power - Structured Nations. `Sex` - ലിംഗത– എന്ന വ്യവഹാരത്തിന് രാഷ്ട്രീയമായ അർഥങ്ങളും സൂചനകളുമുണ്ട്. തന്തക്കോയ്മ അടിച്ചമർത്തലിന്റെ അടിസ്ഥാന രൂപമാണ്. ഇതിനെ തുടച്ചുമാറ്റിയില്ലെങ്കിൽ മറ്റുതരത്തിലുള്ള മർദനങ്ങളും ചൂഷണങ്ങളും –രാഷ്ട്രീയം, സാമ്പത്തികം, സാംസ്കാരികം –തുടരുകതന്നെ ചെയ്യും. 'Patriarchy' (തന്തവാഴ്ച) എന്നത് ഒരു സാമൂഹ്യ സ്ഥാപനമായാണ് പ്രവർത്തിക്കുന്നത് എന്ന് കേറ്റ്മില്ലറ്റ് ചൂണ്ടിക്കാണിക്കുന്നു. അത് രാഷ്ട്രീയത്തെ, സാമൂഹ്യബന്ധങ്ങളെ, സാംസ്കാരിക പ്രവർത്തനങ്ങളെ സ്വാധീനിക്കുന്നു; കൈപ്പിടിയിലൊതുക്കുന്നു. ആശയശാസ്ത്രപരമായ മാർഗങ്ങളിൽ കൂടിയാണ് അത് അധികാരം നിലനിർത്തുന്നത്. അത് പേട്രിയാർക്കി സമൂഹത്തിന്റെ സമ്മതി (consent) സൂത്രത്തിൽ പിടിച്ചെടുക്കുന്നു. ലിംഗഭേദങ്ങളെ (sex difference) പെരുപ്പിച്ച് കാട്ടുന്നു. പുരുഷന്റെ താഴെയാണ് സ്ത്രീയുടെ സ്ഥാനമെന്ന് സ്ത്രീയെക്കൊണ്ടുതന്നെ സൂത്രത്തിൽ സമ്മതിപ്പിക്കുന്നു.

ഈ പുസ്തകത്തിന്റെ ഒന്നാം ഭാഗം ലിംഗരാഷ്ട്രീയത്തിന്റെ സിദ്ധാന്തമാണ് വിശദീകരിക്കുന്നത്. ലൈംഗിക വൈജാത്യങ്ങൾ സാംസ്കാരികമായി ഉൽപ്പാദിപ്പിക്കപ്പെടുകയാണ്. ജീവശാസ്ത്ര (biological)പരമാ

യല്ല. Family (കുടുംബം) എന്ന സൃഷ്ടി തന്തവാഴ്ചയുടെ മുഖ്യമായ ചൂഷണോപകരണമാകുന്നു. ഭാഷയുടെ കേന്ദ്രസ്ഥാനത്ത് 'പേട്രിയാർക്കി' അങ്ങനെ പ്രതിഷ്ഠിക്കുന്നു. പുരുഷാധിപത്യം നിലനിർത്തുന്നതിന് വർഗഘടനകളും ഉപയോഗപ്പെടുത്തുന്നുണ്ട്. പെൺവർഗത്തിൽത്തന്നെ ചേരികളും ആ ചേരികളുടെ പോരുകളും പുരുഷാധിപത്യം തന്ത്രപൂർവം സംവിധാനം ചെയ്യുന്നുണ്ട്. ശരീരം വിൽക്കുന്ന വേശ്യ/വീട്ടിനുവിളക്കായ കുടുംബിനി; തൊഴിലെടുക്കുന്ന പെണ്ണ്/അടുക്കളയിലും അകത്തളത്തിലും ഒതുങ്ങുന്ന വീട്ടമ്മ: ഈ ദ്വന്ദ്വങ്ങളെ തമ്മിലടിപ്പിച്ച് അതിൽനിന്നു മുതലെടുക്കുക എന്നതാണ് തന്തവാഴ്ചയുടെ അടവ്. ആയതിനാൽ പെണ്ണിന്റെ വർഗബോധം അസ്ഥിരവും ദുർബലവുമായിത്തീരുന്നു; ഉപരിപ്ലവവും. സാമ്പത്തികമായി സൃഷ്ടിക്കപ്പെട്ട വർഗഘടനകളിൽനിന്ന് (class structures) സ്വതന്ത്രമാണ് തന്തവാഴ്ചയെന്ന് കേറ്റ് മില്ലറ്റ് നിരീക്ഷിക്കുന്നു. പക്ഷേ ഈ തന്താധിപത്യത്തെ അരക്കിട്ടുറപ്പിക്കാൻ ഉപയോഗിക്കുന്നത് സാമ്പത്തികശക്തിയെയാണ്. സ്ത്രീയുടെ മുദ്രവിലയും വിപണനവിലയും കഴിവതും നിഷേധിക്കുക; അല്ലെങ്കിൽ പരമാവധി കുറയ്ക്കുക. അതാണ് തന്തവാഴ്ചയുടെ ഉന്നം. സാങ്കേതികമായ അറിവുകളോട് കൂട്ടുചേർന്നുകൊണ്ടാണ് അധികാരം സഞ്ചരിക്കുന്നത്. ഈ അറിവിന്റെ വാതിൽ പെണ്ണിന്റെ നേർക്ക് കൊട്ടിയടയ്ക്കാനാണ് 'പേട്രിയാർക്കി'യുടെ പ്രയത്നം. അധികാരപരമായ അസമത്വങ്ങൾ (Power inequalities) ശാശ്വതീകരിക്കാൻ പാകത്തിൽ അറിവിനെ, വിദ്യാഭ്യാസത്തെ പെണ്ണിനായി ഒരു പ്രത്യേക രീതിയിൽ സംവരണം ചെയ്യുന്നു. സ്ത്രീക്ക് ചേർന്ന അന്വേഷണ മേഖലകളേതെന്ന് പുരുഷൻ നിശ്ചയിക്കുന്ന അവസ്ഥ പുലരുന്നു. തന്തവാഴ്ചയുടെ സാംസ്കാരികാവിഷ്കാരങ്ങളെ ചരിത്രപരമായി പരിശോധിച്ചാൽ ഇത് ബോധ്യമാവും. പുരാതന 'മിത്തു'കളിൽനിന്ന് മതത്തിലേക്കും ധർമശാസ്ത്രത്തിലേക്കും അവിടന്നങ്ങോട്ട് ശാസ്ത്രത്തിന്റെ അത്ഭുത പ്രപഞ്ചത്തിലേക്കുമുള്ള സമൂഹത്തിന്റെ നടത്തത്തിലുടനീളം, പെണ്ണിന്റെ പുറംതള്ളൽ, പാർശ്വവൽക്കരണം, നീതിനിഷേധം പല രൂപങ്ങളിൽ കാണാം. ഇതാണ് കേറ്റ് മില്ലറ്റ് സ്ഥാപിച്ചെടുക്കുന്നത്. സാമൂഹ്യവൽക്കരണപ്രക്രിയയിൽ സ്ത്രൈണതയുടെ ഒരു സവിശേഷമായ ആശയശാസ്ത്രം ഉരുത്തിരിയുന്നുണ്ട്. ആണിനേക്കാൾ താഴ്ന്ന ഒരു വിതാനമാണ് തനിക്ക് ചേർന്നതെന്ന ധാരണ പെണ്ണിൽ വളർത്തുക: അതാണ് പുരുഷാധിപത്യം അതിസമർഥമായി സാധിക്കുന്നത്. ഇതംഗീകരിക്കാൻ പെണ്ണ് ഒരുക്കമായില്ലെങ്കിൽ പുരുഷൻ ബലം/മുഷ്ക് ഉപയോഗിക്കുന്നു. ഈ ബലപ്രയോഗത്തിന് പല ഭാവങ്ങളുണ്ട്; പല ഭാഷകളുണ്ട്. പരപുരുഷ സംസർഗത്തിനെതിരായുള്ള നിയമങ്ങൾ; ഗർഭച്ഛിദ്രത്തിനുള്ള വിലക്കുകൾ, ബലാത്സംഗം, ലൈംഗികാക്രമണം അശ്ലീലസാഹിത്യം ഇത്യാദിയൊക്കെ ബലപ്രയോഗത്തിന്റെ ഭിന്നമുഖങ്ങളത്രെ. പെൺ 'പേഴ്സണാലിറ്റി'യുടെ ഉന്മൂലനം (annihilation) ആണ് പുരുഷാധിപത്യം സ്വകാര്യ അജൻഡയായി സ്വീകരിക്കുന്നത്.

Sexual Politics ന്റെ രണ്ടാംഭാഗം, ലൈംഗികവിപ്ലവത്തിന്റെ (Sexual revolution) ഒരു ഘട്ടം വിചാരണക്കെടുക്കുന്നു. 1830 മുതൽ 1930 വരെയുള്ള ഈ കാലയളവും അതിനെ തുടർന്നുണ്ടായ പ്രതിവിപ്ലവവും (1930 മുതൽ 1960 വരെ) കേറ്റ് മില്ലറ്റ് വിവരിക്കുന്നുണ്ട്. മൂന്നാം ഭാഗമാകട്ടെ, സ്ത്രീയോട്, സ്ത്രൈണത എന്നതിനോട് ഡി എച്ച് ലോറൻസ് (DH Lawrence), ഹെൻറി മില്ലർ (Henry Miller), നോർമൻമെയ്‌ലർ (Norman mailer) ഴാൻ ഷെനെ (Jean Genet) എന്നീ വിശ്വസാഹിത്യകാരന്മാർ എങ്ങനെ പ്രതികരിച്ചു എന്നന്വേഷിക്കുകയാണ്. ഇവരൊക്കെ സ്ത്രീ–പുരുഷ ലിംഗബന്ധങ്ങളെക്കുറിച്ചും ഇണചേരലുകളെക്കുറിച്ചും ഏതാണ്ട് പച്ചയായിത്തന്നെ എഴുതിയവരാണല്ലോ.

ലൈംഗികവിപ്ലവത്തിന് തന്റേതായൊരു പീഠിക ഈ എഴുത്തുകാരി അവതരിപ്പിക്കുന്നുണ്ട്. തന്തവാഴ്ചയ്ക്ക് അറുതിവരുത്തുക എന്നതാണ് പരമപ്രധാനം. അതോടെ പല വിലക്കുകളും ഇരട്ടത്താപ്പുകളും ലൈംഗിക നിയന്ത്രണങ്ങളും അപ്രത്യക്ഷമാകും. പ്രത്യേകമായ ലൈംഗിക ഉപസംസ്കാരങ്ങൾ നാമ്പുനീട്ടും. സ്ത്രൈണം, പുരുഷം എന്ന് കള്ളി തിരിച്ചു നിർത്തപ്പെട്ട സ്വഭാവങ്ങളുടെ, ത്വരകളുടെ പുനർനിർണയം നടക്കും. ആണാധിപത്യം അവസാനിക്കുമ്പോൾ പുരുഷകേന്ദ്രിത കുടുംബ സംവിധാനവും ഇല്ലാതാവും. സ്വച്ഛവും സ്വതന്ത്രവുമായ ലൈംഗിക വേഴ്ചകൾക്ക് വിലക്കില്ലാതാവും. ശിശുപരിപാലനം പെണ്ണിന്റെ മാത്രം ചുമതലയെന്ന നില മാറും.

ലൈംഗിക വിപ്ലവത്തിന്റെ പ്രഥമഘട്ടം ഇപ്പറഞ്ഞ സംഗതികളൊക്കെ നേടി എന്ന് ധരിക്കരുത്. പക്ഷേ വ്യക്തമായി ലക്ഷ്യങ്ങൾ നിർവചിക്കാൻ അതിന് കഴിഞ്ഞുവെന്ന് നിസ്തർക്കം പറയാം. താതാധിപത്യ ഘടനയുടെ നേർക്ക് ശക്തമായ ആക്രമണം നടത്താനും അതിന് കരുത്തുണ്ടായി. വോട്ടവകാശം, വിദ്യാഭ്യാസം, തൊഴിൽ പൗരാവകാശം എന്നീ പ്രശ്നമേഖലകളിൽ വലിയ മാറ്റങ്ങൾ വരുത്താൻ ഈ സ്ത്രീമുന്നേറ്റത്തിന് സാധിച്ചു.

ഫെമിനിസ്റ്റ് പോരാട്ടത്തിന്റെ ആദ്യഘട്ടത്തിൽ സ്ത്രീപക്ഷത്തിനുവേണ്ടി ശക്തിയുക്തം ശബ്ദമുയർത്തിയത് രണ്ടു പുരുഷന്മാരായിരുന്നു: ജോൺസ്റ്റുവർട്ട് മില്ലും ഫ്രെഡറിക് എംഗൽസും. കുടുംബം, വിവാഹം എന്നീ സ്ഥാപനങ്ങളുടെ സൃഷ്ടിയിലും വ്യവഹാരത്തിലും പുരുഷാധിത്യ സംസ്കാരം സ്വീകരിച്ച ഇരട്ടത്താപ്പുകളെയാണ് ഈ വലിയ ചിന്തകന്മാർ തുറന്നുകാട്ടിയത്.

ചാർലൊട്ടി ബ്രോൺറ്റെ, അവരുടെ 'വില്ലെറ്റ്' (Villet)എന്ന വിഖ്യാതമായ നോവലിൽ വിപ്ലവാത്മകമായ ഉണർവ് പ്രകാശിപ്പിക്കുന്നുണ്ട്. എന്നിരിക്കിലും അടിസ്ഥാനതലത്തിൽ തന്തവാഴ്ചയുടെ പ്രത്യയശാസ്ത്രത്തെ വെല്ലുവിളിക്കാൻ ആദ്യത്തെ പെൺപക്ഷ പോരാട്ടത്തിന് കഴിഞ്ഞില്ല. തന്മൂലം ഒരു പ്രതിവിപ്ലവത്തിന് വഴങ്ങേണ്ട ഗതികേട് അതിനുണ്ടായി.

ഈ പ്രതിവിപ്ലവം ലൈംഗികരാഷ്ട്രീയത്തിന്റെ പ്രത്യയശാസ്ത്രതലത്തിൽ പ്രോദ്ഘാടനം ചെയ്തത് സിഗ്മണ്ട് ഫ്രോയ്ഡ് ആണെന്ന് കേറ്റ് മില്ലറ്റ് ആരോപിക്കുന്നു. സ്ത്രീയുടെ അപകർഷത, തരംതാഴ്ച, സ്വാഭാവികമാണെന്ന പുരുഷാധിപത്യ നിർണയത്തിന് ശാസ്ത്രീയസാധുത നൽകാനാണ് ലൈംഗിക വ്യത്യാസങ്ങളെക്കുറിച്ചുള്ള ഫ്രോയിഡിയൻ സിദ്ധാന്തങ്ങൾ പ്രയോജനപ്പെട്ടത്. ഈ മനഃശാസ്ത്രകോവിദൻ സംസ്കാരത്തെയും ജീവശാസ്ത്രത്തെയും കൂട്ടിക്കുഴച്ചു വഷളാക്കി എന്നാണ് കേറ്റ് മില്ലറ്റിന്റെ പരാതി. ധ്വജാഭ്യസൂയ-Penis Envy-എന്നൊരു മാനസിക കാലാവസ്ഥ സ്ത്രീക്കുണ്ട് എന്ന് ഫ്രോയ്ഡ് നിരീക്ഷിച്ചു. സ്ത്രീ മനഃശാസ്ത്രം, പെൺസഹജമായ സ്വയംപീഡനത്വര (masochism) , സഹനശീലം, ആത്മാരാധന (narcissism) എന്നിവയൊക്കെ ഈ Penis Envy യുമായി കണ്ണി ചേർന്ന് കിടക്കുന്നു. Social conditioning - സാമൂഹ്യമായ ചിട്ടപ്പെടുത്തൽ -എന്ന ഘടകത്തെ ഫ്രോയ്ഡ് വിസ്മരിക്കുകയാണ്. Bisexuality , ഉഭയ ലൈംഗികത, എന്നത് ഒരു സിദ്ധാന്തമായിത്തന്നെ ഫ്രോയ്ഡ് അവതരിപ്പിച്ചിട്ടുണ്ടെങ്കിലും പെണ്ണിന്റെ നൈസർഗിക സ്ത്രൈണതയ്ക്കാണ് അദ്ദേഹം മുൻതൂക്കം നൽകുന്നതെന്ന് മില്ലറ്റ് അഭിപ്രായപ്പെടുന്നു. പീഡനം സ്ത്രീ ഇഷ്ടപ്പെടുന്നു എന്നുവരെ ഫ്രോയ്ഡ് പറഞ്ഞുവച്ചു. പുരുഷാധിപത്യത്തിന്റെ ക്രൂരതയ്ക്ക്, കോയ്മക്ക്, ഫ്രോയ്ഡ് ന്യായീകരണം കണ്ടെത്തുകയല്ലേ എന്ന് മില്ലറ്റ് ചോദിച്ചു. ജീവശാസ്ത്രപരമായി നിർണയിക്കപ്പെട്ട ഒരു വേഷം സ്ത്രീക്കുണ്ടെന്നും അതിനോട് പൊരുത്തപ്പെടാൻ സ്ത്രീയെ സഹായിക്കേണ്ടതുണ്ടെന്നും ഉള്ള കാഴ്ചപ്പാട്: അതല്ലേ ഫ്രോയ്ഡ് അവതരിപ്പിച്ചത് എന്ന് ഈ സൈദ്ധാന്തിക സന്ദേഹിക്കുന്നു. സ്ത്രീയുടെ അസംതൃപ്തി (discontent) എന്നത് 'Penis envy' യിൽനിന്ന് ഉയിർക്കൊണ്ടതാണെന്ന് ഫ്രോയ്ഡ് ഏതാണ്ട് തീരുമാനിക്കുന്നു സഹനത്തിൽ (passivity) , സ്വയംപീഡനത്തിൽ സംതൃപ്തി കണ്ടെത്താൻ സ്ത്രീക്ക് കഴിയുമെന്ന സൂചനയും ഫ്രോയ്ഡിന്റെ സൈക്കോ അനാലിസിസ്- മനോവിശ്ലേഷണ പദ്ധതി - നൽകുന്നുണ്ട്. ഫ്രോയ്ഡിന്റെ സിദ്ധാന്തങ്ങൾ നേരത്തെ പറഞ്ഞ പ്രതിവിപ്ലവത്തിന് ഒരു ചട്ടക്കൂടും ഒരു പദാവലിയും സമ്മാനിക്കുന്നുണ്ടെന്ന് കേറ്റ് മില്ലറ്റ് വാദിക്കുന്നു. ഫ്രോയ്ഡിന്റെ അനന്തരവന്മാർ ഈ ചട്ടക്കൂട് വിപുലീകരിച്ച് പുരുഷാധിപത്യത്തിന്റെ 'Statusquo' -മാറ്റമില്ലാത്ത സ്ഥിതി -ഉറപ്പുവരുത്തുക എന്നതായിരുന്നു ഗൂഢലക്ഷ്യം.

Sexual Politics എന്ന പ്രാമാണിക പാഠത്തിന്റെ അവസാന ഭാഗം ആണെഴുത്തിന്റെ വിമർശനാത്മകമായ പുനർവായനയാകുന്നു. പുരുഷാധിപത്യത്തിന്റെ, തന്തവാഴ്ചയുടെ, പ്രതിവിപ്ലവത്തിന്റെ സാംസ്കാരിക കാര്യസ്ഥന്മാരായാണ് കേറ്റ് മില്ലറ്റ് ആണെഴുത്തുകാരെ കാണുന്നത്. അവരുടെ എഴുത്ത് തന്തമനോഭാവത്തിന്റെ പ്രതിഫലനമായി മാറുന്നു (a reflection of patriarchal attitude). ഡി എച്ച് ലോറൻസ്, ഹെൻറി മില്ലർ, നോർമൻ മെയ്‌ലർ എന്നിവരാണല്ലോ ലൈംഗികതയെ കഥാവസ്

തുവാക്കിയ പെരിയ എഴുത്തുകാർ. ലൈംഗികത്വരകളെ, പ്രവർത്തനങ്ങളെ സംബന്ധിച്ചുള്ള അവരുടെ വിവരണങ്ങളിലെല്ലാംതന്നെ പുരുഷാധിപത്യ പ്രത്യയശാസ്ത്രത്തിന്റെ വ്യംഗ്യങ്ങളുണ്ടെന്ന് കേറ്റ് മില്ലറ്റ് സമർഥിക്കുന്നു. സാമൂഹ്യ-സാംസ്കാരിക സന്ദർഭങ്ങളിൽ ഒതുക്കിനിർത്തി വേണം അവരുടെ എഴുത്തിനെ വ്യാഖ്യാനിക്കാൻ. ലോറൻസിലും മില്ലറിലും മെയ്‌ലറിലുമൊക്കെ കേറ്റ്മില്ലറ്റ് വായിച്ചെടുക്കുന്നത് ഒരു ലിംഗപരമായ ശത്രുത (Sexual hostility) യുടെ പ്രത്യക്ഷമാണ്. നോർമൻ മെയ്‌ലർ ഹിംസാത്മകമെന്ന് പറയാവുന്ന, അപകടകാരിയായ, ഒരു machismo- പുരുഷഗർവം – പ്രദർശിപ്പിക്കുന്നതായി മില്ലറ്റ് ആക്ഷേപിക്കുന്നുമുണ്ട്. ഈ ആണെഴുത്താളരിൽ ഷെനെ മാത്രമാണ് സ്ത്രീകളെ ഒരടിച്ചമർത്തപ്പെട്ട വർഗമായി, ഒരു വിപ്ലവ വർഗശക്തിയായി പരിഗണിക്കുന്നത്.

Sexual Politics ഉപസംഹരിക്കുന്നത് ശുഭപ്രതീക്ഷയോടെയാണ്. ലൈംഗിക വിപ്ലവമെന്നത് സാമൂഹ്യ പരിവർത്തനത്തിന് വഴിതുറക്കണം. ഇത് നടക്കണമെങ്കിൽ ബോധത്തിൽത്തന്നെ രൂപാന്തരമാവശ്യമാണ് (altered consciousness). ഈ ബോധ രൂപാന്തരത്തിന്റെ ലക്ഷണങ്ങൾ തെളിഞ്ഞുവരുന്നതായി കേറ്റ് മില്ലറ്റ് നിരീക്ഷിക്കുന്നു. ലൈംഗിക വിപ്ലവത്തിന്റെ രണ്ടാം തരംഗത്തെ തുറന്ന മനസോടെ സ്വാഗതം ചെയ്യാനുള്ള ആഹ്വാനമാണ് അവർ നൽകുന്നത്.

ലിംഗഭേദത്തിന്റെ രാഷ്ട്രീയത്തിന് ഭാവവും ഭാഷയും നൽകിയത് കേറ്റ് മില്ലറ്റ് ആണെന്ന് പറഞ്ഞാൽ അതൊരു അതിപ്രസ്താവമാവില്ല. ഒരു റാഡിക്കൽ ഫെമിനിസ്റ്റ് സിദ്ധാന്തത്തിന്റെ നിർമാണത്തിന് കാരണമായും പ്രേരണയായും പ്രവർത്തിച്ചത് അവരുടെ പുസ്തകമാണ്. ഫ്രോയ്ഡിന്റെ മനോവിശ്ലേഷണ സമ്പ്രദായത്തെ സംബന്ധിച്ചുണ്ടായ സ്ത്രീപക്ഷ സംവാദത്തിന് ഗംഭീരമായ ആമുഖം കുറിച്ചതും കേറ്റ് മില്ലറ്റ് തന്നെ. അടിച്ചമർത്തലിന്റെ ആശയശാസ്ത്രത്തെക്കുറിച്ച് അവർ പറഞ്ഞ കാര്യങ്ങൾതന്നെയാണ് കൾച്ചറൽ ഫെമിനിസ്റ്റുകൾ 1970കളിൽ വിസ്തരിച്ചത്. തന്തക്കോയ്മയുടെ പ്രത്യയശാസ്ത്രം എഴുത്തിൽ എങ്ങനെ പ്രതിഫലിക്കുന്നു എന്ന് ആഴത്തിൽ അന്വേഷിച്ചതും കേറ്റ്മില്ലറ്റത്രെ. പിൽക്കാല ഫെമിനിസ്റ്റ് സാംസ്കാരിക വിചാരത്തിന് അവർ പിഴയ്ക്കാത്ത വഴികാട്ടിയായി വർത്തിച്ചു.

കേറ്റ് മില്ലറ്റിന്റെ പാഠങ്ങൾ, പഠനങ്ങൾ, അവലോകനങ്ങൾ അതിരൂക്ഷമായ വിമർശനങ്ങളാണ് പലപ്പോഴും വിളിച്ചുവരുത്തിയത്. പ്രത്യയശാസ്ത്ര സംബന്ധിയായ മില്ലറ്റ് വ്യാഖ്യാനങ്ങൾ പിൽക്കാല ഫെമിനിസ്റ്റ് സൈദ്ധാന്തികരെ തൃപ്തിപ്പെടുത്തിയില്ല. അത് അതീവ ലളിതവൽക്കരണം മൂലം അരോചകമായിത്തീർന്നു എന്ന ആക്ഷേപമുയർന്നു. കേറ്റ് മില്ലറ്റിന്റെ ആശയശാസ്ത്ര ചിന്ത ഏകശിലാരൂപം (monolithic) ആണെന്ന് ചിലർ പറഞ്ഞു. മറ്റൊരു പരാതി, ഫ്രോയ്ഡിനെ വിലയിരുത്തുമ്പോൾ, അവർ ആ മനഃശാസ്ത്രവിശാരദന്റെ ഏറ്റവും പ്രധാന സം

ഭാവനയെ- 'The concept of the unconscious' (അബോധത്തിന്റെ സങ്കൽപ്പം)- അവഗണിച്ചുവെന്ന വിമർശമുണ്ടായി. മില്ലറ്റ് സംസാരിച്ചത് Penis envyയെക്കുറിച്ച് മാത്രമാണെന്ന് പലരും പരിഭവിച്ചു. പാഠപരമായ അസ്പഷ്ടതകൾ, വൈരുധ്യങ്ങൾ വ്യാഖ്യാനിക്കാൻ മില്ലറ്റിന് കഴിഞ്ഞിട്ടില്ല എന്നും പരാതിയുണ്ട്. ആൺപാഠങ്ങളെക്കുറിച്ച് ഒരുപാട് പറഞ്ഞു; പക്ഷേ പെൺപാഠങ്ങളെക്കുറിച്ച് ഒന്നും മിണ്ടിയില്ല. ഈ ആക്ഷേപവും ഉയർന്നുകേട്ടു. പെൺപക്ഷ വിചാരവീഥിയിൽ തനിക്കു മുമ്പേ പോയവരെ കേറ്റ് മില്ലറ്റ് ആദരപൂർവം അനുസ്മരിക്കുന്നില്ല എന്നതും വിവാദമായി. സിമൺ ദെ ബൊവെയുടെ *The Second Sex* എന്ന ഗ്രന്ഥത്തോടുള്ള കടപ്പാട് രേഖപ്പെടുത്താൻ മില്ലറ്റ് എന്തേ മറന്നുപോയി? ഈ ചോദ്യവും ബാക്കിനിൽക്കുന്നു.

പിൽക്കാല രചനകളിൽ വ്യക്തിപരവും ആത്മകഥാപരവുമായ ഘടകങ്ങളാണ് പൊന്തിനിൽക്കുന്നത്. സ്വകാര്യാനുഭവങ്ങൾ തള്ളിക്കയറുന്നു. *Sexual Politics* ൽ ഉപയോഗിച്ച ഭാഷയേ അല്ല പിൽക്കാല രചനകളിൽ പ്രയോഗിക്കുന്നത്. അമൂർത്ത ഭാഷയിൽനിന്ന് അനൗപചാരിക ശൈലിയിലേക്ക് മില്ലറ്റ് മനഃപൂർവം മാറുന്നു. *The Loony Bin Trip* എന്ന പുസ്തകം ഒരുദാഹരണമാണ്.

ജൂലിയ ക്രിസ്റ്റേവ: ഫെമിനിസ്റ്റ് ചിന്തയിലെ വ്യത്യസ്ത ശബ്ദം

സൈക്കോ അനലിസ്റ്റ്, സാഹിത്യവിമർശക, സാംസ്കാരിക ചിന്തക, ഭാഷാശാസ്ത്ര ഗവേഷക, സ്ത്രീപക്ഷ സൈദ്ധാന്തിക: ജൂലിയ ക്രിസ്റ്റേവ (Julia Kriesteva) എന്ന ബൾഗേറിയൻ ബുദ്ധിജീവി ചൂടുന്ന നിറമുള്ള തൂവലുകൾ പലതാണ്. ആയിരത്തി തൊള്ളായിരത്തി എഴുപതുകളിലും എൺപതുകളിലും ജൂലിയയുടെ ആലോചനയും എഴുത്തും ഭാഷയെയും സംസ്കാരത്തെയും സംബന്ധിച്ചുള്ള പടിഞ്ഞാറൻ പഠനങ്ങളെ വിപ്ലവവൽക്കരിച്ചു എന്നു പറഞ്ഞാൽ അത് അതിപ്രസ്താവമാവില്ല. റൊളാങ് ബാർത് (Roland Barthes -ഫ്രഞ്ച് നിരൂപകൻ, ഘടനാവാദി, *Mythologies, Elements of semiolgy എന്നീ ഗ്രന്ഥങ്ങളുടെയും Death of the Author* എന്ന വിവാദ നിബന്ധത്തിന്റെയും കർത്താവ്) അവരുടെ സംഭാവനയുടെ ധിഷണാപരമായ ഉള്ളടക്കത്തെ മുക്തകണ്ഠം പ്രശംസിക്കുകയുണ്ടായി. 'അഥോറിറ്റി' (Authority - അധികാരം/ പ്രമാണിത്തം) എന്ന സങ്കൽപ്പത്തെ അട്ടിമറിക്കുക എന്ന വിപ്ലവ പ്രവർത്തനമാണ് ജൂലിയ ക്രിസ്റ്റേവ നിർവഹിച്ചതെന്നും ഇക്കാര്യത്തിൽ അവർ അതുല്യയായി വർത്തിക്കുന്നുവെന്നും ബാർത് നിരീക്ഷിച്ചു. ആത്മഭാഷണരീതിയുടെ ശാസ്ത്രത്തെയും അതിന്റെ കോയ്മയെയുമാണ് ജൂലിയ ക്രിസ്റ്റേവ വെല്ലുവിളിച്ചത്. പല മുൻവിധികളെയും പൂർവകൽപ്പനകളെയും തകർക്കുകയാണ് അവർ ചെയ്തതെന്ന് സാമാന്യമായി പറയാം. അവരുടെ എഴുത്ത് പരുവപ്പെടുത്തിയ മാനസിക കാലാവസ്ഥയാണ് ഉൽപ്പന്നത്തിന്റെ ചിഹ്നശാസ്ത്രത്തിൽനിന്ന് ഉൽപ്പാദനത്തിന്റെ ചിഹ്നശാസ്ത്രത്തിലേക്ക് കളംമാറിച്ചവിട്ടാൻ തന്നെ സഹായിച്ചത് എന്ന് ബാർത് രേഖപ്പെടുത്തുന്നു. ഇത് വലിയൊരു കടപ്പാടിന്റെ ഏറ്റുപറച്ചിലാണ്. 1966 ലാണ് ബൾഗേറിയയുടെ രാജധാനിയായ സോഫിയയിൽ

ഫ്രഞ്ച് സാഹിത്യം പഠിപ്പിച്ചുപോന്ന ജൂലിയ ക്രിസ്റ്റേവ പാരീസ് സർവ കലാശാലയിലേക്ക് വന്നത്. അക്കാലത്ത് സ്ട്രക്ചറലിസ്റ്റ് പഠനങ്ങൾ ഫ്രാൻസിൽ ഏതാണ്ടൊരു പരിഷ്കാരമായി മാറിയിരുന്നു. ബൾഗേറിയക്കാരിയായ ജൂലിയ ഈ ഘടനാധിഷ്ഠിത സാംസ്കാരിക സമാലോചനകൾക്ക് സവിശേഷമായ ഒരു കിഴക്കൻ കാഴ്ചപ്പാട് നൽകി. അവരുടെ വിദ്യാഭ്യാസപരമായ പശ്ചാത്തലത്തിന്റെ സംവിധാനത്തിൽ കമ്യൂണിസ്റ്റ് പ്രത്യയശാസ്ത്രവും കത്തോലിക്കാ വിശ്വാസവും ഒരുപോലെ സ്വാധീനം ചെലുത്തിയിരുന്നു. ഹെഗലും മാർക്സും എംഗൽസും ജൂലിയയുടെ ബുദ്ധിജീവിതത്തിന്റെ പ്രേരണകളായി. ഒപ്പം തിരുസഭയുടെ തത്വസംഹിതയും. റഷ്യൻഭാഷയിൽ അവഗാഹം നേടിയതിനാൽ റഷ്യൻ ഫോർമലിസ്റ്റ് സിദ്ധാന്തത്തിന്റെ ഉള്ളിലോട്ട് പ്രവേശിക്കാൻ അവർക്ക് ഒട്ടും ബുദ്ധിമുട്ടുണ്ടായില്ല. ഉത്തര ഫോർമലിസ്റ്റ് നിലപാടുകളുമായി പരിചയപ്പെടാനും ജൂലിയക്ക് സാധിച്ചു. മിഖായേൽ ബാക്റ്റിന്റെ (Michael bakhtins –റഷ്യൻ സാഹിത്യ വിമർശകൻ, ചിഹ്നശാസ്ത്രജ്ഞൻ, ചിന്തകൻ, സൈദ്ധാന്തികൻ) രചനകളുമായി അവർ ഇടപഴകി. ഈ ബൗദ്ധിക പശ്ചാത്തലം, 1960 കളിൽ ഫ്രാൻസിലാകെ സമ്മതി നേടിയ സാഹിത്യഘടനാവാദത്തെ പ്രതിരോധിക്കാൻ ജൂലിയയെ പ്രേരിപ്പിച്ചു. ഈ ഘടനാവാദം, ചരിത്രപരിണാമത്തെ കണ്ടില്ലെന്ന് നടിക്കുന്നതായി അവർക്ക് ബോധ്യപ്പെട്ടു. പാരീസിൽ ലൂഷ്യൻ ഗോൾഡ്മാൻ, റൊളാങ് ബാർത് എന്നീ സൈദ്ധാന്തികന്മാരുമായി പരിചയപ്പെടാൻ കഴിഞ്ഞതും ജൂലിയക്ക് വലിയ നേട്ടമായി. അവർ അക്കാലങ്ങളിൽ പ്രശസ്തമായ പത്ര മാസികകളിൽ ധാരാളമെഴുതുകയും ചെയ്തു. അപ്പോഴാണ് ഫിലിപ്പ് സോളേഴ്സുമായി അടുപ്പത്തിലായത്. ഇത് വിവാഹത്തിൽ കലാശിച്ചു. *ടൽക്വെൽ* എന്ന ഒരു ആനുകാലികത്തിന്റെ എഡിറ്ററായിരുന്നു ഫിലിപ്പ് സോളേഴ്സ്. 1974 ൽ ജൂലിയ ക്രിസ്റ്റേവക്ക് പാരീസ് യൂണിവേഴ്സിറ്റിയിൽ അധ്യാപക ജോലി തരപ്പെട്ടു. അവർ സമർപ്പിച്ച ഡോക്ടറൽ പ്രബന്ധത്തിന്റെ അടിസ്ഥാനത്തിലായിരുന്നു നിയമനം. ഏറെക്കാലം ഭാഷാശാസ്ത്രത്തിന്റെ പ്രൊഫസറായി അവിടെ തുടർന്നു. ഇതിനിടെ ഒരു സൈക്കോ അനലിസ്റ്റായി പ്രവർത്തിക്കാനുള്ള യോഗ്യതയും ജൂലിയ സമ്പാദിച്ചിരുന്നു. അങ്ങനെയാണ് ജേക്സ് ലക്കാൻ (jaques Lacan) എന്ന വിഖ്യാത സൈക്കോ അനലിസ്റ്റ് സൈദ്ധാന്തികന്റെ എഴുത്തും ചിന്തയുമായി അടുത്തിടപഴകാൻ സംഗതിവന്നത്.

ജൂലിയ ക്രിസ്റ്റേവയുടെ ആലോചനകളെ, ആഖ്യാനങ്ങളെ, പാഠവിശ്ലേഷണങ്ങളെ വലിയ തോതിൽ സ്വാധീനിച്ചത് ലക്കാനാണെങ്കിലും അവരിൽ കാര്യമായ ആഘാതമുണ്ടാക്കിയ ചിന്തകന്മാരും എഴുത്തുകാരും നിരവധിയുണ്ട്: കാൾമാർക്സ്, ഫ്രെഡറിക് എംഗൽസ്, സാസ്സുറെ, ജാക്കോബ്സൺ, ഫ്രോയ്ഡ്, ബാക്ടിൻ, ദെറിദ, ചോംസ്കി. ഭാഷയുടെ ദർശനത്തിന് ഒരു ചരിത്രബോധം അത്യാവശ്യമാണന്ന ജൂലിയ ക്രിസ്റ്റേവയുടെ ഉറച്ച നിലപാട് മാർക്സിയൻ വായനയിൽനിന്നുണ്ടായതാണ്. ഭാഷയ്ക്ക് സാമൂഹ്യധർമമുണ്ടെന്ന് അവർ ആവർത്തിച്ചു പറയുന്നു. ഒരു

അട്ടിമറി പ്രവണത ഭാഷയിൽ അന്തർലീനമായി കിടക്കുന്നു. അന്വേഷണങ്ങളുടെ ആദ്യഘട്ടത്തിൽ ഭാഷയുടെ കാവ്യാത്മകമായ മാനങ്ങളെക്കുറിച്ചുള്ള ഒരു ചിഹ്നശാസ്ത്രസിദ്ധാന്തം പാകപ്പെടുത്തുക എന്നതായിരുന്നു അവരുടെ ഉന്നം. ഇക്കാര്യത്തിൽ അവർ കടപ്പെട്ടത് റഷ്യൻ ഫോർമലിസ്റ്റുകളോടത്രെ. എന്നാൽ ഫോർമലിസത്തിന്റെയും സാസ്സൂറിയൻ ഭാഷാശാസ്ത്രത്തിന്റെയും പരിമിതികളെ മറികടന്നുകൊണ്ട് കാവ്യഭാഷയെക്കുറിച്ച് സിദ്ധാന്തവൽക്കരണം നടത്താൻ ജൂലിയയ്ക്ക് സാധിച്ചു.

ഭാഷ എന്നത് ഒരു സമ്പ്രദായവും ഘടനയുടെ വ്യവസ്ഥവൽക്കരണവും ആണെന്ന് സമർഥിക്കാനാണ് ജൂലിയ ശ്രമിച്ചത്. കാവ്യാത്മകത എന്നത് ഭാഷയുടെ പ്രധാന ഘടകമാണ്. ഇത് ഭഞ്ജനത്തിന്റെ ഇടം കൂടിയാണ്; മാറ്റത്തിന്റെയും.

ആദ്യരചനകളിൽ 'കാവ്യാത്മകം' എന്ന ഘടകത്തിന് ജൂലിയ ക്രിസ്റ്റേവ വലിയ മുഖ്യത നൽകുന്നുണ്ട്. 'സമൂഹത'യും ഉന്മാദവും തമ്മിലൊരു ബാലൻസ് - സമതുലനം - നിലനിർത്തുന്നത് ഈ കാവ്യാത്മകതയാണെന്ന് ജൂലിയ ക്രിസ്റ്റേവ സിദ്ധാന്തിക്കുന്നു *ലെ ടെസ്റ്റെ ദു റൊമാൻ* (*Le teste du Roman*) എന്ന വിവാദ നിബന്ധത്തിൽ പാഠത്തിന്റെ മേൽക്കോയ്മയെക്കുറിച്ചാണ് ഈ എഴുത്തുകാരി ചിന്തിക്കുന്നത്. സാഹിത്യനിർമിതിക്ക് പിന്നിൽ പ്രവർത്തിക്കുന്ന (ശക്തി) എന്താണെന്ന് മനസിലാക്കാനുള്ള ഒരുഗ്രൻ പരിശ്രമം ജൂലിയ നടത്തുന്നുണ്ട്. ഈ ശക്തി ഗ്രന്ഥകാരന്റെ/പാഠനിർമാതാവിന്റെ താൽപ്പര്യങ്ങളിൽ നിന്നാണോ ഉറവയെടുക്കുന്നത്? അതോ, പ്രത്യയശാസ്ത്ര ഘടനകളിൽനിന്നോ? ഈ കാര്യങ്ങൾ ജൂലിയ ക്രിസ്റ്റേവ വിശകലനംചെയ്യുന്നു.

ചിഹ്നശാസ്ത്രപരവും പ്രതീകാത്മകവുമായ ഭാഷാവ്യവഹാരങ്ങളെ ഏറെ സങ്കീർണാത്മകമായ ഒരു സിദ്ധാന്തവൽക്കരണത്തിന് കീഴ്പ്പെടുത്തുക: അതാണ് ജൂലിയ ചെയ്തത്. ഭാഷാശാസ്ത്രവേദിയിൽ അവർ ഉദ്ഘാടനം ചെയ്ത സൈദ്ധാന്തിക സംവാദം ഒരുപാട് പുതിയ സങ്കൽപ്പങ്ങളും പ്രയോഗങ്ങളും ശൈലികളും സമ്മാനിക്കുകയുണ്ടായി. കൃത്യമായ അർഥമറിയാതെ അവയിൽ പലതും ചില പണ്ഡിതവേഷധാരികൾ എടുത്തു പെരുമാറുന്നുമുണ്ട്. ദുർഗ്രഹത എന്ന ദുർഗുണം അസ്പഷ്ടതയുടെ അകമ്പടിയോടെ അവരുടെ സിദ്ധാന്തചർച്ചകളെ ഗ്രസിക്കുന്നു. ഇത് പറയാതെ വയ്യ. ലക്കാനിയൻ മനോവിശ്ലേഷണ സമ്പ്രദായത്തിന്റെ അതിപ്രസരമാവാം, ഒരുപക്ഷേ, ഈ ക്ലിഷ്ടതയ്ക്ക്, കടിച്ചാൽപ്പൊട്ടായ്മക്ക് കാരണം. 'മിറർ സ്റ്റേജ്' (Mirror stage), 'ഇമേജ്' (Image) 'ക്യാസ്റ്റ്റേഷൻ' (Castration), 'കോറ' (Chora), 'നെഗറ്റിവിറ്റി' (Negativity), 'തെറ്റിക് പ്രോസസ്' (Thetic process), 'ഒബ്ജക്ഷൻ' (Objection) തുടങ്ങിയ ജൂലിയ ക്രിസ്റ്റേവയുടെ പ്രിയ പദങ്ങൾ... ഇഷ്ടപ്രയോഗങ്ങൾ, അർഥപരമായ അസ്പഷ്ടതകളിലേക്കും ആശയപരമായ അന്ധരൂപങ്ങളിലേക്കും വാതിൽ തുറക്കുന്നു.

ഫെമിനിസ്റ്റ് സിദ്ധാന്തവിചാരത്തിൽ ഭാഷയ്ക്കുള്ള ഇടം/പീഠം ഏറെ പ്രധാനമാണ്. അധികാരഘടകങ്ങളുമായി, സമസ്ത സംഘർഷങ്ങളു

മായി, ചരിത്ര നിയോഗങ്ങളുമായി ഭാഷ കെട്ടുപിണഞ്ഞുകിടക്കുന്നു. ഇത് മാർക്സും എംഗൽസും ലെനിനും പിൽക്കാലത്ത് ഗ്രാംഷിയും അൽത്തൂസറും പറഞ്ഞിട്ടുള്ളതാണ്. ആ നിലയ്ക്ക്, ജൂലിയ ക്രിസ്റ്റേവയുടെ ഭാഷാസിദ്ധാന്തങ്ങൾക്ക് ഗൗരവമായ ഫെമിനിസ്റ്റ് സംവാദത്തിൽ വലിയ സാംഗത്യമുണ്ട്. ജീവസ്സുറ്റ ഒരു പെൺഭാഷ പരുവപ്പെടുത്തേണ്ടതിനെക്കുറിച്ചാണല്ലോ വർജീനിയ വുൾഫും എലൈൻ ഷോവാൾടറും കേറ്റ് മില്ലറ്റുമൊക്കെ സംസാരിച്ചത്.

1970 കളിലെ ജൂലിയ ക്രിസ്റ്റേവയുടെ എഴുത്ത് അവരുടെ വളർച്ചയിലെ രണ്ടാംഘട്ടത്തെ അടയാളപ്പെടുത്തുന്നു. *Revolutions Poetic Language* ആ വളർച്ചയെ പ്രതീകവൽക്കരിക്കുന്നുവെന്ന് പറയാം. ആത്മനിഷ്ഠവാദവും ഒരു പ്രതീകാത്മക സമ്പ്രദായത്തിന്റെ നിർമ്മിതിയും തമ്മിലുള്ള ബന്ധത്തെ ജൂലിയ ഇവിടെ പരിശോധിക്കുന്നുണ്ട്. നിഷേധരൂപം എന്നത് ഇവിടെ പ്രധാനമായി ഭവിക്കുന്നു. ജൂലിയക്രിസ്റ്റേവ നെഗറ്റിവിറ്റി എന്ന സങ്കൽപ്പത്തെ ഒരു നിഷേധഭാവമായല്ല ദർശിക്കുന്നത്. യാഥാർത്ഥ്യത്തിന്റെ ഒരു അവിച്ഛിന്ന ഭാഗമായിട്ടാണ്.

ജൂലിയ ക്രിസ്റ്റേവയുടെ സ്ഥാനം തിട്ടപ്പെടുത്താൻ പ്രയാസമുണ്ട്. അവരുടെ വിമർശനരീതികൾ പലരും പ്രയോജനപ്പെടുത്തുന്നുണ്ടെങ്കിലും ഈ സൈദ്ധാന്തികയെ അവരൊക്കെ മനസിലാക്കുന്നുവെന്നും ഉൾക്കൊള്ളുന്നുവെന്നും പറയാൻ പറ്റില്ല. ഫ്രഞ്ച് ഫെമിനിസ്റ്റ് സാഹിത്യ – കലാനിരൂപണ വിജ്ഞാനീയം ജൂലിയ മൂർച്ചകൂട്ടിയ ലക്കാനിയൻ മനഃശാസ്ത്ര വിശ്ലേഷണോപകരണങ്ങളെ കൃത്യതയോടെയല്ലെങ്കിലും ഉപയോഗിക്കുന്നത് കാണാം. എന്നാൽ ആംഗ്ലോ– അമേരിക്കൻ ഫെമിനിസ്റ്റ് വിചാരത്തിന്റെ സൈദ്ധാന്തിക പദാവലിയെ അവരുടെ സൈക്കോ അനലിസ്റ്റ് ഭാഷ കാര്യമായി ആവേശിച്ചിട്ടില്ല.

ഒരു 'ഫെമിനിസ്റ്റ് തിയൊറിസ്റ്റ്' എന്ന് ജൂലിയ ക്രിസ്റ്റേവയെ വിശേഷിപ്പിക്കുന്നതിൽ എത്ര ശതമാനം ശരിയുണ്ട്? ഈ ചോദ്യം– പല കാലങ്ങളിൽ ഉന്നയിക്കപ്പെട്ടത് – ഇന്നും പ്രസക്തമാണ്. ആശയങ്ങളുടെ അമൂർത്ത മേഖലകളിലാണ് ക്രിസ്റ്റേവ ചിന്തയുടെ വിഹാരം. ഒരു ഫെമിനിസ്റ്റ് ആക്റ്റിവിസ്റ്റിന്റെ അങ്കി അവർ ഒരിക്കലും അണിഞ്ഞിട്ടില്ല. ആഖ്യാനം, ഭാഷ, ഭാവന, ബിംബം, രൂപകം, സ്വീകരണം, നിരാകരണം തുടങ്ങിയ വിഷയങ്ങളിൽ ഊന്നിനിന്നുകൊണ്ട് സിദ്ധാന്തവൽക്കരണത്തിനുദ്യമിക്കുന്ന ജൂലിയ ക്രിസ്റ്റേവ അവകാശങ്ങൾക്കും ലൈംഗിക സ്വാതന്ത്ര്യത്തിനും ലിംഗസമത്വത്തിനും വേണ്ടിയുള്ള പെൺപോരാട്ടങ്ങളുടെ പതാകവാഹകയാകുന്നില്ല. അവരുടെ ഫെമിനിസ്റ്റ് വീക്ഷണങ്ങൾക്ക് ഒരു ദാർശനിക ഭാവമാണ് കാണുന്നത്. ഫെമിനിസത്തിൻെറ പാതപ്പള്ളയിൽ നിൽക്കുന്ന ജൂലിയയിൽനിന്ന് ആവേശം കൊള്ളിക്കുന്ന മുദ്രാവാക്യമൊന്നും പൊന്തുന്നില്ലെന്ന് മേരി ഈഗിൾടൺ നിരീക്ഷിച്ചതാണ് ശരി. എന്നിരിക്കിലും ചിഹ്നശാസ്ത്ര സംബന്ധിയായ സിദ്ധാന്ത പാഠങ്ങളുടെ ആപേക്ഷിക പ്രയോജനം പിൽക്കാല ഫെമിനിസത്തിന്റെ രീതിശാസ്ത്രത്തിന് കൈവന്നിട്ടുണ്ടെന്ന് നാം മറക്കരുത്. ജൂലിയ ക്രിസ്റ്റേവയെ തള്ളിപ്പറയുവാൻ തിരക്ക് കൂട്ടുന്നവർ ഇതോർക്കുന്നത് നന്ന്.

ആംഗ്ലോ-അമേരിക്കൻ ഫെമിനിസത്തിന്റെ വക്താവ് എലൈൻ ഷോവാൾട്ടർ

ആംഗ്ലോ-അമേരിക്കൻ ഫെമിനിസ്റ്റ് സാഹിത്യവിമർശത്തിന്റെ സാർഥവാഹകയെന്ന് ന്യായമായും വിശേഷിപ്പിക്കാവുന്ന എലൈൻ ഷോവാൾടർ സ്ത്രീപക്ഷവിചാരത്തിന് വിലപ്പെട്ട ഈടുവെപ്പുകളാണ് സമ്മാനിച്ചത്. 1941 ൽ യുണൈറ്റഡ് സ്റ്റേറ്റ്സിലെ കേംബ്രിഡ്ജിൽ (മസാച്ചുസെറ്റ്സ്) ജനിച്ച എലൈൻ വിഖ്യാതമായ കാലിഫോർണിയ സർവകലാശാലയിലാണ് ഉപരിപഠനം പൂർത്തിയാക്കിയത്. പിന്നീട് അവർ പ്രിൻസ്റ്റൺ യുണിവേഴ്സിറ്റിയിൽ ഏറെവർഷം ഇംഗ്ലീഷ്സാഹിത്യം പഠിപ്പിച്ചു; സ്ത്രീപാഠങ്ങളും. 1970ൽ അവരുടെ ആഗോളപ്രശസ്തി നേടിയ പുസ്തകം *A Literature of their own* പുറത്തുവന്നു. എമിലി ബ്രോൺന്റെ മുതൽ ഡോറിസ് ലെസ്സിങ് വരെയുള്ള ആഖ്യായികാകാരികളെ -അവരിൽ അറിയപ്പെടുന്നവരും അറിയപ്പെടാത്തവരുമായ ഒരുപാട് പേരുണ്ട് - പരിശോധിക്കുകയും വിലയിരുത്തുകയുമാണ് ഈ സൂക്ഷ്മദൃക്കും കൂർമവാക്കുമായ വിമർശക ചെയ്തത്. അത്തരമൊരുദ്യമം അതിനുമുമ്പ് ഉണ്ടായതായി അറിവില്ല. വമ്പിച്ച വരവേൽപ്പാണ് ഈ കന്നി കൃതിക്ക് കിട്ടിയത്. രണ്ടു കൊല്ലത്തിനുശേഷം മറ്റൊരു സുപ്രധാന ഗ്രന്ഥം എലൈൻ എഴുതി: *Towards Feminist poetics*. സ്ത്രീപക്ഷ സാഹിത്യസിദ്ധാന്തത്തിന്റെ സൗന്ദര്യശാസ്ത്രത്തെയും ആപേക്ഷികപ്രശ്നങ്ങളെയും സംബോധന ചെയ്യുന്ന നിബന്ധങ്ങളാണ് ഇതിലെ ഉള്ളടക്കം. തുടർന്ന് 1987ൽ മൂന്നാമത്തെ പ്രാമാണികപാഠം വെളിച്ചത്തുവന്നു: *Feminist criticism in the wilderness*. ആദ്യത്തെ ഗ്രന്ഥത്തിന്റെ പ്രകാശപ്പൊലിമയിൽ മറ്റു രണ്ട് പുസ്തകങ്ങളുടെ ബഹിരന്തർ വൈചിത്ര്യങ്ങൾ വേണ്ടത്ര ശ്രദ്ധിക്കപ്പെടാതെ പോയില്ലേ എന്ന് ഞാൻ സംശയിക്കുന്നു. പോയ നൂറ്റാണ്ടിന്റെ എൺപതുകളുടെ പകുതിയോടെ എലൈൻ ഷോവാൾടറുടെ

ടൈപ്പ് റൈറ്ററിന് ഒട്ടും വിശ്രമമില്ല എന്ന അവസ്ഥ വന്നു. അവർ ഇടതടവില്ലാതെ എഴുതുകയായിരുന്നു: സാഹിത്യപാഠങ്ങളുടെ പുതിയ സ്ത്രീപക്ഷ വ്യാഖ്യാനങ്ങൾ, മോണോഗ്രാഫുകൾ, നിരൂപണങ്ങൾ. ചുരുക്കത്തിൽ, പ്രബുദ്ധമായ പെണ്ണെഴുത്തിന്റെ ഓണസ്സദ്യ. സാഹിത്യനിരൂപണത്തിന്റെ നടുമുറ്റങ്ങളിൽനിന്ന് സാംസ്കാരിക വിമർശത്തിന്റെ പുതിയ ആകാശങ്ങളിലേക്ക് ഈ ഫെമിനിസ്റ്റ് എഴുത്തുകാരി അനായാസം പറന്നുപൊങ്ങുകയുംചെയ്തു.

ഫെമിനിസത്തിന്റെ രണ്ടാം കല്ലോലകോലാഹലത്തിന്റെ കാലത്ത് സാഹിത്യം എവ്വിധം വീക്ഷിക്കപ്പെട്ടു എന്നു പരിശോധിക്കുന്നത്, എലൈൻ ഷോവാൾടറുടെ സാംഗത്യമെന്തെന്ന്, പ്രാധാന്യമെന്തെന്ന് തിട്ടപ്പെടുത്താൻ നമ്മെ സഹായിക്കുമെന്ന് തോന്നുന്നു. മറ്റ് സാംസ്കാരിക രൂപങ്ങളെപ്പോലെ എഴുത്തും ഒരു തന്താധിപത്യ ഘടനയുടെ പ്രതിഫലനം മാത്രമാണെന്ന് അക്കാലത്തെ ഫെമിനിസ്റ്റുകൾ വാദിച്ചിരുന്നു. ആണെഴുതുന്ന സാഹിത്യംപോലെ പെണ്ണെഴുതുന്ന സാഹിത്യവും പുരുഷക്കോയ്മ ചിട്ടപ്പെടുത്തിയ സംസ്കാരവിചാരത്തിന്റെ സമർഥമോ അസമർഥമോ ആയ ആവിഷ്കാരമാണ് എന്ന് അവർ വിശ്വസിച്ചു. ലബ്ധപ്രതിഷ്ഠരായ ചില ആണെഴുത്തുകാരുടെ - ഡി എച്ച് ലോറൻസ്, ഹെൻറി മില്ലർ തുടങ്ങിയവരുടെ സ്ത്രീവിദ്വേഷത്തെ അവർ എടുത്തുകാട്ടുകയും ചെയ്തിരുന്നു. ഈ നിലയിൽനിന്ന് വ്യത്യസ്തമായ സമീപനവും വിശകലന സമ്പ്രദായവുമാണ് എലൈൻ ഷോവാൾടറും എല്ലെൻ മോഴ്സും പെട്രീഷ്യമെയ്ർ സ്പാക്സും സ്വീകരിച്ചത്. സ്ത്രീരചനകളിൽ മാത്രം ഊന്നിക്കൊണ്ടുള്ള ഒരു ഫെമിനിസ്റ്റ് വിശകലനരീതിക്ക് അവർ അസ്തിവാരമിട്ടു. ഒരു പെൺപക്ഷ രീതിശാസ്ത്രത്തിന്റെ ആവിർഭാവമുണ്ടായി. അത് നിലവിലുണ്ടായിരുന്ന യാഥാസ്ഥിതിക അക്കാദമിക് സമീപനങ്ങളുടെ സാധുതയെ സഫലമായി ചോദ്യം ചെയ്തു.

A Literature of thier own എന്ന നിരൂപണപാഠത്തിന് അക്കാദമിക് ലോകത്തിനകത്ത് മാത്രമല്ല, പുറത്തും ആയിരക്കണക്കിന് വായനക്കാരുണ്ടായി. ഒരു ഫെമിനിസ്റ്റ് ക്ലാസിക്കിന്റെ പദവിയിലേക്ക് എലൈൻ ഷോവാൾടറുടെ പുസ്തകം കയറിപ്പോയത് പെട്ടെന്നായിരുന്നു. ഇംഗ്ലീഷിലെ പെണ്ണെഴുത്തിനെ സംബന്ധിച്ചുള്ള ഏത് സംസാരത്തിലും ഈ കൃതി കടന്നുവരാതെ വയ്യെന്ന അവസ്ഥ വന്നു. 1840 മുതൽക്കിങ്ങോട്ട് പെണ്ണെഴുത്തിന്റെ ഒരു പാരമ്പര്യം അടയാളപ്പെടുത്തുക എന്നതാണ് ഷോവാൾടറുടെ ഗ്രന്ഥം പ്രധാനമായും ചെയ്തത്. ജേൻ ഓസ്റ്റിൻ, ബ്രോൺറ്റെ സഹോദരിമാർ ജോർജ് എലിയറ്റ്, വെർജീനിയ വുൾഫ് എന്നീ വൻപേരുകൾക്കിടയിൽ അധികമാരും ശ്രദ്ധിക്കാതെപോയ പെൺ നോവലിസ്റ്റുകൾ വേണ്ടത്രയുണ്ട്. അവരെ ഒരു ഫെമിനിസ്റ്റ രചനാപാരമ്പര്യത്തിന്റെ കണ്ണികളെന്ന നിലയിൽ പരിചയപ്പെടുത്താൻ *എ ലിറ്ററേച്ചർ ഓഫ് ദെയർ ഓൺ* പ്രയോജനപ്പെട്ടു. സമൂഹം മനഃപൂർവമോ അല്ലാതെയോ മറന്നുപോയ പെണ്ണെഴുത്താളരെ സഹൃദയസ്മരണകളിലേക്ക് പുനരാനയിക്കുക

എന്ന ദൗത്യമത്രെ എലൈൻ നിർവഹിച്ചത്. ഈ പെണ്ണെഴുത്തു വഴക്കത്തെ ഒരു ഉപസംസ്കാരം എന്ന നിലയ്ക്കാണ് ഈ ഫെമിനിസ്റ്റ് നിർവചിച്ചതും വിശ്ലേഷിച്ചതും. കാലാകാലങ്ങളായി ബ്രിട്ടനിലെ എഴുത്തുകാരികൾ താലോലിക്കുന്ന സാഹിത്യതാൽപ്പര്യങ്ങളെ, വളർത്തിയെടുത്ത കാഴ്ചപ്പാടുകളെ ഇണക്കി നിർത്തുന്ന ചില ഘടകങ്ങളെ കണ്ടെത്തുക എന്നതും ഈ സൈദ്ധാന്തിക ഒരു നിയോഗമായി സ്വീകരിച്ചു. വ്യത്യസ്തമായ സാമൂഹ്യസന്ദർഭങ്ങളിൽ, ചരിത്രമുഹൂർത്തങ്ങളിൽ, സ്ത്രീയുടെ സ്വാവബോധത്തിൽ, അവളുടെ സാമൂഹ്യവും സാംസ്കാരികവുമായ വേഷങ്ങളിൽ, ഇടപെടലുകളിൽ വിപുലമായ മാറ്റങ്ങൾ സംഭവിച്ചിട്ടുണ്ട്. ആ മാറ്റങ്ങളെ സമ്പൂർണമായും കണക്കിലെടുത്തുകൊണ്ടാവണം സ്ത്രീസാഹിത്യാധ്വാനങ്ങളെ പരിശോധിക്കേണ്ടത് എന്ന് എലൈൻ ഷോവാൾടർ സ്ഥാപിച്ചു. വിസ്മൃതിയിലാണ്ടുപോയ എഴുത്തുകാരികളെ പൊക്കിയെടുക്കുക എന്ന പ്രവർത്തനം ഒരു പ്രസ്ഥാനമായിത്തന്നെ വികസിച്ചു. പല പഴയ നോവലുകൾക്കും പുനർജന്മമുണ്ടായി. പെൺപക്ഷ ചിന്തയുടെ സ്വതന്ത്രമായ ആവിഷ്കാരത്തിന് ചില പ്രസിദ്ധീകരണശാലകൾ പ്രത്യക്ഷപ്പെട്ടു. അതിൽ മുഖ്യമാണ് ബ്രിട്ടനിലെ 'വിറാഗോ' (virago). ലുപ്തപ്രചാരമായ പെൺപുസ്തകങ്ങൾ പൊടിതട്ടിയെടുത്ത് പുനഃപ്രകാശനം ചെയ്യുക എന്നത് പെൺപക്ഷവിചാരപദ്ധതിയുടെ പരിപാടികളിലൊന്നായി മാറി. മാർഗ്രറ്റ് ഒലിഫാൻറ് (Margaret oliphant), റോഡാ ബ്രൗട്ടൺ (Rhoda Broughton), ഹാരിയറ്റ് മാർടിനെയ്ൻ (Harriot Martinein), മിസിസ് ഹംഫ്രിവാർഡ് (Mrs. Humphrey Ward) തുടങ്ങിയ വിസ്മൃത സ്ത്രീ നോവലിസ്റ്റുകളെയാണ് എലൈൻ ഷോവാൾടർ പുനരാനയിച്ചത്. നിരൂപകശ്രദ്ധ ഈ എഴുത്തുകാരികളിൽ പതിയാൻ സംഗതിവന്നത് ഷോവാൾടറുടെ പുസ്തകംമൂലമാണെന്ന് ധൈര്യമായി പറയാം. സാമ്പ്രദായികമായ സാഹിത്യ നിരൂപണ സംസ്കാരത്തിന്റെ പുരുഷാധീശ സ്വഭാവം തുറന്നുകാട്ടാൻ ഫെമിനിസ്റ്റുകൾക്ക് മാതൃകയായതും ഈ ഗ്രന്ഥംതന്നെ.

പെണ്ണെഴുത്ത് പാരമ്പര്യം മറ്റ് ഏത് ഉപസംസ്കാരത്തെയുംപോലെ വികാസത്തിന്റെ വിവിധ ഘട്ടങ്ങളിൽക്കൂടി കടന്നുപോകുന്നുണ്ടെന്ന് എലൈൻ ഷോവാൾടർ വാദിക്കുന്നു. The Feminine, The Feminist, The Female എന്നിങ്ങനെ മൂന്ന് സ്റ്റേജുകളാണ് അവർ അടയാളപ്പെടുത്തുന്നത്. 1840 മുതൽ 1880 വരെ (1880ൽ ആണ് ജോർജ് എലിയറ്റ് എന്ന തൂലികാനാമത്തിൽ എഴുതിയിരുന്ന നോവലിസ്റ്റ് – *സൈലാസ്മാർനർ, മിൽ ഓൺ ദി ഫ്ളോസ്, മിഡിൽ മാർച്ച്* തുടങ്ങിയ ആഖ്യായികകളുടെ കർത്രി, മരിച്ചത്)യുള്ള കാലഘട്ടത്തെ എലൈൻ 'ഫെമ്മെ' എന്ന് വിശേഷിപ്പിക്കുന്നു. അക്കാലത്ത് ആൺ മാതൃകകളെയാണ് എഴുത്തുകാരികൾ പൊതുവെ സ്വീകരിച്ചുപോന്നത്. മാത്രമല്ല പല സാഹിത്യകാരികളും പുരുഷനാമധേയങ്ങൾ തൂലികാനാമമായി സ്വീകരിക്കുകയുംചെയ്തു. ഏറ്റവും വലിയ ഉദാഹരണം ജോർജ് എലിയറ്റ് തന്നെ. അടുത്തഘട്ടം 1920 വരെ

നിലനിന്നു. അതിന്റെ പേരാണ് ഫെമിനിസ്റ്റ്. അക്കാലത്ത് വോട്ടവകാശത്തിനുവേണ്ടിയുള്ള പെൺപ്രക്ഷോഭങ്ങൾ ബ്രിട്ടനിലുണ്ടായി. ഫെമിനിസത്തിന്റെ പ്രഥമ തരംഗമെന്ന് ആ കാലയളവിനെ വ്യവഹരിക്കാം. പെണ്ണിന്റെ ഒച്ച ശ്രദ്ധിക്കാതെ വയ്യെന്നായി, പുരുഷകേന്ദ്രിത സമൂഹത്തിന്. നീണ്ട പോരാട്ടങ്ങൾക്കുശേഷം വീട്ടമ്മയ്ക്ക് വോട്ടുചെയ്യാനുള്ള അവകാശം സ്ഥാപിച്ചുകിട്ടി. 1920 മുതൽ – അതായത് ഒന്നാം ലോകയുദ്ധം കത്തിയമർന്നതു മുതൽ – പുതിയൊരു കാലം തുടങ്ങുന്നു. ഇതാണ് ഫിമെയിൽ. ഇത് സ്ത്രീയെസംബന്ധിച്ചിടത്തോളം സ്വയം കണ്ടെത്തലിന്റെയും സ്വയം നിർണയത്തിന്റെയും പലപ്പോഴും സ്വയം നിർമിതിയുടെയും സുപ്രധാന കാലഘട്ടമാകുന്നു.

A literature of their own എന്ന ഗ്രന്ഥത്തിലൂടെ ഈ എഴുത്തുകാരി അടിവരയിടുന്നത് പെണ്ണനുഭവങ്ങളും പെൺരചനയും തമ്മിലുള്ള ബന്ധങ്ങൾക്കത്രെ. പത്തൊമ്പതും ഇരുപതും നൂറ്റാണ്ടുകളിൽ സാമൂഹികമായ സന്ദർഭവൽക്കരണത്തിന് വിധേയമായതും, ആധികാരികമെന്ന് സാക്ഷ്യപ്പെടുത്തപ്പെട്ടതുമായ പെണ്ണെഴുത്തിന്റെ കഥാചിത്രണമാണ് ബ്രിട്ടീഷ് എഴുത്തിലും–മിക്കപ്പോഴും അമേരിക്കൻ എഴുത്തിലും – സംഭവിച്ചിരുന്നത്. ഈ ആവിഷ്കാരത്തിന് വിലക്കുകളും പരിധികളും കൽപ്പിക്കപ്പെട്ടിരുന്നു. ഇവയെ മറികടക്കുന്ന സാമാന്യവും, പലപ്പോഴും ഏകരൂപവുമായ ഒരു പെൺസാഹിത്യ പ്രസ്ഥാനത്തിന്റെ അനിവാര്യത: അതേക്കുറിച്ചാണ് എലൈൻ ഷോവാൾടർ വാചാലയായത്. 'സ്ത്രീത്വം' എന്ന സങ്കൽപ്പത്തിന് ഈ സൈദ്ധാന്തിക വലിയ പ്രാമുഖ്യം കൽപ്പിച്ചു. ഈ 'ഫിമേൽനസ്' പൊക്കിപ്പിടിക്കുന്നതിൽ പെണ്ണെഴുത്തുകാർ ഏതളവോളം വിജയിച്ചിട്ടുണ്ടെന്ന അന്വേഷണവും എലൈൻ ഷോവാൾടർ നടത്തുന്നു. അവരുടേത്, ആകെമൊത്തം ഒരു റിയലിസ്റ്റിക് സമീപനമായിരുന്നു. ആ സമീപനമാണ് അത്യന്ത രൂക്ഷമായ വിമർശത്തിന് വിധേയമായതും.

സിദ്ധാന്തപരമായ തന്റെ നിലപാട് *എ ലിറ്ററേച്ചർ ഓഫ് ദെയ്ർ ഓൺ* എന്ന പാഠത്തിൽ എലൈൻ ഷോവാൾടർ വെളിവാക്കിയിട്ടുണ്ട്. 1979 ൽ എഴുതിയ *Towards a feminist poetics* (ഒരു സ്ത്രീപക്ഷ കാവ്യശാസ്ത്രത്തിലേക്ക്) എന്ന പുസ്തകത്തിൽ അവരുടെ സിദ്ധാന്തവിചാരം പുതിയ മാനങ്ങൾ തേടുന്നു. ആണെഴുത്തിന്റെ ആശയശാസ്ത്രപരമായ അനുമാനങ്ങളെ വിചാരണയ്ക്കെടുക്കുകയും തുറന്നുകാട്ടുകയും ചെയ്യുന്ന സ്ത്രീപക്ഷ വിമർശപദ്ധതിയുണ്ട്; പെണ്ണെഴുത്തിനെ മാത്രം പാനവിഷയമാക്കുന്ന ഫെമിനിസ്റ്റ് നിരൂപണരീതിയുമുണ്ട്. ഇവ രണ്ടിനെയും വേർതിരിച്ചുകാണണമെന്നാണ് എലൈൻ ഷോവാൾടറുടെ വാദം. *ഗൈനോക്രിറ്റിസിസം* (Gynocriticism) എന്ന ഏറെ പ്രയോജനപ്രദമായ പദം അവരുടെ സൃഷ്ടിയും സംഭാവനയുമത്രെ. പെണ്ണെഴുത്തിൽ മാത്രം കേന്ദ്രീകരിക്കുന്ന വിമർശനരീതിയുണ്ടല്ലോ. അതിനാണ് *ഗൈനോക്രിറ്റിസിസം* എന്ന ചാപ്പ സാധാരണ കുത്തുന്നത്. സ്ത്രീസർഗവാസനയു

ടെ മാനസിക ബലതന്ത്രം - അതിന്റെ അപഗ്രഥനമാണ് *ഗൈനോക്രിറ്റിസിസം* ലക്ഷ്യമിടുന്നത്. ഗൈനോക്രിട്ടിക്കുകൾ ചില പെണ്ണെഴുത്തുകാരെയും അവരുടെ സൃഷ്ടികളെയും ആഴത്തിൽ പരിശോധിക്കുകയാണ് പതിവ്. ഈ പുസ്തകത്തിൽ എലൈൻ ഷോവാൾടർ അവതരിപ്പിച്ച വാദത്തിന്റെ തുടർച്ചയാണ് 1981 ൽ പ്രസിദ്ധീകരിച്ച *Feminist criticism in the wilderness* (സ്ത്രീപക്ഷ വിമർശം വന്യതയിൽ) എന്ന വിവാദ പ്രബന്ധത്തിൽ കാണുന്നത്.

അമേരിക്കയിൽ, ബ്രിട്ടനിൽ, ഫ്രാൻസിൽ പെൺപക്ഷ വിമർശം സ്വീകരിക്കുന്ന സിദ്ധാന്തപരമായ ഭൂമിക, അതിന്റെ ലക്ഷ്യങ്ങൾ: ഇവയൊക്കെ എലൈൻ ഷോവാൾടർ ഇവിടെ ചർച്ച ചെയ്യുന്നുണ്ട്. Feminist critique (ഫെമിനിസ്റ്റ് ക്രിട്ടിക് - പെൺപക്ഷ വിമർശനം) എന്നതും ഗൈനോക്രിട്ടിസിസം എന്നതും തമ്മിലുള്ള വ്യത്യാസം അവർ ഒന്നുകൂടി വിശദീകരിക്കുന്നു. ഫെമിനിസ്റ്റ് ക്രിട്ടിക് എന്നത് ഒരു വ്യാഖ്യാനപരമായ അധ്വാനമത്രെ. അതിനുള്ള പുതിയ പേരാണ് 'Feminist Reading' (സ്ത്രീവായന). ഈ പ്രബന്ധത്തിന് ഷോവാൾടറുടെ മറ്റു നിബന്ധങ്ങളിൽ കാണുന്ന ഉൾത്തെളിച്ചം കാണുന്നില്ലെന്ന് പറയാതെവയ്യ. ആശയങ്ങളുടെ ഘടന ഒട്ടും ലളിതമല്ല. പുരുഷാധീശ സാഹിത്യവിമർശ സമ്പ്രദായത്തെ എലൈൻ ഷോവാൾടർ നിരാകരിക്കുന്നു. അതിനുപകരം പെണ്ണെഴുത്തിന് ഒരു പുതിയ സാംസ്കാരിക മാതൃക നിർദേശിക്കുകയും ചെയ്യുന്നു. ഈ മാതൃകയ്ക്ക് ആധാരമായി വർത്തിക്കുന്നത് സാംസ്കാരിക നരവംശശാസ്ത്രജ്ഞരായ ക്ലിഫോഡ് ഗിർടസ് (clifford geertz), ഷെർലി/എഡ്‌വിൻ ആർഡെനെർ (Shirly/Edwin Ardener) എന്നിവരുടെ പാഠങ്ങളാണ്. ഫ്രോയ്ഡ് (Freud) ലക്കൻ (lacan) തുടങ്ങിയ മാനസിക സൈദ്ധാന്തികരെ എലൈൻ പടിക്കുപുറത്താണ് നിർത്തുന്നത്. വിവാദങ്ങളുടെ കുരുക്കുകളിൽനിന്ന് സ്വയം മോചിപ്പിക്കാനുള്ള ശ്രമവും ഈ തിയൊറിസ്റ്റ് നടത്തുന്നുണ്ട്. ഏറ്റവും പ്രധാനമായത് സ്ത്രീപാഠങ്ങളുടെ സൂക്ഷ്മവും വിശദവുമായ വായനയാണെന്ന് ("close and extensive reading") സൗമ്യമായി മൊഴിഞ്ഞ് അവർ തന്ത്രപൂർവം തലയൂരുന്നു.

1987ൽ പുറത്തുവന്ന എലൈൻ ഷോവാൾടറുടെ പുസ്തകമാണ് *Female malady*: *Women, madness and English culture (പെൺവ്യാധി: സ്ത്രീ, ഉന്മാദം, ഇംഗ്ലീഷ് സംസ്കാരം)*. അത് ഏറെ ശ്രദ്ധേയമായി. പുസ്തകം ലോകമെമ്പാടും വായിക്കപ്പെട്ടു. തുടർന്നുവന്ന മറ്റൊരു പുസ്തകമാണ് *Sexual Anarchy* (ലൈംഗിക അരാജകത്വം). അനുഭവമാത്ര പാരമ്പര്യത്തിൽ പ്രവർത്തിക്കുന്ന ഒരു സാംസ്കാരിക ചരിത്ര കുതുകിയുടെ വിശകലന രീതികളാണ് ഷോവാൾടർ പരീക്ഷിക്കുന്നത്. സ്ത്രീയും ഉന്മാദവും തമ്മിലുള്ള ചരിത്രപരമായ വേഴ്ച: അതത്രെ *ഫിമേൽ മാലഡി*യുടെ പ്രമേയം, ഈ പുസ്തകത്തിൽ ഗ്രന്ഥകാരിയുടെ ലക്ഷ്യം ഇതാണ്: സ്ത്രീയും അയുക്തികതയും (Ill-logic) തമ്മി

ലുള്ള ശക്തമായ ബന്ധം അന്വേഷിക്കുക. അയുക്തികമായതെന്തും സ്ത്രൈണമാണ് എന്നാണല്ലോ പുരുഷാധീശ സമൂഹം കരുതിപ്പോന്നത്. ('പെൺബുദ്ധി പിൻബുദ്ധി', 'പെൺവാക്ക് പാഴ്‌വാക്ക്' തുടങ്ങിയ പുരുഷസുകരപ്പഴമൊഴികൾ ഓർക്കുക). സാംസ്കാരിക പാഠങ്ങളുടെ വിശ്ലേഷണത്തിലൂടെ മനോരോഗ പഠനത്തിന്റേതായ ഒരു സ്ത്രീപക്ഷ ചരിത്രം നിർമിക്കണമെന്നാണ് എലൈൻ ഷോവാൾടർ സിദ്ധാന്തിക്കുന്നത്. ഡോക്ടർമാരുടെ/മനോരോഗവിദഗ്ധന്മാരുടെ കുറിപ്പുകൾ, മനസിന്റെ സമനില തെറ്റി ചികിത്സയിൽ കഴിയുന്ന സ്ത്രീകളുടെ സ്വകാര്യ ഡയറികൾ, നോവലുകൾ, ചിത്രങ്ങൾ: ഇവയൊക്കെ ഈ എഴുത്തുകാരി ഉപയോഗപ്പെടുത്തുന്നു. അവരുടെ പഠനം അഗാധമാണ്; വിപുലമാണ്; മനസിനെ കഠിനമായി മഥിക്കുന്നതുമാണ്.

*സെക്ഷ്വൽ അനാർക്കി*യും മാറ്റിവയ്ക്കാൻ വയ്യാത്ത ഒരു ഗ്രന്ഥമാകുന്നു. Endism (അന്ത്യവാദം) എന്ന സിദ്ധാന്തത്തെ എലൈൻ ഷോവാൾടർ എതിർക്കുന്നു. സമയത്തിന് അതിർത്തിരേഖകളുണ്ടോ എന്ന ചോദ്യം അവർ ആലോചനക്കെടുക്കുന്നു. പത്തൊമ്പതാം നൂറ്റാണ്ടിലും ഇരുപതാം നൂറ്റാണ്ടിലും ഏറെ ചർച്ചയ്ക്ക് വഴിമരുന്നിട്ട ഒരവസ്ഥയാണല്ലോ ലൈംഗിക പ്രതിസന്ധി. അതെക്കുറിച്ച് ഷോവാൾടർ സമഗ്രമായി ഉപന്യസിക്കുന്നുണ്ട്. സ്വതഃസിദ്ധമായ ബുദ്ധികൂർമതയോടെ, കാഴ്ചത്തെളിച്ചത്തോടെ, അവർ ഈ വിഷയത്തെ അപഗ്രഥിക്കുന്നു. മിത്തുകൾ, രൂപകങ്ങൾ, ചരിത്രം, ഇത്യാദിയൊക്കെ ഗ്രന്ഥകാരി പ്രയോജനപ്പെടുത്തുന്നുണ്ട്.

ഒരു ഫെമിനിസ്റ്റ് വിമർശകയെന്ന നിലയിൽ ഒരു സാംസ്കാരിക ചരിത്രകാരിയെന്ന വേഷത്തിൽ, അലൈൻ ഷോവാൾടർ നേടിയ ഔന്നത്യം പരക്കെ അംഗീകരിക്കപ്പെടുന്നു. ആംഗ്ലോ-അമേരിക്കൻ ഫെമിനിസ്റ്റ് വിചാരത്തിൽ അവരുടെ കൈയൊപ്പ് തെളിഞ്ഞുകിടപ്പുണ്ട്. എന്നുവച്ച് എലൈൻ ഷോവാൾടർ വിമർശനാതീതയായി വർത്തിക്കുന്നു എന്ന് ധരിക്കരുത്. ടോറിൽ മോയ് എന്ന സൈദ്ധാന്തിക അവരുടെ സമീപനങ്ങളെ അതിരൂക്ഷമായിത്തന്നെയാണ് വിചാരണ ചെയ്തത്. ഷോവാൾടറുടെ അബോധമെന്ന് പറയാവുന്ന ചില അനുമാനങ്ങളെ - അവ രാഷ്ട്രീയവും ലാവണ്യശാസ്ത്രപരവുമാണ് - ടോറിൽ മോയ് നിശിതമായി നിരൂപിക്കുന്നു. സാർഥകമായ പെൺപാഠങ്ങൾ എഴുത്തുകാരികളുടെ നൈസർഗികമായ സ്ത്രൈണാനുഭവങ്ങളുടെ പ്രതിഫലനമായിരിക്കുമെന്നും ശക്തമായ അനുഭവനിവേദനം അവ വായനക്കാർക്ക് നൽകുമെന്നുമാണല്ലോ എലൈൻ ഷോവാൾടർ വാദിച്ചത്. ഇത് റിയലിസ്റ്റ് ആഖ്യാനപദ്ധതിക്കുവേണ്ടിയുള്ള വാദമണെന്ന് ടോറിൽമോയ് അഭിപ്രായപ്പെടുന്നു. യഥാതഥ ബിംബങ്ങൾക്കത്രെ ഷോവാൾടർ പ്രാധാന്യം കൽപ്പിക്കുന്നത്. സമൂഹത്തെ സംബന്ധിച്ചുള്ള ലിബറൽ ഹ്യൂമനിസ്റ്റ് സങ്കൽപ്പങ്ങളാണ് - ഉദാര മാനുഷിക കൽപ്പനകളാണ് - അവരെ സ്വാധീനിക്കുന്നതെന്ന് മോയ് ചൂണ്ടിക്കാട്ടുന്നു. എലൈൻ ഷോവാൾട്ടറുടെ അനുമാനങ്ങളും

അവർ പരുവപ്പെടുത്തിയ രീതിശാസ്ത്രവും ഘടനോത്തര ഫ്രഞ്ച് ഫെമിനിസ്റ്റുകളുടെ സിദ്ധാന്ത സമ്പ്രദായത്തിൽനിന്ന് തീർത്തും വിഭിന്നമാണെന്ന കാര്യവും ടോറിൽ മോയ് എടുത്തുപറയുന്നുണ്ട്. ഷോ വാൾടർ, 'തിയറി'യെ, സിദ്ധാന്തത്തെ ഭയപ്പെടുന്നു എന്നതാണ് മറ്റൊരാക്ഷേപം, അതിനെ – theory യെ – ഒരു (പുരുഷ സങ്കൽപ്പം) ആയിട്ടാണ് അവർ വീക്ഷിക്കുന്നതത്രെ.

അവരുടെ ആദ്യകാല രചനകളാണ് പ്രധാനമായും നിരൂപണവിഷയമാകുന്നതെങ്കിലും പിൽക്കാല രചനകളിലും പഴയ നിലപാടുകളുടെ ഒരു തുടർച്ച വായിച്ചെടുക്കാം. പാഠവും, ചരിത്രപരവും സാമൂഹികവുമായ അനുഭവങ്ങളും തമ്മിലുള്ള വേഴ്ചകളെ പ്രശ്നവൽക്കരിക്കാൻ എലൈൻ ഷോവാൾടർ ശ്രമിക്കുന്നില്ല. ചിന്താപരമായ സങ്കീർണതകളെ അവർ സൗകര്യപൂർവം ഒഴിവാക്കുന്നു. അപനിർമാണത്തിന്റെയും ലക്കാനിയൻ അപഗ്രഥനത്തിന്റെയും ആയുധങ്ങൾ തലങ്ങും വിലങ്ങും ഉപയോഗിക്കുന്ന പോസ്റ്റ് സ്ട്രക്ചറൽ ഫെമിനിസത്തിന് റോഡ് ബ്ലോക്കുകൾ കഴിവതും ഒഴിവാക്കിക്കൊണ്ടുള്ള എലൈൻ ഷോവാൾടറുടെ വിശകലനമാതൃക അരോചകവും അപര്യാപ്തവുമായി തോന്നുന്നതിൽ അത്ഭുതമൊട്ടുമില്ല.

ലെസ്ബിയൻ ഫെമിനിസ്റ്റ് സംവാദം: മോൺടിക് വിറ്റിഗ്

'ലെസ്ബിയൻ' (Lesbian) എന്ന് കേൾക്കുമ്പോൾ ഇപ്പോഴും പല നല്ല നെറ്റികളും വല്ലാതെ ചുളിയുന്നു; പല സുന്ദര കപോലങ്ങളും ആവശ്യത്തിലേറെ ചുവക്കുന്നു; ചില മാനിനികൾ കാർക്കിച്ചു തുപ്പുകവരെ ചെയ്യുന്നു. വ്യത്യസ്തത മനസിലാക്കാൻ, ഉൾക്കൊള്ളാൻ, അംഗീകരിക്കാൻ സമൂഹത്തിനുള്ള വൈമുഖ്യം പതിവുതെറ്റിയ എന്തിനോടുമുള്ള അസഹിഷ്ണുത, അത്യന്തം സങ്കുചിതമായ മിഡിൽക്ലാസ് സദാചാരബോധം – ഇതൊക്കെയാണ് ഇപ്പറഞ്ഞ പ്രതികരണങ്ങൾ സൃഷ്ടിക്കുന്നത്. നാം കഴിയുന്നത് പാരമ്പര്യവും വഴക്കങ്ങളും ആചാരങ്ങളുമൊക്കെ ച്ചേർന്ന് നിർമിച്ച തടവറകളിലാണ്. വേറിട്ട ഒരു ചിന്തയെ, ജീവിതശൈലിയെ, വീക്ഷണത്തെ, പ്രയോഗത്തെ, വച്ചു പൊറുപ്പിക്കാൻ ഇപ്പോഴും നമ്മിൽ മിക്കവർക്കും ആവുന്നില്ല. ലൈംഗികരുചികളുടെ ഭിന്നതയുടെ കാര്യത്തിലാണ് സമൂഹത്തിന്റെ അസഹിഷ്ണുത അതിന്റെ ഏറ്റവും രൂക്ഷമായ മുഖം പലപ്പോഴും പ്രദർശിപ്പിക്കുന്നത്.

'ലെസ്ബിയൻ' എന്നാൽ സ്വവർഗാനുരാഗിയായ സ്ത്രീ എന്ന നിഘണ്ടു വിശേഷണമാണ് മിക്കവരുടെയും മനസിലുള്ളത് (homosexual female). പുരാതന ഗ്രീസിലെ ലെസ്ബോസ് എന്ന ദ്വീപിൽ ബി സി ആറാം നൂറ്റാണ്ടിൽ ജീവിച്ചിരുന്ന സാഫോ (Sapho) എന്ന ഭാവഗായികയായ കവയിത്രിയുമായി ഈ നാമവും അതിന്റെ സവിശേഷതകളും ബന്ധപ്പെട്ടുകിടക്കുന്നു. അവരുടെ പല ലിറിക്കുകളിലും സ്വവർഗരതിയുടെ നിഴലാട്ടമുണ്ടത്രെ. ഏതായാലും ഒരു ലൈംഗിക വൈജാത്യമെന്നോ അപഭ്രംശമെന്നോ എന്ന നിലയിലല്ല നാം ലെസ്ബിയനിസത്തെ അറിയേണ്ടതും വിലയിരുത്തേണ്ടതും. അത് ഒരു സൈദ്ധാന്തിക തലമാണ്; വൈചാരിക കാലാവസ്ഥയാണ്. ഒരുപാട് വിലപ്പെട്ട പഠനങ്ങളും

സംവാദങ്ങളും ഈ മേഖലയിൽ നടക്കുന്നുണ്ട്. നിരവധി ലെസ്ബിയൻ പാഠങ്ങൾ ഇതിനകം ഉണ്ടായിട്ടുമുണ്ട്. സാഹിത്യ കലാവിജ്ഞാനീയത്തിന്റെ അവഗണിക്കാനാവാത്ത ഒരംഗമായി ലെസ്ബിയൻ ഫെമിനിസ്റ്റ് നിരൂപണരീതി സമ്മതി നേടിയിട്ടുണ്ട്. വർത്തമാന വിചാരവിപ്ലവത്തിൽ ലെസ്ബിയൻ ചിന്താ പദ്ധതിക്ക് ചെറുതല്ലാത്ത ഒരു വേഷമുണ്ട്.

അതിധീരമായും അതിസൂക്ഷ്മമായും റാഡിക്കൽ ലെസ്ബിയൻ ഫെമിനിസത്തിന്റെ സിദ്ധാന്തവേദാന്തങ്ങളെ വ്യാഖ്യാനിച്ച ഫ്രഞ്ച് എഴുത്തുകാരിയായിരുന്നു 2003 ൽ അന്തരിച്ച മോൺടിക് വിറ്റിഗ് (Montique Wittig -1935-2003). വളരെക്കാലം അവർ അരിസോണ യൂണിവേഴ്സിറ്റിയിൽ ഫ്രഞ്ച് പഠിപ്പിച്ചു. വിമൺസ് സ്റ്റഡീസിന്റെ പ്രൊഫസറുമായിരുന്നു. 1976 ൽ പാരീസ് വിട്ടശേഷം മോൺടിക് വിറ്റിഗിന്റെ കർമഭൂമി അമേരിക്കയായി.

'റാഡിക്കൽ ലെസ്ബിയൻ' എന്ന് സ്വയം വിശേഷിപ്പിക്കാനാണ് അവർ ഇഷ്ടപ്പെട്ടത്. 1978 ൽ മോഡേൺ ലാങ്ഗ്വേജ് അസോസിയേഷൻ കൺവൻഷനിൽ അവർ നടത്തിയ പ്രഖ്യാപനം സഭാവാസികളെ മാത്രമല്ല, പൊതുസമൂഹത്തെയും കലശലായി ഞെട്ടിക്കുകയുണ്ടായി. ഞാനൊരു ലെസ്ബിയനാണ്, സ്ത്രീയല്ല എന്നാണ് വിറ്റിഗ് ഉച്ചത്തിൽ ഉദ്ഘോഷിച്ചത്. അത് പാശ്ചാത്യ ചിന്താമണ്ഡലങ്ങളിൽ ഇന്നും മാറ്റൊലിക്കൊള്ളുന്നു. തുറന്നെഴുത്തിന്റെ അഗ്നിമാതൃകകളാണ് വിറ്റിഗ് നമുക്ക് തന്നത്. ഒരിക്കലും പുനരാലോചനയുടെയോ പിൻവാങ്ങലിന്റെയോ ക്ഷമാപണത്തിന്റെയോ ശബ്ദം അവരുടെ വാക്കിലോ എഴുത്തിലോ നാം കേട്ടില്ല. ആ ആർജവം, ആ ചങ്കൂറ്റം, ആ സ്ഥൈര്യം സിമൻ ദെ ബൊവെയെപ്പോലും ലജ്ജിപ്പിക്കുന്നതായിരുന്നു.

തുടക്കം മുതലേ വിറ്റിഗ് ഫ്രഞ്ച് വനിതാ വിമോചന മുന്നേറ്റവുമായി കണ്ണിചേർന്ന് പ്രവർത്തിച്ചു. മാർക്സിയൻ ചിന്താ പദ്ധതിയുമായും അവർ അടുത്തിടപഴകി. 1968 ൽ ഫ്രാൻസിൽ നടന്ന, വിദ്യാർഥികളുടെയും തൊഴിലാളികളുടെയും ഐതിഹാസിക പ്രക്ഷോഭം ഈ ഫെമിനിസ്റ്റ് എഴുത്തുകാരിയെ ഗണ്യമായി സ്വാധീനിച്ചു. ഈ പ്രക്ഷോഭകാലത്ത് ഫ്രാൻസിൽ അങ്ങോളമിങ്ങോളം നിരവധി റാഡിക്കൽ ഫെമിനിസ്റ്റ് ഗ്രൂപ്പുകൾ ഉദയംകൊണ്ടു. അവർക്കൊരു പൊതു പ്ലാറ്റ്ഫോമും സ്ഥാപിതമായി: MLF (Movement de liberation des femmas). ഈ പൊതുവേദിയുടെ ആഭിമുഖ്യത്തിൽ 1970 ൽ ഏറെ പ്രസിദ്ധീകരണം കിട്ടിയ ഒരു സംഭവം പാരീസിലുണ്ടായി. ആ മഹാനഗരത്തിൽ ഒരു സ്മാരകമുണ്ട്: അറിയപ്പെടാത്ത സൈനികന്റെ ശവകുടീരം. അറിയപ്പെടാത്ത പട്ടാളക്കാരന്റെ അതിലും അറിയപ്പെടാത്ത ഭാര്യക്ക് പുഷ്പചക്രം ചാർത്തുക എന്ന ഒരു ഐക്കണോ ക്ലാസിക് – വിഗ്രഹഭഞ്ജക – ചടങ്ങാണ് റാഡിക്കൽ ഫെമിനിസ്റ്റുകൾ സംഘടിപ്പിച്ചത്. മാധ്യമങ്ങൾ വലിയ പ്രാധാന്യം നൽകിയ ഈ ചടങ്ങിൽ സജീവ സാന്നിധ്യമായിരുന്നു മോൺടിക് വിറ്റിഗ്. അങ്ങനെ പൊരുതുന്ന ഫെമിനിസ്റ്റ് പ്രസ്ഥാനത്തോടുള്ള തന്റെ സമർപ്പണ മനോ

ഭാവം അവർ പരസ്യമാക്കി. ഏറെ താമസിയാതെ വിറ്റിഗ് 'ഫെമിനിസ്റ്റ് റവലൂഷണയേഴ്സ്' എന്ന റാഡിക്കൽ പെൺമുന്നണിയുടെ വക്താവുമായി. 'തന്ത'യ്ക്ക് ആധിപത്യമുള്ള (patriarchal) ഘടനയെ ശിഥിലമാക്കാൻ വേണ്ടിയുള്ള വിധ്വംസക പ്രവർത്തനങ്ങളിലാണ് ഈ പെൺപുലി ഗ്രൂപ്പ് ഏർപ്പെട്ടിരുന്നത്.

ഉഭയ ലൈംഗികതയുടെ തേർവാഴ്ചയെ രൂക്ഷമായി വിമർശിക്കുന്ന സോദ്ദേശമായ എഴുത്താണ് വിറ്റിഗിൽ നിന്നുണ്ടായത്. ഇതിനെ രാഷ്ട്രീയ ഭരണക്രമം ആയി അവർ കാണുന്നു. 1971 ൽ പുറത്തിറങ്ങിയ *Feminist issues* എന്ന അമേരിക്കൻ മാസികയിൽ പ്രസിദ്ധീകരിച്ച ലേഖനങ്ങളിലും *Questions & feministes* എന്ന മെറ്റീരിയലിസ്റ്റ് സ്ത്രീപക്ഷ ജേർണലിന് - ഇതിന്റെ പത്രാധിപ സിമൻ ദെ ബൊവെ ആയിരുന്നു - നൽകിയ പ്രബന്ധങ്ങളിലും മോൺടിക് വിറ്റിഗ് തന്റെ സൈദ്ധാന്തിക നിലപാടുകൾ വിസ്തരിച്ചുതന്നെ അവതരിപ്പിക്കുകയുണ്ടായി. *The straight mind and other Essays* എന്ന ശീർഷകത്തിൽ വെളിച്ചംകണ്ട നിബന്ധ സമാഹാരത്തിൽ ഈ ഈടുറ്റ താത്വിക ലേഖനങ്ങൾ നമുക്ക് വായിക്കാം. മെറ്റീരിയൽ ഫെമിനിസം എന്ന പ്രയോഗം പാകപ്പെടുത്തിയത് വാസ്തവത്തിൽ മറ്റൊരു ഫെമിനിസ്റ്റ് ചിന്തയത്രെ: ക്രിസ്റ്റീൻ ഡെൽബി. ഒരു സൈദ്ധാന്തിക സമീപനത്തിനാണ് ഡെൽബി ഈ നാമം നിർദേശിച്ചത്. വിറ്റിഗും ഡെൽബിയും ക്ലാസിക് മാർക്സിസ്റ്റ് അപഗ്രഥനത്തിന്റെ മാതൃക സ്വീകരിക്കുന്നുണ്ട്. അതേസമയം, മാർക്സിസ്റ്റ് സിദ്ധാന്തം പെണ്ണിന്റെ അടിസ്ഥാനപരമായ ചൂഷണത്തിനു നേരെ കണ്ണുതുറക്കുന്നില്ല എന്ന ആവലാതിയും അവർ ഉന്നയിക്കുന്നു. മുതലാളിത്ത തന്താധിപത്യ വ്യവസ്ഥയിൽ ഈ സ്ത്രീ ചൂഷണം സാധിക്കുന്നത് പുനരുൽപ്പാദനത്തെ കേന്ദ്രമാക്കിക്കൊണ്ടാണ്. ഇക്കാര്യത്തിൽ മാർക്സിസ്റ്റ് തിയറി ഒന്നും സംസാരിക്കുന്നില്ലെന്ന് വിറ്റിഗും കൂട്ടരും കുറ്റപ്പെടുത്തുന്നു. ഉഭയ ലൈംഗിക സമൂഹത്തിന്റെ രാഷ്ട്രീയവും സാമൂഹ്യവുമായ ശക്തികൾ സ്ത്രീകളുടെ അടിച്ചമർത്തൽ എന്ന പരോക്ഷ പരിപാടിയിൽക്കൂടിയാണ് പ്രവർത്തിക്കുന്നത്. ഈ പ്രവർത്തനത്തെ തുറന്നുകാട്ടുകയും പ്രതിരോധിക്കുകയുമാണ് മെറ്റീരിയൽ / റാഡിക്കൽ ഫെമിനിസ്റ്റ് പ്രസ്ഥാനത്തിന്റെ ദൗത്യമെന്ന് വിറ്റിഗ് വാദിച്ചു. സാമ്പ്രദായിക ഫെമിനിസ്റ്റുകൾ ഉഭയലൈംഗികതയുടെ വരട്ടുവാദത്തെ ചോദ്യം ചെയ്യാൻ ധൈര്യപ്പെടുന്നില്ലെന്ന് അവർ ആക്ഷേപിച്ചു. 'സ്ത്രീ'യെ ഒരു 'മിത്ത്' (myth) ആയി നിലനിർത്തുകയാണ് ഉഭയ ലൈംഗിക സമൂഹ സംവിധാനത്തിന്റെ ഉന്നം. പെണ്ണ് എന്ന വകഭേദവുമായി ബന്ധപ്പെട്ടുകൊണ്ട് മാത്രമാണ് നിലനിൽക്കുന്നത്. ആണില്ലെങ്കിൽ പെണ്ണില്ല എന്ന അവസ്ഥയാണ് ഹെറ്ററോ സെക്ഷ്വൽ സമൂഹസമ്പ്രദായം സൃഷ്ടിക്കുന്നത്. ഈ അവസ്ഥയെ ലെസ്ബിയൻ സ്ത്രീവാദം അപലപിക്കുകയും ചെയ്യുന്നു. മോൺടിക് വിറ്റിഗ് 1978 ൽ എഴുതി: (ലെസ്ബിയന്മാർ സ്ത്രീകളായി കൂട്ടുചേരുകയും ഇണചേരുകയും കൂടിക്കഴിയുകയും ചെയ്യുന്നുവെന്ന് പറയുന്നത് ശരിയല്ല. എന്തു

കൊണ്ടെന്നാൽ ഉഭയലൈംഗിക വിചാരത്തിലും ഉഭയലൈംഗിക സാമ്പത്തിക സമ്പ്രദായത്തിലും മാത്രമേ 'സ്ത്രീ' എന്നതിന് അർഥമുള്ളൂ. (ലെസ്ബിയന്മാർ സ്ത്രീകളല്ല). ജൻഡർ വകഭേദങ്ങളെ തുടച്ചു നീക്കിയാൽ മാത്രമേ വാഞ്ഛയുടെ വിമോചനം സാധ്യമാവൂ; വ്യക്തിയുടെ ഉത്ഥാനവും.

മോൺടി വിറ്റിഗിന്റെ മെറ്റീരിയൽ ഫെമിനിസത്തിൽ പോസ്റ്റ് സ്ട്രക്ചറൽ സിദ്ധാന്തത്തിന്റെ ഘടനോത്തര വിചാരത്തിന്റെ പൊട്ടും പൊടിയും ഉൾച്ചേർന്നിരിക്കുന്നു. ഭാഷയുടെ ബലത്തിലാണ്, ശക്തിപ്രഭാവത്തിലാണ് അവർ ഊന്നൽ നൽകുന്നത്. ഈ ബലത്തെ ഭൗതികതയുടെ സ്വരൂപമായി വിറ്റിഗ് വീക്ഷിക്കുന്നു. അത് സമൂഹത്തിലെ മൗലിക ശക്തികൂടിയാണ്. ഉഭയലൈംഗികത ചിട്ടപ്പെടുത്തിയ ഈ ലോകത്തിൽ മനുഷ്യൻ എന്ന വിഷയം (human subject) പ്രതിഷ്ഠിക്കപ്പെടുന്നത് ഒരു ഘടനക്ക് അകത്താണ് എന്ന് വിറ്റിഗ് നിരീക്ഷിക്കുന്നു. ഈ ഘടനയാകട്ടെ, വിരുദ്ധ സ്വഭാവമുള്ള രണ്ട് ശക്തികളുടേതാകുന്നു. അരിസ്റ്റോട്ടിൽ, പ്ലേറ്റോ എന്നീ യവന തത്വവേദികളുടെ കാലംമുതൽ മനുഷ്യചിന്ത പരുവപ്പെട്ട് വന്നത് ഈ ദ്വന്ദ്വങ്ങളുടെ, വൈരുധ്യങ്ങളുടെ ചുറ്റുമായിട്ടാണ്: ആണ് /പെണ്ണ്, നന്മ/തിന്മ, ഒന്ന്/പലത്, വെളിച്ചം/ഇരുട്ട്. ആദ്യത്തിന്റേതിന് നിഷേധമായിട്ടാണ് നമ്മുടെ മനസിൽ രണ്ടാമത്തേത് പ്രവർത്തിച്ചുപോരുന്നത്. ഈ വൈരുധ്യത്തിന്റെ ഘടനയിൽ കൂടിയാണ് ലിംഗവ്യത്യാസം ഉൽപ്പാദിപ്പിക്കപ്പെടുന്നത്. ഉഭയലൈംഗികത ചെങ്കോൽ നടത്തുന്ന നമ്മുടെ സമൂഹത്തിൽ ആൺപെൺ ദ്വന്ദ്വത്തിന് സ്വാഭാവികം, നൈസർഗികം, പ്രകൃതിപരം തുടങ്ങിയ സദ്വിശേഷണങ്ങൾ പതിച്ചുകിട്ടുന്നു. പെണ്ണിന്റെ സാമ്പത്തികവും സാംസ്കാരികവുമായ അടിച്ചമർത്തലിന്, കീഴ്പ്പെടുത്തലിന് നീതിമത്കരണം സാധിക്കാൻ ഈ ദ്വന്ദ്വസങ്കൽപ്പം കൂട്ടുനിൽക്കുന്നു.

ഈ നിലപാട് മോൺടിക് വിറ്റിഗിനെ മറ്റു പല ഫെമിനിസ്റ്റ് സൈദ്ധാന്തികരിൽനിന്നും വേർപിരിച്ച് നിർത്തുന്നത് കാണാം. ഉദാര ഫെമിനിസ്റ്റുകൾ വ്യത്യസ്തതയിൽ 'സമത' എന്ന ആവശ്യമാണല്ലോ ഉന്നയിച്ചു വന്നത്. റാഡിക്കൽ ഫെമിനിസ്റ്റുകളാകട്ടെ, സ്ത്രീയുടെ സവിശേഷത-പൊക്കിക്കാട്ടുകയും അത് രാഷ്ട്രീയമായ കൂട്ടായ്മക്കുവേണ്ടിയുള്ള ഒരു വാദമായി മൂർച്ചപ്പെടുത്തുകയും ചെയ്യുന്നു. തികച്ചും വ്യത്യസ്തവും അടിമുടി വിപ്ലവകരവുമാണ് വിറ്റിഗിന്റെ നിലപാടെന്ന് അവരുടെ *The category of sex* എന്ന പ്രബന്ധം തെളിവുതരുന്നു. ഒരു ആന്റി എസ്സെൻഷ്യലിസ്റ്റ് - അത്യന്താപേക്ഷിതവിരുദ്ധ - വാദമാണ് വിറ്റിഗ് മുന്നോട്ടു വയ്ക്കുന്നതെന്ന് പറയാം. ലൈംഗിക വർഗീകരണം/തരംതിരിവ്, വാസ്തവത്തിൽ ഒരു ഭാഷാ നിർമിതി ആണെന്ന് അവർക്ക് അഭിപ്രായമുണ്ട്. അതിന് ജീവശാസ്ത്രപരമായ നിറം മനഃപൂർവം നൽകുകയാണ്. ഇത് രാഷ്ട്രീയവർഗീകരണമായി മാറുകയും ചെയ്യുന്നു. ഉഭയലിംഗസമൂഹത്തെ ബന്ധിച്ചുനിർത്തുന്ന ഒരു സാമൂഹിക ഉടമ്പടി- ഉണ്ടല്ലോ. അതിന്റെ അടി

സ്ഥാന ശില ഈ രാഷ്ട്രീയ വർഗീകരണമാണ് എന്ന് വിറ്റിഗ് വാദിക്കുന്നു. സ്ത്രീയെ ലിംഗവൽക്കരിക്കുക എന്ന ദുഷ്ടലാക്ക് സമൂഹത്തിനുണ്ട്.

മറ്റു പല ഫെമിനിസ്റ്റ് ചിന്തകരെയുംപോലെ സെക്സും ജൻഡറും തമ്മിൽ വേർതിരിച്ചു വ്യവഹരിക്കാൻ ഈ എഴുത്തുകാരി തയാറല്ല. സെക്സും ജൻഡറും രാഷ്ട്രീയമായ വർഗീകരണത്തിന്റെ ഭാഗമാകുന്നു. രണ്ടും ഭാഷാപരമായി സൃഷ്ടിക്കപ്പെട്ടതുമാണ്. ഒരു ജൻഡറേ ഉള്ളു അത് സ്ത്രീലിംഗം - ആണ് എന്ന് വിറ്റിഗ് തറപ്പിച്ചുതന്നെ പറയുന്നു. എല്ലാ ഡിസ്കോഴ്സുകളിലും- സംവാദങ്ങളിലും - 'സ്ത്രീ' പ്രത്യേകവൽക്കരിക്കപ്പെടുകയാണ്. സ്ത്രീയെ ഒരു ഭഗ്നവിഷയം fractional subject- ആയി വ്യവഹരിക്കുകയും പുരുഷനെ ഒരു പൂർണവിഷയമായി വ്യാഖ്യാനിക്കുകയും: ഇതാണ് ഹെറ്ററോ സെക്ഷ്വൽ സമൂഹംചെയ്യുന്നത്. ആരും പെണ്ണായി ജനിക്കുന്നില്ല; പെണ്ണായിത്തീരുകയാണ് ചെയ്യുന്നത് എന്ന് സിമൻ ദെ ബൊവെയുടെ വിഖ്യാതവും വിവാദപരവുമായ വാക്യമുണ്ടല്ലോ, അതിന്റെ വിപുലീകരണമാണ് വിറ്റിഗ് നടത്തുന്നത്. സ്ത്രീ എന്നത് ഒരു മിത്ത് - ഒരു കാൽപ്പനിക കഥ - ആണെന്ന് വിറ്റിഗ് പല തവണ പ്രസ്താവിക്കുന്നുണ്ട്. ഉഭയ ലൈംഗികതയുടെ ആശയശാസ്ത്രം ഈ മിത്തിനെ - സ്ത്രീയെ –നിർമിക്കുന്നു. എന്തിന്? നിരന്തരമായ ചൂഷണത്തിന്. ഒരു അടിമ –യജമാന സമവാക്യവും സ്ത്രീബന്ധത്തിൽ നിലനിർത്തുക എന്നതാണ് ഉഭയലൈംഗിക സമൂഹക്രമത്തിന്റെ ആവശ്യം. ഈ ലോക വ്യവസ്ഥയിലെ അധികാര പുനർവിഭജനം/പുനർവിതരണം സാധിക്കണമെങ്കിൽ ആ വ്യവസ്ഥയുടെ പുനഃസംഘടന അത്യാവശ്യമാണ്. അടിച്ചമർത്തപ്പെട്ടവളുടെ ഭാഗത്തുനിന്നുള്ള പുതിയ ലിംഗസങ്കൽപ്പങ്ങൾ അംഗീകരിക്കപ്പെട്ടാലേ അത് നടക്കൂ. എന്ന സത്യത്തിന് സാധുത കിട്ടണം. ഇതൊക്കെയാണ് മോൺടിക് വിറ്റിഗ് സ്വീകരിച്ച സൈദ്ധാന്തിക നിലപാടുകൾ.

മോൺടിക് വിറ്റിഗിന്റെ നോവലുകളെക്കുറിച്ച് പ്രതിപാദിക്കേണ്ടതുണ്ട്. അവരുടെ റാഡിക്കൽ/ലെസ്ബിയൻ ഫെമിനിസ്റ്റ് കാഴ്ചപ്പാടുകൾ ഈ കൃതികളിലെല്ലാംതന്നെ പ്രതിഫലിക്കുന്നു. ഇരുപത്തെട്ടാം വയസിലാണ് വിറ്റിഗ് ആദ്യപുസ്തകം പുറത്തിറക്കിയത് –1964ൽ. ഈ ഗ്രന്ഥം നീണ്ട കൈയടി നേടി. മാർഗരറ്റ് ഡ്യൂറ, നത്താലിസറൂറ്റ്, മേരി മക്കാർത്തി എന്നീ എഴുത്തുകാർ ഈ കൃതിയെ ഉദാരമായി പ്രശംസിക്കുകയുണ്ടായി. *'L' Opoponax'* എന്ന ശീർഷകമുള്ള ഈ പുസ്തകം ഇംഗ്ലീഷിൽ തർജുമ ചെയ്യപ്പെട്ടിട്ടുണ്ട്. ഇത് ബാല്യകാലത്തെ കേന്ദ്രീകരിച്ചുകൊണ്ടുള്ള ഒരു വിവരണാത്മക രചനയാണ്. വർത്തമാനത്തിലൂന്നിക്കൊണ്ടാണ് ആഖ്യാനം.

വിറ്റിഗിന്റെ രണ്ടാമത്തെ സൃഷ്ടി *Les guerilleres* രൂപത്തിലും ഭാഷയിലും വ്യത്യസ്തവും വിപ്ലവകരവുമായിരുന്നു. ഇതിന് ഗദ്യകാവ്യത്തിന്റെ സ്വഭാവമുണ്ട്. വിപുലമായി വായിക്കപ്പെട്ട ഈ പുസ്തകം എഴുത്തിലെ പുരുഷ സങ്കൽപ്പങ്ങളെ, പുരുഷാധീശഭാഷയെ ധിക്കരിക്കുന്നു. എല്ലാ

സങ്കോചങ്ങളെയും സഭ്യ-സഭ്യേതര വഴക്കങ്ങളെയും വലിച്ചെറിഞ്ഞു കൊണ്ടുള്ള ഒരു തുറന്നെഴുത്താണ് വിറ്റിഗ് നടത്തുന്നത്.

അവരുടെ ഏറ്റവും വിവാദപരമായ ലെസ്ബിയൻ പുസ്തകം 1973 ൽ വെളിച്ചത്തുവന്ന *The Lesbian Body* (*Le corps lesbian*) ആണെന്ന തിന് സംശയമില്ല. ഇതൊരു പരീക്ഷണ നോവൽകൂടിയാകുന്നു. യവനപു രാണത്തിലൂടെ നമുക്ക് പരിചിതനായ ഒരനശ്വര കഥാപാത്രമാണല്ലോ ഇഥാക്കയുടെ രാജാവായ യുലിസിസ് - ഹോമറുടെ *ഒഡിസി*യിലെ നാ യകൻ. ഈ കഥാപാത്രത്തെ വിറ്റിഗ് 'യൂലിസ' ആക്കി മാറ്റുന്നു. ഇതൊരു 'ലെസ്ബിയനൈസേഷൻ' ആണെന്ന് പറയാം. സാഫോ എന്ന ലെസ് ബിയൻ കവയിത്രി ഈ നോവലിൽ ഒരു 'ദേവി' ആവുന്നു.

ഈ എഴുത്തുകാരിയുടെ ലെസ്ബിയൻ സിദ്ധാന്തവൽക്കരണത്തിന് അതിരൂക്ഷമായ എതിർപ്പുകളാണ് നേരിടേണ്ടി വന്നത്: ആൺപക്ഷത്തു നിന്നും പെൺപക്ഷത്തുനിന്നും അവരുടെ ആശയങ്ങളുടെ തീക്ഷ്ണത പലരെയും പൊള്ളിച്ചു. അവരുടെ പാഠങ്ങളുടെ അസാധാരണതയിൽ അപകടം പതിയിരിക്കുന്നുണ്ടെന്ന് സാമ്പ്രദായിക സ്ത്രീപക്ഷ വക്കാ ലത്തുകാർക്കു തോന്നി. വിറ്റിഗിന്റേത് ഒരു അചരിത്രപരമായ - സമീപ നമാണെന്ന ആക്ഷേപം പ്രബലമായി.

ഉഭയ ലൈംഗിക സംവാദത്തെ അപനിർമിക്കാനുള്ള യത്നമാണ് ഈ സൈദ്ധാന്തികത നടത്തിയത്. ഈ അപനിർമാണത്തിലൂടെ ജൻഡർ അധിഷ്ഠിതമല്ലാത്ത ഒരു സമൂഹത്തെ വിഭാവനം ചെയ്യാൻ അവർ ശ്രമി ക്കുന്നു. ഈ ജൻഡർമുക്ത സമൂഹത്തിൽ അധികാരത്തിന്റെ തുല്യമായ പങ്കുവെപ്പ് സാധ്യമാണ്. വിറ്റിഗിന്റെ ഈ അപനിർമാണരീതി റാഡിക്കൽ ഫെമിനിസ്റ്റ് വിമർശനസിദ്ധാന്തത്തിന് വലിയ ഉർജമാണ് പകർന്നുകൊ ടുത്തത്. സമൂഹത്തിന്റെ — അധികാരസമതുലനം — മാറ്റി മറിക്കേണ്ട ആവശ്യമുണ്ട്. സാമ്പത്തികബന്ധങ്ങളുടെ രൂപാന്തരീകരണത്തിൽകൂടി മാത്രം ഈ മാറ്റം സാധ്യമല്ല. ഭാഷകൂടി രൂപാന്തരീകരണത്തിന് വിധേയമാ ക്കണം. എങ്കിലേ പൂർണമായ പരിവർത്തനം നടപ്പാവൂ. ഇതാണ് മോൺ ടിക് വിറ്റിഗിന്റെ കാഴ്ച. എന്നാൽ ലൂസ് ഇറിഗറെ (Luc Irigaray) ഹെലൻ സിക്സൗസ് (Helen Sixous) എന്നീ ഫ്രഞ്ച് ഫെമിനിസ്റ്റ് തത്വചിന്തക രെപ്പോലെ, പെണ്ണെഴുത്തിന്റെ ഒരു പ്രത്യേക സങ്കൽപ്പം വിറ്റിഗ് കാഴ്ച വെക്കുന്നില്ല. സത്യത്തിൽ ഈ എഴുത്തുകാരി ഇറിഗറെ - സിക് സൗസ് പ്രഭൃതികളെ ശക്തിയായി വിമർശിക്കുകയാണ് ചെയ്യുന്നത്. സ്ത്രീ ശരീര ത്തിന്റെ വ്യത്യസ്തതയെ പൊക്കിക്കാട്ടുന്ന ഏത് ആശയത്തെയും സങ്കൽ പ്പത്തെയും വിറ്റിഗ് ആക്രമിക്കുന്നു. ഉഭയലൈംഗിക സമൂഹത്തിന്റെ എല്ലാ മോഡലുകളെയും അവർ അവജ്ഞാപൂർവം തിരസ്കരിക്കുന്നു. സൈ ക്കോ അനാലിസിസ് - മനോവിശ്ലേഷണം - വിറ്റിഗിന് അരോചകമായി രുന്നു. അതും അതു നിർമിക്കുന്ന മിത്തുകളും ഉഭയ ലൈംഗികതയുടെ ഉൽപ്പന്നങ്ങളാണെന്ന് അവർ വാദിച്ചു. അവരുടെ സമകാലികരായ പല ഫെമിനിസ്റ്റ് പ്രതിഭകളും പോയത് ലക്കാന്റെ പിന്നാലെയാണെന്ന് ഈ

സന്ദർഭത്തിൽ നാമോർക്കണം. ഹെറ്ററോ സെക്ഷ്വൽ സമൂഹത്തിന്റെ ശ്വാസം മുട്ടിക്കുന്ന സംവാദങ്ങളിൽ ഒന്നായിട്ടാണ് മനോവിശ്ലേഷണ പദ്ധതിയെ വിറ്റിഗ് വിലയിരുത്തിയത്. ഒരു പുതിയ ലെസ്ബിയൻ മിഥോളജി (പുരാണശാസ്ത്രം) പാകപ്പെടുത്താനായിരുന്നു അവരുടെ അധ്വാനം.

യൂറോപ്പിലെയും അമേരിക്കയിലെയും ലെസ്ബിയൻ വിമർശന ശൈലികൾ മോൺടിക് വിറ്റിഗിനോട് വളരെ കടപ്പെട്ടിട്ടുണ്ട്. സെക്സിനെയും ജൻഡറിനെയും ഭാഷയെയും സംബന്ധിച്ചുള്ള എല്ലാ റാഡിക്കൽ പഠനങ്ങളിലും വിറ്റിഗിന്റെ കൈയൊപ്പ് കാണാം.

ലൂസ് ഇറിഗാറെ: ലിംഗവൈജാത്യത്തിന്റെ സിദ്ധാന്ത രൂപങ്ങൾ

ലൂസ് ഇറിഗാറെ, ജൂലിയ ക്രിസ്റ്റേവ, ഹെലൻ സിക്സ്യൂ–ഈ പ്രതിഭകളെ ഫ്രഞ്ച് ഫെമിനിസത്തിന്റെ ത്രിമൂർത്തികൾ എന്നാണ് വിശേഷിപ്പിക്കാറുള്ളത്. കേൾക്കാനൊരു രസമുണ്ടെങ്കിലും ഇതത്ര ശരിയല്ല. ഇവരുടെ കാഴ്ചപ്പാടും രാഷ്ട്രീയവും പ്രത്യയശാസ്ത്രവും സമീപനവുമൊക്കെ വ്യത്യസ്തമാണ്. അവർക്ക് പൊതുവായുണ്ടെന്ന് പറയാവുന്നത് രണ്ട് കാര്യങ്ങളാണ്: ഒന്ന്, തീവ്രമായ സ്ത്രീപക്ഷ താൽപ്പര്യം. രണ്ട്, മനോവിശ്ലേഷണ പദ്ധതിയുമായുള്ള വേഴ്ച.

ലൂസ് ഇറിഗാറെ (Luce Irigaray) സർവതന്ത്ര സ്വതന്ത്രമായ ഒരു ഫെമിനിസ്റ്റ് ദാർശനികയും സിദ്ധാന്തവാദിയുമാണ്. ഭാഷാശാസ്ത്ര വിജ്ഞാനീയത്തിലും അവർക്ക് അഗാധമായ അറിവും ഗവേഷണാനുഭവവും പ്രയോഗപരിചയവും അവകാശപ്പെടാം. തികച്ചും തന്റേതായ ഒരു സഞ്ചാരപഥം ഈ തിയറിസ്റ്റ് പാകപ്പെടുത്തിയിട്ടുണ്ട്.

1932 ൽ ബെൽജിയത്തിലാണ് ലൂസ് ജനിച്ചത്. 1960 കളുടെ തുടക്കത്തിൽ അവർ ഫ്രാൻസിലേക്ക് കടന്നു. സൈക്കോളജിയിൽ മാസ്റ്റേഴ്സ് ബിരുദം നേടിയത് പ്രസിദ്ധമായ പാരീസ് യൂണിവേഴ്സിറ്റിയിൽനിന്നായിരുന്നു. സൈക്കോ പാത്തോളജിയിൽ ഒരു ഡിപ്ലോമയും കരസ്ഥമാക്കി. ജേക്സ് ലക്കാൻ എന്ന വിഖ്യാത മാനോവിശ്ലേഷണ വിദഗ്ധന്റെ സെമിനാറുകളിൽ ലൂസ് പങ്കെടുത്തതും അക്കാലത്താണ്. കിഴക്കൻ പാരീസിൽ ലക്കന്റെ ആദ്യവസാനത്തിൽ ഒരു ഫ്രോയ്ഡിയൻ മനഃശാസ്ത്ര പഠനകേന്ദ്രം (EFP) കേമമായി നടന്നിരുന്നു. വലിയ താൽപ്പര്യത്തോടുകൂടിയാണ് ലൂസ് ഇറിഗാറെ അവിടെ ഒരു ഫാക്കൽറ്റി മെമ്പറായിച്ചേർന്നത്. എന്നാൽ ലക്കനുമായുണ്ടായ അഭിപ്രായഭിന്നതമൂലം അവർക്ക് ആ ജോലി നഷ്ടപ്പെട്ടു. 1968 ൽ ലൂസിന് ലിംഗ്വിസ്റ്റിക്സിൽ ഡോക്ടറേറ്റ്

കിട്ടിയിരുന്നു. അവരുടെ രണ്ടാമത്തെ ഡോക്ടറേറ്റ് പ്രബന്ധമായിരുന്നു *Speculam of the other Woman.*

1982 ൽ റോട്ടർഡാമിലെ എറാസ്മസ് യൂണിവേഴ്സിറ്റിയിൽ അവർ ഫിലോസഫി പഠിപ്പിച്ചു. അക്കാലത്താണ് *An Ethics of Sexual Difference* എന്ന പ്രാമാണിക പാഠം പ്രസിദ്ധീകരിച്ചത്. രണ്ടുകൊല്ലം മുമ്പ് ലണ്ടൻ യൂണിവേഴ്സിറ്റി കോളേജ് ഓണററി ഡോക്ടറേറ്റ് നൽകി ലൂസ് ഇറിഗാറെയെ ബഹുമാനിക്കുകയുമുണ്ടായി.

ഒരു പെൺപക്ഷ സൈദ്ധാന്തിക എന്ന നിലയിൽ ലൂസ് പാശ്ചാത്യ തത്വചിന്തയുടെ പുരുഷാധിപത്യപരമായ അടിസ്ഥാനപ്രമാണങ്ങളെയാണ് ചോദ്യംചെയ്തത്; ആ അസ്തിവാരത്തെയാണ് അട്ടിമറിക്കാൻ യത്നിച്ചത്. *This Sex which is Not One* എന്ന പാഠത്തിൽ സ്ത്രൈണ മാതൃ (maternal) താൽപ്പര്യങ്ങളുടെ അടിച്ചമർത്തൽ വ്യവസ്ഥയെ അവർ പരിശോധിക്കുന്നുണ്ട്. 'ദി മാസ്ക്യുലിൻ' (പുരുഷപരം) എന്ന ഘടകത്തിന്റെ ധീരോദാത്തവൽക്കരണമാണ് പേട്രിയാർക്കൽ സമൂഹത്തിൽ, ഉഭയലൈംഗിക വ്യവസ്ഥയിൽ, നിരന്തരം നടക്കുന്നത്. ഇത് സ്ത്രൈണ ലൈംഗികതയുടെ ചലനാത്മകമായ ബഹുലീകരണ സ്വഭാവത്തിന് (multiplicity) നാശഹേതുകമത്രെ. സ്ത്രീയുടെ ജീവശാസ്ത്രപരമായ (ദ്വൈതഭാവം) അവൾതന്നെ ആവർത്തിച്ചുറപ്പിക്കേണ്ടതുണ്ട്. ഇങ്ങനെ മാത്രമേ ഭാഷാപരമായ വിനിമയത്തിൽ നിറഞ്ഞുനിൽക്കുന്ന പുരുഷസംവാദത്തെ സ്ത്രീക്ക് പ്രതിരോധിക്കാൻ കഴിയൂ. സ്ത്രീസത്വത്തെ ഒരു അപ്രവർത്തകമായ, നിർവികാരമായ, നിഷേധാത്മകമായ 'ഇട'മായി പുരുഷസംവാദം വീക്ഷിച്ചുപോരുന്നു. ആണിന്റെ ത്വരയുടെ, കാമത്തിന്റെ, ആർത്തിയുടെ ഒരു പാത്രം മാത്രമായി പെണ്ണിന്റെ ശരീരം സ്വീകരിക്കപ്പെടുന്നു. ഈ അവസ്ഥയ്ക്കെതിരായാണ് പ്രവർത്തിക്കേണ്ടത് എന്ന് ലൂസ് ഇറിഗാറെ വാദിക്കുന്നു. അവരുടെ നിലപാടുകൾ മിക്കതും ഉഭയലൈംഗിക സംസ്കാരത്തിന്റെ ചിട്ടവട്ടങ്ങളെ ചോദ്യംചെയ്യുന്നുണ്ട്. എന്നാണ് ലൂസ് സിദ്ധാന്തിച്ചത് (പുരുഷകാമവും സ്ത്രീകാമവും പരസ്പരം അപരിചിതരാണ്). അവർ പറഞ്ഞ മറ്റൊരു കാര്യവും ഏറെ ശ്രദ്ധേയമാകുന്നു. സ്ത്രീ ചൂഷണം ലൈംഗികവ്യത്യസ്തതയിൽ വേരുറപ്പിച്ചതാണ്. ലൈംഗികവ്യത്യസ്തതയിൽക്കൂടി മാത്രമേ അത് - ചൂഷണം - അവസാനിപ്പിക്കാനും കഴിയൂ.

പെൺ ലൈംഗികതയ്ക്ക് ഇറിഗാറെ നൽകുന്ന നിർവചനമുണ്ടല്ലോ, അത് പൂർണമായും സ്ത്രീശരീരത്തിൽ കേന്ദ്രീകരിച്ചുകൊണ്ടാണ്. സ്ത്രീയുടെ ലൈംഗികദാഹത്തെക്കുറിച്ചുള്ള അവരുടെ അപഗ്രഥനവും പെൺശരീരത്തിൽ ഊന്നിക്കൊണ്ടുള്ളതാണ്. സ്ത്രീശരീരമെന്നത് ഒരു ഒറ്റ ലൈംഗികാവയവമായി തരംതാഴ്ത്തപ്പെടേണ്ട ഒന്നല്ലെന്ന് ഇറിഗാറെ പറയുന്നു. അങ്ങനെ കാണാൻ പ്രേരിപ്പിക്കുന്നത് പുരുഷാധീശ സമൂഹമാണ്. ധ്വജത്തിന്റെ - മുഖ്യത - സ്ഥാപിക്കുന്നതിന്, അടിച്ചേൽപ്പിക്കുന്നതിന്, ആണിന് ഈ സങ്കൽപ്പം ആവശ്യമായിവരുന്നു. ലിംഗം പ്ര

ധാനം; യോനി അപ്രധാനം: ഇങ്ങനെയാണ് പ്രചാരണം. മറ്റേത് – എന്ന ലൂസ് ഇറിഗാറെയുടെ ആശയമുണ്ടല്ലോ, അത് സ്ത്രൈണത്തെ പുനർ നിർവചിക്കലാകുന്നു. ഈ പുനർനിർവചനമാകട്ടെ, പുരുഷാധീശത്വം, തന്തവാഴ്ച നിർമിച്ച ആൺകേന്ദ്രിത ലൈംഗിക നിർവചനങ്ങളെ നിരാകരിക്കുന്നു. നേരത്തെ പറഞ്ഞ otherness –അപരത – ലൈംഗികമായി വർത്തിക്കുന്നത് സ്ത്രീശരീരത്തിലാണെന്നാണ് ഇറിഗാറെയുടെ വാദം. ഈ 'അപരത'യിൽ നിന്നാണ് പുരുഷ ലൈംഗിക രൂപശാസ്ത്രത്തിന് ഒരു ബദൽ – ഉരുത്തിരിയുന്നത്. സ്ത്രീ 'ഫിമേൽ സ്പേസ്' – പെൺ ഇടം – തിരിച്ചുപിടിക്കേണ്ടതുണ്ട്. പുരുഷനെ തീർത്തും ഒഴിവാക്കിക്കൊണ്ടുമാത്രമേ ഈ തിരിച്ചുപിടിക്കൽ സാധ്യമാവൂ. (നിഷേധം/ബഹിഷ്കരണം) എന്ന പദമാണ് ഈ സന്ദർഭത്തിൽ ലൂസ് ഉപയോഗിക്കുന്നത്. ഉഭയ ലൈംഗികത, മാതൃത്വം എന്നൊക്കെപ്പറയുന്ന സംഗതികളെ അവർ തള്ളിക്കളയുന്നു. കാരണം ഇവയൊക്കെ സ്ത്രീശരീരത്തിന്റെ സ്വയംപീഡനപരമായ വ്യഭിചാരത്തിന് അവസരമൊരുക്കുന്നു. തന്റേതല്ലാത്ത ഒരു ലൈംഗികാർത്തിക്ക് വഴങ്ങിക്കൊടുക്കാൻ സ്ത്രീശരീരത്തെ നിർബന്ധിക്കുന്നു. എല്ലാ പുരുഷസാംസ്കാരിക സംവാദങ്ങളെയും ഇറിഗാറെ അപ്പാടെ നിരാകരിക്കുന്നില്ല. സ്ത്രീയുടെ അടിച്ചമർത്തലിനെക്കുറിച്ചു ചിന്തിക്കുമ്പോൾ അവർ മാർക്സിയൻ അപഗ്രഥനരീതിയെക്കുറിച്ച് പ്രസ്താവിക്കുന്നുണ്ട്.

പുരുഷപ്രാമാണ്യത്തിന്റെ പ്രത്യയശാസ്ത്രം ചിട്ടപ്പെടുത്തിയ സമൂഹത്തിൽ സ്ത്രീക്ക് അർഹമായ പദവി നിഷേധിക്കപ്പെടുന്നുവെന്ന അർഥപൂർണമായ ആവലാതി ലൂസ് ഇറിഗാറെ മാത്രമല്ല ഉന്നയിച്ചിട്ടുള്ളത്. എല്ലാ സ്ത്രീപക്ഷവാദികളും ഈ നിരാകരണത്തിന്, ഈ അവഹേളനത്തിന്, ഈ ഒഴിച്ചുനിർത്തലിന്, കട്ടിയുള്ള അടിവരയിട്ടവരാണ്: വെർജീനിയവുൾഫ്, സിമൻ ദെ ബൊവെ, എലൈൻ ഷോവാൾടർ, കേറ്റ്മില്ലറ്റ്, ജൂലിയ ക്രിസ്റ്റേവ. എന്നാൽ സ്ത്രീയുടെ സ്ഥാനനിർണയം സംബന്ധിച്ചുള്ള ആലോചനകളെ കുറെക്കൂടി ആഴത്തിലേക്ക് കൊണ്ടുചെല്ലാൻ, സ്ത്രീ എന്ന പ്രതിഭാസത്തെ പഴയ കണ്ണടകളിൽ കൂടിയല്ലാതെ നിരീക്ഷിക്കാൻ ലൂസ് ഇറിഗാറെക്ക് കഴിയുന്നുണ്ട്.

അവരുടെ പദ്ധതി എന്ന് പറയുന്നത് ദ്വിമുഖമത്രെ. ഒന്ന്; നിലവിലുള്ള ചട്ടക്കൂടിൽനിന്നുകൊണ്ട് മനോവിശ്ലേഷണ രീതിയെയും ദാർശനിക പദ്ധതിയെയും വെല്ലുവിളിക്കുക; ഫിലോസഫിയിൽനിന്നും ചരിത്രത്തിൽനിന്നും സംവാദത്തിൽനിന്നും സംസ്കാരത്തിൽനിന്നും സ്ത്രീ തന്ത്രപൂർവം ഒഴിവാക്കപ്പെടുന്ന അവസ്ഥയുണ്ടല്ലോ, അതിന്റെ കാര്യകാരണങ്ങളെ അപഗ്രഥിക്കുക. രണ്ട്; പ്രതീകാത്മക സാമൂഹ്യവ്യവസ്ഥയ്ക്കത്ത് സ്ത്രീയുടെ സ്ഥാനം എവ്വിധം പുനർനിർണയിക്കാമെന്ന് ആലോചിക്കുക.

ലൂസ് ഇറിഗാറെയുടെ ഈ പദ്ധതി ഒരു അപനിർമാണ പരിപാടിയാണെന്ന് പറയാം. സൈക്കോ അനാലിസിസിന്റെ, പാശ്ചാത്യ സംസ്കാരത്തിന്റെ, പടിഞ്ഞാറൻ വേദാന്തത്തിന്റെ. ദെരിദയുടെ മാത്രമല്ല

ലക്കാന്റെയും ആയുധങ്ങൾ തന്റെ വിപുലമായ വിനിർമിതിയിൽ ലൂസ് എടുത്ത് പ്രയോഗിക്കുന്നതായി കാണുന്നു. അവർ അനാവരണം ചെയ്യാൻ ശ്രമിക്കുന്നത് സംസ്കാരത്തിന്റെ, ദാർശനികശാസ്ത്രങ്ങളുടെ, വിചാരപദ്ധതികളുടെ പിൻപുറത്ത് പ്രവർത്തിക്കുന്ന 'പേട്രിയാർക്കൽ' ഘടനയെ ആണ്. ഫ്രോയ്ഡിന്റെയും ലക്കാന്റെയും മനോവിശ്ലേഷണ വിജ്ഞാനീയത്തിന്റെ പിന്നാമ്പുറത്ത് താതകേന്ദ്രിത വ്യവസ്ഥയുടെ സാന്നിധ്യമുണ്ടെന്ന് ലൂസ് ആരോപിക്കുന്നു. അബോധമായ പുരുഷ ചോദനകൾ, ആൺപക്ഷപാതങ്ങൾ, ഫ്രോയ്ഡിന്റെയും ലക്കാന്റെയും വിശ്ലേഷണ വേദാന്തത്തെ ഭരിക്കുന്നുണ്ടെന്നാണ് അവരുടെ വാദം. സ്ത്രൈണത എന്നതിനെ ഒരു പുരുഷമാതൃകയുമായി ബന്ധപ്പെടുത്തിയാണ് സിഗ്മണ്ട് ഫ്രോയിഡ് വിചാരണക്കെടുക്കുന്നത്. ജേക്സ് ലക്കാന്റെ അപഗ്രഥന രീതിശാസ്ത്രത്തിലും പുരുഷാധിപത്യത്തിന്റെ ദുഃസ്വഭാവമുണ്ട്. അദ്ദേഹം അവതരിപ്പിച്ച 'ദർപ്പണഘട്ടം' എന്ന തിയറിയെ ഒരാൺപക്ഷ ചിന്തയായി ലൂസ് ഇറിഗാറെ വ്യാഖ്യാനിക്കുന്നു. ലക്കൻ വിശദമായി ചർച്ചചെയ്യുന്ന (ഭാവനാപരത) വാസ്തവത്തിൽ ആൺപക്ഷ സംവാദത്തിന്റെ സന്താനമാണെന്ന് ലൂസ് കുറ്റപ്പെടുത്തുന്നുണ്ട്. ലിംഗത്തിന് അമിത പ്രാമുഖ്യം നൽകുന്നതാണ് പാശ്ചാത്യ ചിന്താപദ്ധതികളും ഉഭയലൈംഗിക സാമൂഹ്യവ്യവസ്ഥകളുമെന്ന് അവർക്കഭിപ്രായമുണ്ട്. ആ വ്യവസ്ഥയിൽ സ്ത്രീക്ക് സ്വന്തമായൊരു മുഖം, ഒരു ഐഡന്റിറ്റി നഷ്ടപ്പെടുകയോ നിഷേധിക്കപ്പെടുകയോ ആണ്. ആൺ ശരീരമാണ് മുഖ്യമെന്ന് സ്ഥാപിക്കപ്പെടുന്നു. ആണിന്റെ ആസക്തികൾ, വികാരങ്ങൾ, ദാഹങ്ങൾ - ഇവ മാത്രമേ ആലോചനയ്ക്ക് വരുന്നുള്ളൂ. ഈ അവസ്ഥ അഥവാ ദുരവസ്ഥ അപനിർമിക്കപ്പെടേണ്ടതുണ്ടെന്ന് ഇറിഗാറെ സമർഥിക്കുന്നു. ആൺ നിലപാട് അപനിർമിതിക്ക് വിധേയമാക്കണം. തികച്ചും സ്ത്രീപക്ഷപരമായ 'ഡീകൺസ്ട്രക്ഷൻ' അത്യാവശ്യമാകുന്നു. ദെറിദയുടെ വിനിർമാണം ആൺചേരിയിൽനിന്നുകൊണ്ടാണ്. അതുകൊണ്ടുതന്നെ ദെറിദയുടെ വിനിർമാണരീതി ഏകപക്ഷീയവും അസ്വീകാര്യവുമാണ്. ദെറിദയുടെ പദ്ധതിയിൽ (സംവാദം) നയിക്കുന്നത് ആണാണ്. ഒരു പെൺഭാവനാരീതി, ഒരു (ഒരു പെൺപ്രതീക സങ്കൽപ്പം): അതിനുവേണ്ടിയാണ് ഇറിഗാറെ ഒച്ചവയ്ക്കുന്നത്. പുരുഷരൂപവിജ്ഞാനീയത്തിൽ കേന്ദ്രീകരിച്ചുകൊണ്ടാണ് എല്ലാ സംവാദവും നടക്കുന്നത്. ഒരു സ്ത്രീരൂപവിജ്ഞാനീയം - പരുവപ്പെടുത്തേണ്ടതിന്റെ അത്യാവശ്യമുണ്ടെന്ന് ഇറിഗാറെ സിദ്ധാന്തിക്കുന്നു. സ്ത്രീക്ക് സത്വബോധത്തോടെ സ്വന്തംനിലക്ക് സംസാരിക്കാനുള്ള കാലാവസ്ഥ സൃഷ്ടിക്കണം. ലിംഗവൈജാത്യത്തെ സമൂഹം പൂർണമായും മുൻവിധികൂടാതെയും ഉൾക്കൊള്ളുന്ന ഒരു അവസ്ഥ സംജാതമാകണം.

ഇറിഗാറെയുടെ പാഠങ്ങളിൽ ഒരുപാട് ബിംബങ്ങൾ കടന്നുവരുന്നുണ്ട്; ഒരുപാട് രൂപകങ്ങൾ പ്രത്യക്ഷപ്പെടുന്നുണ്ട്. ഇവയിൽ ഏറ്റവും ശ്രദ്ധേയമാണ് രണ്ടു ചുണ്ടുകൾ എന്ന ഇമേജ്. ഈ രണ്ട് അധരങ്ങൾ ഇ

തുമല്ല, അതുമല്ല അതു രണ്ടുമാണ്. ഒന്നിന്റെ 'വ്യക്തിത' എവിടെ അവസാനിക്കുന്നു? മറ്റേതിന്റെ 'വ്യക്തിത' എവിടെ തുടങ്ങുന്നു? അത് അവ്യക്തം. ഈ രണ്ട് അധരങ്ങളുടെ ബന്ധം സ്ത്രീയെ അവളുടെ സത്വവുമായി ഇണക്കിനിർത്തുന്നു (ചുണ്ടുകൾ സ്ത്രീയെ അവളുടെ സ്വത്വവുമായി കണ്ണികോർത്തു നിർത്തുന്നു. എന്താണ് സ്പർശിക്കുന്നത്, എന്തിനെയാണ് സ്പർശിക്കുന്നത് എന്ന് വകതിരിച്ചറിയാൻ സാധ്യതയില്ല). സ്ത്രീയുടെ തുഷ്ടികൾ, രസങ്ങൾ പ്രകാശിപ്പിക്കാൻപോന്ന ഒരു ഭാഷ സൃഷ്ടിക്കേണ്ട ആവശ്യവുമുണ്ടെന്ന് ഇറിഗാറെ പറയുന്നു. അവരുടെ വാദങ്ങളിൽ ചിലതിനെയെങ്കിലും, അവരുടെ പദാവലിയിൽ ചിലതിനെങ്കിലും ജൂലിയ ക്രിസ്റ്റേവയുടേതുപോലെ ഒരസ്പഷ്ടതയുണ്ട്; ദുർഗ്രഹതയുണ്ട്. പല ബിംബങ്ങളും ആശയസംവേദനത്തെ സഹായിക്കുന്നില്ല എന്ന പരാതി വെറുതെ തള്ളിക്കളയാനാവില്ല.

ഒരു മാതൃവംശാവലിക്കുവേണ്ടിയും ലൈംഗിക വ്യത്യാസത്തിന്റെ നീതിശാസ്ത്രത്തിനുവേണ്ടിയുമാണ് ലൂസ് ഇറിഗാറെ നിലകൊള്ളുന്നത്. തള്ളയോടുള്ള കടം പാശ്ചാത്യ സംസ്കാരം പുറത്തുപറയാതെ പൂഴ്ത്തിവച്ചിരിക്കയാണെന്ന് അവർ പറയുന്നു. മാതൃ–പുത്രീബന്ധത്തെ പ്രതീകവൽക്കരിക്കാൻ ആ സംസ്കാരം കൂട്ടാക്കുന്നില്ല. സ്ത്രീ ഇപ്പോൾ നിൽക്കുന്നത് സമൂഹം നിർമിച്ച പ്രതീകാത്മക വ്യവസ്ഥയുടെ അകത്തല്ല, പുറത്താണ് എന്ന് ലൂസ് ഇറിഗാറെ ചൂണ്ടിക്കാട്ടുന്നുണ്ട്. അവളുടെ സ്വത്വം തള്ള എന്ന സങ്കൽപ്പത്തിൽ പരിമിതപ്പെടുത്തുകയാണ്, പേട്രിയാർക്കൽ സമൂഹവും അതിന്റെ സംസ്കാരവും ചെയ്യുന്നത്. സ്ത്രീയുടെ വ്യക്തിത്വം അമ്മസങ്കൽപ്പത്തിൽനിന്ന് അടർത്തിമാറ്റിയേ മതിയാവൂ. താതവംശാവലിയോടൊപ്പം തലയുയർത്തിനിൽക്കുന്ന അമ്മവംശാവലി സൃഷ്ടിക്കപ്പെട്ടാലേ മോചനമുള്ളൂ. അപ്പോഴേ ഒരു നവ നൈതികത ചിട്ടപ്പെടുത്താൻ പറ്റുകയുള്ളൂ. തുല്യാവകാശങ്ങൾക്കുവേണ്ടിയുള്ള പോരാട്ടം സ്ത്രീമോചനത്തിന്റെ ഒരു ഘട്ടം മാത്രമാണെന്ന് ലൂസ് ഇറിഗാറെ ഓർമപ്പെടുത്തുന്നുണ്ട്, ആദ്യത്തെ സ്റ്റേജ് എന്ന് പറയാം. അവിടെനിന്ന് ബഹുദൂരം സഞ്ചരിക്കാനുണ്ട്. സമതയുടെ അടിസ്ഥാനത്തിലല്ല, വ്യക്തിത്വത്തിന്റെ അടിസ്ഥാനത്തിലാണ് സാമൂഹ്യാവകാശങ്ങൾക്കുവേണ്ടിയുള്ള നീക്കങ്ങൾ നടത്തേണ്ടതെന്ന് ലൂസ് കരുതുന്നു.

സ്ത്രീപക്ഷ സാംസ്കാരിക സിദ്ധാന്തവിചാരത്തിൽ ലൂസ് ഇറിഗാറെ അന്നുമിന്നും ഒരു വിവാദചിന്തകയായാണ് എണ്ണപ്പെടുന്നത്. പല ഉത്തരാധുനിക ഫെമിനിസ്റ്റുകൾക്കും അവരെ വലിയ പഥ്യമല്ല. ലൈംഗികവ്യത്യാസത്തെക്കുറിച്ച് അവരെഴുതിയതത്രയും ഫെമിനിസത്തിന്റെ അടിസ്ഥാനപരമായ പ്രശ്നങ്ങളെ അഭിസംബോധന ചെയ്യുന്നുണ്ട്. എന്നിട്ടും അവരെടുത്ത ചില സൈദ്ധാന്തിക നിലപാടുകളെയും പിൽക്കാല ഫെമിനിസ്റ്റുകൾ നിർദാക്ഷിണ്യം വിമർശിക്കുകയുണ്ടായി. സൈക്കോ അനലെറ്റിക്കൽ ഫെമിനിസ്റ്റ് വിചാരം കൊണ്ടുനടന്ന phallo - centric (ലിംഗകേന്ദ്രിത) സമീപനത്തെ ലൂസ് ഇറിഗാറെ എതിർത്തതും ശത്രു

ക്കളെ സൃഷ്ടിച്ചു. വാസ്തവത്തിൽ ലക്കാനോടും ഫ്രോയ്ഡിനോടും ദെറിദയോടും ഈ സൈദ്ധാന്തിക പലതലങ്ങളിൽ കടപ്പെട്ടിരിക്കുന്നു. അവരുടെ അപഗ്രഥനോപകരണങ്ങൾ ലൂസ് ഇറിഗാറെ ചതുരതയോടെ പ്രയോജനപ്പെടുത്തുന്നുമുണ്ട്. അധികാരം, മാറ്റം എന്നിവയുടെ വിശകലനത്തിൽ ലൂസ് ഇറിഗാറെക്ക് തെല്ലു പിഴച്ചുവെന്ന വിമർശനത്തിൽ കഴമ്പുണ്ട്. മാർക്സിയൻ അനാലിസിസിന്റെ മാർഗങ്ങൾ അവർ സ്വീകരിച്ചിരുന്നുവെങ്കിൽ ഈ പിഴവുകൾ സംഭവിക്കുകയില്ലായിരുന്നു, തീർച്ച.

ലൈംഗിക വ്യത്യസ്തതയെ സംബന്ധിച്ചുള്ള ലൂസിന്റെ സിദ്ധാന്തമാണല്ലോ ഏറെ വിവാദങ്ങൾക്ക് വഴിവച്ചത്. അവരുടെ എഴുത്ത് visionary -സാങ്കൽപ്പികം/ മായാമയം - ആണെന്നും സന്ദിഗ്ധാർഥം-ആണെന്നും ആശയസ്പഷ്ടത കഷ്ടിയാണെന്നും പരാതിയുണ്ട്. ഒരുതരം ഉട്ടോപ്യനിസത്തിലേക്കും അപ്രായോഗിക ദർശനത്തിലേക്കും ഈ എഴുത്തുകാരി നമ്മെ കൊണ്ടുപോകാൻ ശ്രമിക്കുന്നു എന്ന ആക്ഷേപവും പൊന്തി. മാറ്റത്തിനുവേണ്ടിയുള്ള ലൂസ് ഇറിഗാറെയുടെ പരിപാടിയിൽ സാമൂഹ്യവും രാഷ്ട്രീയവുമായ സംഗതികളെ പരിഗണിക്കുന്നില്ലെന്നതും ഒരു കുറവായി എടുത്തുകാട്ടാം. അടുത്തകാലത്ത് ചില പ്രമുഖ ഫെമിനിസ്റ്റ് എഴുത്തുകാർ - റോസ്ബ്രാൻഡോൾ, ഗ്രോസ്, വൈറ്റ്ഫീൽഡ് എന്നിവർ -ലൂസ് ഇറിഗാറെയുടെ നിലപാടുകളെ ശക്തമായി പിൻതാങ്ങാൻ തയാറായിട്ടുണ്ട്. ഉത്തരാധുനിക സന്ദർഭത്തിൽ ലൈംഗികവ്യത്യസ്തതയിൽ ഊന്നുന്ന ഒരു സ്ത്രീപക്ഷചിന്ത സൈദ്ധാന്തികമായും രാഷ്ട്രീയമായും അത്യാവശ്യമാണെന്ന് അവർ വാദിക്കുന്നു. അങ്ങനെ എഴുപത്തെട്ടാം വയസിൽ നമ്മുടെ കഥാനായികക്ക് പിൻബലം വർധിക്കുകയാണ്.

മെഡൂസ ചിരിക്കുമ്പോൾ

ആരാണീ മെഡൂസ? ഗ്രീക്ക് പഴംപുരാണങ്ങളിൽ ഈ തരുണീമണിയെക്കുറിച്ച് രണ്ടു മിത്തുകൾ പ്രചരിക്കുന്നു. ഒന്ന് ഒറിജിനൽ, ഏറെ പഴകിയത്. ഇതിൻപ്രകാരം മെഡൂസ ആരും കൊതിക്കുന്ന പെണ്ണായിരുന്നു. വേലിചാട്ടത്തിന് പേരുകേട്ട പല യവനദേവന്മാരും കമനീയ കായകാന്തി കലരുന്ന ഈ പല്ലവാംഗിയെ കലശലായി കാമിച്ചു. അവരിൽ ച്ചിലർ അവസരം കിട്ടിയപ്പോൾ അവളെ ബലാൽക്കാരമായി പ്രാപിക്കുകയുംചെയ്തു. ഏതായാലും ലൈംഗികപീഡനം ഹേതുവായി പെണ്ണ് സിദ്ധികൂടി. അവളുടെ ജഡത്തിൽനിന്ന് ഒരു പറക്കുംകുതിര പൊന്തിവന്നു: അതാണ് പെഗാസസ്: നമ്മുടെ ഉച്ചൈശ്രവസിന്റെ ഗ്രീക്ക് പതിപ്പ്. മെഡൂസയുടെ ശരീരത്തിൽനിന്ന് അശ്വത്തോടൊപ്പം സൗന്ദര്യവും പിറന്നു എന്നാണ് യവന സങ്കൽപ്പം. മെഡൂസയെക്കുറിച്ചുള്ള രണ്ടാമത്തെ കെട്ടുകഥയ്ക്കത്രെ കൂടുതൽ പ്രസിദ്ധിയും പ്രചാരവും. ദൈവങ്ങളുടെ കൊള്ളരുതായ്മയും തോന്ന്യാസവും മറച്ചുപിടിക്കാനാവാം ഈ രണ്ടാം മിത്ത് നിർമിക്കപ്പെട്ടത്. അതിൽ മെഡൂസ ഒരു വിഷകന്യകയാണ്; പൈശാചിനിയാണ്; മൂന്ന് ഗോർഗൻ സഹോദരിമാരിൽ ഇളയവളാണ്. സ്വർണച്ചിതമ്പലുകൊണ്ട് പൊതിഞ്ഞ ശരീരം, ലാവണ്യം വഴിയുന്ന സ്മേരവദനം, അതിനെ ചന്ദ്രനെ മേഘപാളികളെന്നോണം പാതിമറയ്ക്കുന്ന കറുത്തിരുണ്ട ചുരുൾമുടിച്ചാർത്ത്. ഈ ചുരുൾമുടിയിഴകൾ സർപ്പങ്ങളാണ്. അവളുടെ മുഖത്തൊന്നു നോക്കുകയേ വേണ്ടൂ, വായനോക്കി കല്ലായി മാറാൻ. ആഴികൾക്കപ്പുറത്ത് ഏതോ തമോഗർത്തത്തിലാണ് മെഡൂസയും രണ്ടു ചേച്ചിമാരും കൊത്തങ്കല്ലാടിയും പരസ്പരം പേൻ നോക്കിയും കാലംകഴിച്ചത്. അപ്പോഴൊരുനാൾ പെഴ്സ്യൂസ് എന്നൊരു രാജകുമാരൻ ഹെർമിസ്, അഥീന എന്നീ ദേവതകളുടെ ഒത്താശയോടെ

മെഡൂസയുടെ തലയറുത്ത് സഞ്ചിയിലിട്ട് കെട്ടി നാട്ടിലേക്ക് കൊണ്ടു പോയി. ആ തല പൊക്കിപ്പിടിച്ച് പെഴ്സ്യൂസ് അയാളുടെ സമസ്ത ശത്രുക്കളെയും കൽപ്രതിമകളാക്കി. ഒടുവിൽ മെഡൂസയുടെ ശിരസ്സ് അയാൾ അഥീന എന്ന ദേവതക്ക് ദാനം നൽകി. അഥീനയാകട്ടെ അത് തന്റെ പരിചയിൽ പതിച്ചുവച്ചു.

മെഡൂസപുരാണം ഇത്രക്ക് വിസ്തരിക്കേണ്ടി വന്നത് ഹെലൻസിക്സൂസ് (Helene sixous) എന്ന ഫ്രഞ്ച് പോസ്റ്റ് സ്ട്രക്ചറൽ ഫെമിനിസ്റ്റ് എഴുതിയ *The Laugh of the Medusa* എന്ന ഉഗ്രൻ പ്രബന്ധത്തെക്കുറിച്ച് അൽപ്പം പറയാനുള്ളതുകൊണ്ടാണ്. 1976 ൽ പുറത്തുവന്ന ഈ പാഠം പെണ്ണെഴുത്തിന്റെ ഒരു വിജ്ഞാപനം – മാനിഫെസ്റ്റോ – ആണെന്ന് പൊതുവെ അംഗീകരിക്കപ്പെട്ടിട്ടുണ്ട്. പെണ്ണെഴുത്തുകാർ രചനകളിൽ അവരുടെ 'ശരീരം' (body) കൂടി എഴുതിച്ചേർക്കണമെന്ന ആഹ്വാനം 'മെഡൂസയുടെ ചിരി'യിൽ മുഴങ്ങുന്നു. സ്വന്തം ശരീരത്തെക്കുറിച്ച് സംസാരിക്കാനുള്ള അവകാശപ്പോരാട്ടത്തിൽനിന്ന് വെർജീനിയ വുൾഫ് പതുക്കെ പിൻവാങ്ങുകയാണുണ്ടായത്. ആ സമരം ഹെലൻ സിക്സൂസ് ആത്മവിശ്വാസത്തോടെ ഏറ്റെടുക്കുന്നു. സ്ത്രീ അബോധം – എന്നതിനെപ്പറ്റി അവർ ആവേശപൂർവമാണ് സംസാരിക്കുന്നത്. നിങ്ങൾ സ്വയം എഴുതുക. നിങ്ങളുടെ ശരീരം ശ്രവിക്കപ്പെടട്ടെ. എങ്കിൽ മാത്രമേ അബോധത്തിന്റെ അളവറ്റ വിഭവങ്ങൾ പുറത്തുചാടുകയുള്ളൂ. സ്ത്രൈണ ഭാവനയെന്നത് രമണീയമാണ്, അപാരമാണ് എന്ന് സിക്സൂസ് സിദ്ധാന്തിക്കുന്നു. തികച്ചും വിരോചിതയായ ഒരെഴുത്തുകാരി 'A liberated woman writer' ഇങ്ങനെ പറയും: I overflow (ഞാൻ കവിഞ്ഞൊഴുകുന്നു).

എഴുപത്തിമൂന്നുകൊല്ലംമുമ്പ് അന്ന് ഒരു ഫ്രഞ്ച് കോളനിയായിരുന്ന അൾജീരിയയിലെ ഒറാൻ പ്രദേശത്താണ് ഒരു ജൂതകുടുംബത്തിൽ ഹെലൻ സിക്സൂസ് പിറന്നത്. ഇംഗ്ലീഷ് ഭാഷയിലും സാഹിത്യത്തിലും കമ്പംകയറി അതിൽ ഡോക്ടറേറ്റ് സമ്പാദിച്ചു. 1968 ൽ ഹെലൻ പ്രസിദ്ധീകരിച്ച *The Exile of James Joyce or the Art of Displacement* എന്ന പഠനം വ്യാപകമായി ശ്രദ്ധിക്കപ്പെട്ടു. അടുത്തവർഷം അവർ മോശമല്ലാത്ത ഒരു നോവലുമെഴുതി. Dedans (Inside എന്ന് ആംഗലം). യൂണിവേഴ്സിറ്റി ഓഫ് പാരീസ് VIIIൽ പ്രൊഫസറായിച്ചേർന്നപ്പോൾ ഹെലൻ അവിടെ ഒരു സ്ത്രീപഠനവിഭാഗം ആരംഭിച്ചു. തുടർന്ന് അവർ ധാരാളമെഴുതി: കവിതകൾ, നാടകങ്ങൾ, നിരൂപണോപന്യാസങ്ങൾ. ജേക്സ് ദെരിദ – അപനിർമാണസിദ്ധാന്തത്തിന്റെ പെരുന്തച്ചനായ ദെരിദയും ഒരു അൾജീരിയൻ ജൂതനായിരുന്നു– അവരുടെ ചിന്താപദ്ധതിയെ, എഴുത്തിനെ കാര്യമായി സ്വാധീനിക്കുകയുണ്ടായി. അവർ രണ്ടുപേരും കൂട്ടായി രചിച്ച പുസ്തകമാണ് *Voiles*. അതിപ്രശംസയാണ് ദെരിദ അവരിൽ പലപ്പോഴും ചൊരിഞ്ഞത്. തന്റെ ഭാഷയിൽ അതായത് ഫ്രഞ്ചിൽ എഴുതുന്ന ഏറ്റവും വലിയ എഴുത്തുകാരിയാണ് ഹെലൻ സിക്സൂസ്

എന്ന് പറയാൻ അദ്ദേഹം ഒട്ടും ശങ്കിച്ചില്ല. അതേ അളവിൽത്തന്നെ ദെരിദയോടുള്ള ഭക്ത്യാദരം പ്രകാശിപ്പിക്കാൻ ഹെലൻ സിക്സൂസും അമാന്തിച്ചില്ല. അവർ നല്ലൊരു പുസ്തകമെഴുതി: *Jaques Derrida as a young Jewish Saint*.

ഘടനാനന്തര ഫെമിനിസ്റ്റ് വിചാരത്തിന്റെ മൂന്ന് ഗോപുരങ്ങളായി എണ്ണപ്പെടുന്നത് ജൂലിയ ക്രിസ്റ്റേവയും ലൂസ് ഇറിഗാറെയും ഹെലൻ സിക്സൂസുമത്രെ. പക്ഷേ, ഇവർക്ക് തമ്മിൽ സാമ്യതകളേക്കാളേറെ വൈജാത്യങ്ങളാണ് തെളിഞ്ഞുകാണുന്നത്. മൂന്നുപേർക്കും അവരുടേതായ വീക്ഷണവിശേഷതകളുണ്ട്. 1970കളിൽ ലൈംഗികതയും ഭാഷയും തമ്മിലുള്ള വേഴ്ചകളെക്കുറിച്ച് അന്വേഷിച്ചു തുടങ്ങിയ ഹെലൻ സിക്സൂസ് എങ്ങനെ നാം സമൂഹത്തോട് സംവദിക്കുന്നു എന്നതിനോട് നമ്മുടെ ലൈംഗികത ഇഴചേർന്നുകിടക്കുന്നുവെന്ന് വിശ്വസിക്കുന്നു. ഈ വിശ്വാസം മറ്റു രണ്ടുപേരും – ജൂലിയ ക്രിസ്റ്റേവയും ലൂസ് ഇറിഗാറെയും –പങ്കിടുന്നുണ്ട്.

എഴുതുന്നയാളുടെ ലിംഗത്തിൽ അല്ല, എഴുതിയ പാഠത്തിന്റെ പ്രഭാവത്തിലാണ് ഊന്നൽ വീഴേണ്ടത് എന്ന് സിക്സൂസ് വാദിച്ചു. ക്രിസ്റ്റേവയും ഇറിഗാറെയും ഈ വാദത്തെ അനുകൂലിക്കുന്നതായി തോന്നിയിട്ടില്ല. ആ പ്രഭാവമാണ് സ്ത്രൈണം. 'പെൺ' എന്നതിനല്ല 'പെൺപരം' എന്നതിനത്രെ പ്രാധാന്യം. ഈ നിലപാടിൽനിന്നുകൊണ്ടാണ് L'criture feminine – പെണ്ണെഴുത്ത്/പെൺവിമർശം – എന്ന ആശയത്തിന് സിക്സൂസ് കട്ടിയായ അടിവരയിട്ടത്. പ്രസ്തുത പരിപ്രേക്ഷ്യം ഫ്രഞ്ച് ഫെമിനിസ്റ്റ് വിമർശനരീതിയെ ആംഗ്ലോ– അമേരിക്കൻ സ്ത്രീ നിരൂപണ സമ്പ്രദായത്തിൽനിന്ന് വേർതിരിക്കുന്നു. ഒരേ പ്രസ്ഥാനത്തിൽത്തന്നെ രണ്ടു വിചാരപദ്ധതികൾ ഉത്സാഹപൂർവം മത്സരിക്കുന്നു എന്നുവച്ച് ഇവക്ക് ദേശീയ സ്വഭാവങ്ങൾ ആരോപിക്കുന്നത് അത്ര ശരിയല്ല. ആംഗ്ലോ – അമേരിക്കൻ ഫെമിനിസ്റ്റുകളിൽ ചിലരെങ്കിലും സിക്സൂസിനെയും ക്രിസ്റ്റേവയേയും മാതൃകയാക്കിയവരാണ്. അതുപോലെ ഫ്രഞ്ച് ഫെമിനിസ്റ്റുകളിൽ ഒരു ന്യൂനപക്ഷം ഇംഗ്ലീഷ് – അമേരിക്കൻ സ്ത്രീവിചാരണ ചില നീക്കുപോക്കുകളോടെ സ്വീകരിക്കുകയും ചെയ്യുന്നു. ഈ രണ്ടു സ്കൂളുകളും (വിചാരധാരകളും) ഒരു സ്ത്രൈണലാവണ്യ ദർശനത്തെ ഉയർത്തിക്കാട്ടുന്നുമുണ്ട്.

ഫ്രഞ്ച് ഫെമിനിസ്റ്റ് വിമർശനപദ്ധതിക്ക് ദേശീയമായ വരമ്പുകളില്ലെന്ന് സൂചിപ്പിച്ചുവല്ലോ. സിമൻ ദെ ബൊവെ പെണ്ണിനെ കാണുന്നത് ആണിന്റെ 'other' – മറ്റേത് – ആയിട്ടാണ്, ഒരു ദ്വിമുഖ പ്രതികൂലത– ആൺ/പെൺ വിഭജനം പ്രദാനം ചെയ്യുന്നുണ്ട്. Binary opposition: Sun/Moon, culture/nature, Day/Night, father/mother Man/woman, Head/heart Form/Matter, convex/concave

ഈ ബൈനറി ഓപ്പസിഷന് ഹെലൻ സിക്സൂസിന്റെ സൈദ്ധാന്തിക വിശകലനങ്ങളിൽ വലിയ പ്രാധാന്യം കൈവരുന്നുണ്ട്. ഇത്

ലൈംഗിക വ്യത്യസ്തതയെ പൊക്കിപ്പിടിക്കുന്നു. സാമൂഹ്യവും സാംസ്കാരികവും, സാംസ്കാരികവും രാഷ്ട്രീയവും ആയ തലങ്ങളിലൊക്കെ ഈ 'ലൈംഗിക വ്യത്യസ്തത' ഒരു ചൂഷണോപകരണമായി, അടിച്ചമർത്തലിന്റെ ചാട്ടവാറായി ഉപയോഗപ്പെടുന്നു. പുരുഷാധീശത പ്രബലമായി വർത്തിക്കുന്നതുകൊണ്ട് ആൺനിർമിതമായ ഒരുപാട് മുദ്രാഫലകങ്ങൾ, സ്ഥിരരൂപങ്ങൾ ലൈംഗിക വ്യത്യാസത്തിന്റെ മേഖലയിൽ പ്രത്യക്ഷപ്പെടുന്നുണ്ട്. ഇവിടെ തകർക്കുക, ധ്വംസിക്കുക എന്നതാണ് തങ്ങളുടെ മുഖ്യനിയോഗമെന്ന് ഹെലൻ സിക്സൂസും അവരെപ്പോലുള്ള പോസ്റ്റ് സ്ട്രക്ചറലിസ്റ്റ് ഫെമിനിസ്റ്റുകളും തിരിച്ചറിയുന്നു. ദെരിദ സംവിധാനം ചെയ്ത *അപനിർമാണം* സിക്സൂസിന് വളരെ പ്രയോജനപ്പെടുന്നുണ്ട്. 'സ്റ്റീരിയോ ടൈപ്പുക'ളെ അട്ടിമറിക്കാൻ പ്രയോജനപ്പെടുത്തേണ്ടത് ഭാഷയെ ആണ് എന്ന് സിക്സൂസ് നിരീക്ഷിക്കുന്നു. നേരത്തെ പറഞ്ഞ 'സ്ഥിരരൂപങ്ങളു'ടെ സൃഷ്ടി നടക്കുന്നത് ഭാഷയിലൂടെയാണ്. ആയതിനാൽ അവയുടെ ധ്വംസനവും ഭാഷയിൽക്കൂടി മാത്രമേ സാധ്യമാവൂ. ഭാഷ മുഖ്യമായ സംവാദമാണ് 'highly significant discourse.' സവിശേഷമായ ഒരു – പെൺപേച്ച് – ചിട്ടപ്പെടുത്തുന്നതിന്റെ ആവശ്യം ഹെലൻ സിക്സൂസ് എടുത്തു പറയുന്നു.

ഫ്രഞ്ച് ഫെമിനിസത്തെ നിരവധി വിതാനങ്ങളിൽ സ്വാധീനിച്ചത് മനോവിശ്ലേഷണ ശാസ്ത്രമാണ്. ഫ്രോയ്ഡിയൻ അപഗ്രഥന മാതൃകകൾക്ക് ജേക്സ് ലക്കാൻ കൊണ്ടുവന്ന പരിഷ്കാരങ്ങളുണ്ടല്ലോ, അവയാണ് ഫ്രഞ്ച് ഫെമിനിസ്റ്റ് സൈദ്ധാന്തികർക്ക് കൂടുതൽ രോചകവും ആകർഷകവുമായി തോന്നിയത്. ലക്കാൻ വരുന്നതിന് മുമ്പ് ഫ്രോയിഡിന്റെ പല നിരീക്ഷണങ്ങളെയും നിഗമനങ്ങളെയും പുരുഷപക്ഷപാതപരമെന്ന് പല പെണ്ണെഴുത്തുകാരും പരിഹസിച്ചിരുന്നു. ഈ ഓസ്ട്രിയൻ മനഃശാസ്ത്രവിശാരദന്റെ Penis-envy സിദ്ധാന്തവും (വൃഷണ ഛേദന വ്യാകുലത) ഫെമിനിസ്റ്റുകൾ വായിച്ചത് രോഷപൂർവമാണ്. Penis-envy എന്നത് (തനിക്ക് ലിംഗമില്ലല്ലോ എന്ന സങ്കടവും തന്മൂലം പുരുഷനോട് തോന്നുന്ന അസൂയയും – സ്ത്രീയിൽ പ്രവർത്തിക്കുന്ന ഒരു വികാരമാണെന്നും അതാണ് Castration complex (വൃഷണഛേദം) എന്നതിലേക്ക് നയിക്കുന്നതെന്നുമാണ് ഫ്രോയ്ഡ് പറഞ്ഞത്. ഫ്രോയ്ഡിന്റെ സിദ്ധാന്തങ്ങളെ Phallo-centric - ലിംഗകേന്ദ്രിതം– എന്ന് കൃത്യമായി അടയാളപ്പെടുത്തിയതും വിമർശിച്ചതും ഒരു സ്ത്രീയല്ല, ഒരു ആൺ പിറന്നവനായിരുന്നു: ഏണസ്റ്റ് ജോൺസ് (Ernest Jones). ഏതായാലും ആ രസികൻ പ്രയോഗം ഫെമിനിസ്റ്റുകൾ പിടിച്ചെടുക്കുകയും വിപുലമായി ഉപയോഗിക്കുകയുംചെയ്തു. പിൽക്കാലത്ത് ചില ഫെമിനിസ്റ്റുകൾ ഫ്രോയിഡിന് മാപ്പ് നൽകുകയുണ്ടായി. *Psychoanalysis and feminism* എന്ന് പുസ്തകത്തിൽ ജൂലിയറ്റ് മിച്ചൽ ചെയ്തത് അതാണ്. ഫ്രോയിഡിന്റെ മനോവിശ്ലേഷണം ഒരു താതാധിപത്യസമൂഹത്തിനു വേണ്ടിയുള്ള ശുപാർശയല്ല; അത്തരമൊരു സമൂഹത്തിന്റെ

അപഗ്രഥനം മാത്രമാണ് എന്ന് ഈ എഴുത്തുകാരി പറയുന്നു. ഫ്രോയ്ഡ്, ഒരു social reality യുടെ, സാമൂഹ്യയാഥാർഥ്യത്തിന്റെ - (മാനസിക പ്രതിനിധാനം) ആണ് വിവരിക്കുന്നതെന്നും ജൂലിയറ്റ് മിച്ചൽ കൂട്ടിച്ചേർത്തു. മനോവിശ്ലേഷണരീതിയെ ഫെമിനിസ്റ്റ് വിചാരവുമായി അടുപ്പിക്കാൻ അവരുടെ പുസ്തകം സഹായകമായി. ഈ സന്ദർഭത്തിൽ സ്മരിക്കേണ്ട രണ്ട് ഗ്രന്ഥങ്ങൾ കൂടിയുണ്ട്. ക്യാതറിൻ റോസ് എഴുതിയ *sexuality is the field of vision*, ഷോഷാനാ ഫെൽമ്യാൻ രചിച്ച *literature and Psycho analysis*. ഹെലൻ സിക്സൂസും ഫ്രോയ്ഡിന്റെ നിരീക്ഷണങ്ങളോട് ഉദാരമായും വസ്തുനിഷ്ഠമായും പ്രതികരിക്കാനാണ് തയാറായത്.

പൊതുവിൽ ഫെമിനിസ്റ്റുകൾ ഫ്രോയ്ഡിന്റെ സ്ത്രീകൽപ്പനകളോട് ക്രുദ്ധമായി കലഹിക്കുന്നവരാണ്: സ്ത്രീയെ 'passive (അപ്രവർത്തക/മന്ദശീല), narcissistic (സ്വയാനുരക്ത), masochistic (സ്വയംപീഡനോത്സുക), Penis-envying (ലിംഗാസൂയാലു) എന്നീ അവസ്ഥകളിൽ അവതരിപ്പിക്കുന്ന ഏർപ്പാടിനോട് പ്രത്യേകിച്ചും. പക്ഷേ, ചില സൈക്കോ അനലറ്റിക് ഫ്രഞ്ച് ഫെമിനിസ്റ്റുകൾ പറയുന്നത് 'Penis' (ലിംഗം) എന്നത് ഒരു ജീവശാസ്ത്ര സങ്കൽപ്പമല്ല ഒരു പ്രതീകാത്മക സങ്കൽപ്പമാണ് എന്നത്രെ. 'ധ്വജ'ത്തിനാവട്ടെ അധികാരം/ശക്തി/അധീശത്വം എന്നൊരു അർഥവുമുണ്ട് എന്ന് ഇക്കൂട്ടർ ചൂണ്ടിക്കാട്ടുന്നു. ആ അർഥത്തിലാണ് ഈ വിവാദമായ വാക്ക് നരവംശശാസ്ത്രത്തിലും മറ്റും പ്രത്യക്ഷപ്പെടുന്നത്.

ഇത്രയൊക്കെപ്പറഞ്ഞത് ആശയശാസ്ത്രപരമായ കാടുകയറ്റം മൂലം പലപ്പോഴും അസ്പഷ്ടമായി ദുർഗ്രഹമായി അനുഭവപ്പെടുന്ന ഫ്രഞ്ച് ഫെമിനിസ്റ്റ് വിചാരത്തെ ആവുംമട്ട് ലഘൂകരിക്കാൻവേണ്ടിയാണ്. ഹെലൻ സിക്സൂസും ജൂലിയക്രിസ്റ്റേവയും ലൂസ് ഇറിഗാറെയുമൊന്നും പളുങ്ക്പിഞ്ഞാണത്തിൽ വിളമ്പിയ പാൽപ്പായസമല്ലല്ലോ. സ്ത്രീ ലൈംഗികത എന്നത് ഒരന്തർധാരയാണെന്ന് ഘടനാനന്തര ഫ്രഞ്ച് ഫെമിനിസ്റ്റുകൾ വാദിക്കുന്നു. അത് ഒരജ്ഞാതസത്തയാകുന്നു. അത് സ്വയം പ്രകാശിക്കുന്നത്, ആവിഷ്കരിക്കുന്നത് സാഹിത്യരചനയിൽക്കൂടിയാണ്. ഹെലൻ സിക്സൂസ് വാചാലയാകുന്നത് ഇതേക്കുറിച്ച് ഉപന്യസിക്കുമ്പോഴാണ്. സ്ത്രീത്വത്തിന്റെ കൃത്യമായ അസന്ദിഗ്ധമായ ആവിഷ്കാരം എഴുത്തിൽ സംഭവിക്കണമെന്ന് ഹെലൻ ശഠിക്കുന്നുണ്ട്. ഇതിനെയാണ് അവർ പെണ്ണെഴുത്ത് എന്ന് വിളിക്കുന്നത്. ലിംഗാധീശപാരമ്പര്യം പെണ്ണിന്റെ ശബ്ദത്തെ അടിച്ചമർത്തുകയാണ്, മിക്ക സന്ദർഭങ്ങളിലും. പുരുഷാധിപത്യത്തിന്റെ ഗുണവിചാരണകളിൽനിന്ന് സ്ത്രീ സ്വയം മോചിപ്പിക്കണം; സ്വന്തം അവയവങ്ങളെ, സ്വന്തം സ്വത്തുക്കളെ, സ്വന്തം ബോധ്യങ്ങളെ അവൾ തിരിച്ചുപിടിക്കണം. എല്ലാ പൂട്ടുകളും പൊട്ടിക്കണം, എല്ലാ സീലുകളും തകർക്കണം. ഇതാണ് ഹെലൻ സിക്സൂസ് ഉദ്ബോധിപ്പിക്കുന്നത്. പെണ്ണ് തോട്ടിലേക്ക് വലിച്ചെറിയേണ്ട ഒരു മാറാ

പ്പുണ്ട്: അവളുടെ അനാവശ്യമായ, ആരോ തോളിൽ കയറ്റിയ, കുറ്റ ബോധം: നൈസർഗികമായ ആസക്തികളെക്കുറിച്ച്, വികാരപരമായ വിശപ്പുകളെക്കുറിച്ച് അവൾ വെച്ചുപുലർത്തുന്ന അപരാധബോധം. സിദ്ധാന്തവൽക്കരണത്തെ നിരാകരിക്കുക എന്നതാണ് സിക്സൂസിന്റെ സിദ്ധാന്തം. പുരുഷാധിപത്യത്തിന്റെ, ധ്വജാധീശത്വത്തിന്റെ സകല സംവാദത്തെയും പെണ്ണെഴുത്ത് മറികടക്കണമെന്ന് അവർ ആവർത്തിച്ചു പറയുന്നു. അത് - പെണ്ണെഴുത്ത് - പുരുഷപ്രതീകങ്ങളെക്കൊണ്ടു നിറഞ്ഞ സാമ്പ്രദായിക ആഖ്യാനഭാഷയെ അട്ടിമറിക്കണം. പെണ്ണിന് പുതുതായ തിരിച്ചറിയൽ, അടയാളങ്ങൾ സൃഷ്ടിക്കണം. എങ്കിൽ മാത്രമേ പുതിയ സാമൂഹ്യസ്ഥാപനങ്ങൾ ഉണ്ടാവൂ. സിക്സൂസിന്റെ ആശയവിചാരണയിൽ ചില വൈരുധ്യങ്ങൾ നമുക്ക് കാണാം. ചിലേടത്ത് ജീവശാസ്ത്രപരമായ സ്ത്രീ സങ്കൽപ്പത്തെ അവർ തള്ളിപ്പറയുന്നു; മറ്റു ചില അവസരങ്ങളിൽ അതിനെ അംഗീകരിച്ചു സംസാരിക്കുകയും ചെയ്യുന്നു. ആൺ - പെൺ ദ്വന്ദ്വത്തെ സിക്സൂസ് തിരസ്കരിക്കുന്നു, ചില സംവാദഘട്ടങ്ങളിൽ മറ്റു ചിലപ്പോൾ ഈ ദ്വന്ദ്വത്തെ അവർ ഒരു ആശയ പീഠികയായി കണക്കാക്കുകയും ചെയ്യുന്നു. ഈ വൈരുധ്യം- ഫ്രഞ്ച് ഫെമിനിസ്റ്റുകൾക്ക് പൊതുവാണ്.

വെർജീനിയ വൂൾഫ് ഒരു 'neutral bi sexuality' യെക്കുറിച്ച് - അല്ലമോ ക്ഷാരമോ അല്ലാത്ത ഒരു ദ്വിഗുണ ലൈംഗികതയെക്കുറിച്ച് - പ്രസ്താവിക്കുകയുണ്ടായി. ഹെലൻ സിക്സൂസ് ഇതിനെ എതിർക്കുന്നു. പകരം അവർ അവതരിപ്പിക്കുന്നത് The other bi sexuality' (അപര ദ്വിഗുണ ലൈംഗികത) എന്ന ആശയമാണ്. ലൈംഗിക വ്യത്യാസത്തെ മൂടിവെക്കുകയല്ല, ഉത്തേജിപ്പിക്കുകയാണ് വേണ്ടത് എന്ന് അവർ വാദിച്ചു. പെൺ ലൈംഗികത പല നാവുകളിൽ സംസാരിക്കുന്ന ഒന്നാണെന്നും സിക്സൂസ് സമർഥിച്ചു.

സ്ത്രീകൾ അവരുടേതായ ഒരു ശബ്ദകോശം/പദാവലി സമ്പാദിക്കുക എന്ന ചുമതല ഏറ്റെടുക്കണമെന്നാണ് ഹെലൻ സിക്സൂസ് ആഹ്വാനം ചെയ്തത്. അവർ സ്വന്തമായ ശബ്ദം വീണ്ടെടുക്കണം. ആ ശബ്ദത്തിൽ ഉറക്കെ സംസാരിക്കുകയും വേണം. എങ്കിലേ സാഹിത്യത്തിൽ അവർക്ക് പ്രധാന വേഷങ്ങൾ ആടാൻകഴിയൂ. സ്ത്രീയുടെ ഒച്ച കേൾക്കപ്പെടണമെങ്കിൽ, അവളുടെ കഥ വായിക്കപ്പെടണമെങ്കിൽ അവൾ തന്നെ എഴുതണം ("If womens voices and stories are to be heard, women must write themselves").

ഘടനയെ, സാമ്പ്രദായിക രചനാ സമ്പ്രദായത്തെ നിഷേധിച്ചുകൊണ്ടാണ് സിക്സൂസ് എഴുതിയത്. അത് പ്രതിഷേധത്തിന്റെ, പ്രതിരോധത്തിന്റെ, ധിക്കാരത്തിന്റെ പ്രഖ്യാപനമായിരുന്നു. ധ്വജകേന്ദ്രിത ഭാഷയുടെ അപര്യാപ്തത തുറന്നുകാട്ടുക എന്ന ലക്ഷ്യം അവർക്കുണ്ടായിരുന്നു. നിലവിലുള്ള ആഖ്യാനഭാഷയുടെ, സംവാദരീതിയുടെ പുതലിപ്പ് തുറന്നുകാട്ടിയാൽ മാത്രമേ ഒരു പുതിയ പെണ്ണെഴുത്തിന് വഴിതുറക്കാൻ

സാധിക്കൂ എന്ന് സിക്സൂസ് വിശ്വസിച്ചു. സ്ത്രീ രചനാരീതിയെ നിർവചിക്കുക അസാധ്യമാണ് എന്ന് അവർ നിരീക്ഷിക്കുന്നു. പക്ഷേ അത് അതിശക്തമാണ്. അതിന് വാക്യവിന്യാസക്രമത്തെ (syntax) തകർക്കാൻ ശേഷിയുണ്ട്.

സ്ത്രീ ശരീരം മുഖ്യമാണെന്ന ഹെലൻ സിക്സൂസിന്റെ പ്രസ്താവത്തിന് അർഥതലങ്ങൾ അനവധിയാണ്. "woman without a body, dumb, blind, can't possibly be a good fighter. She is reduced to being the servant of the militant male, his shadow. We must kill the false woman who is preventing the live one from breething (ശരീരമില്ലാത്ത പെണ്ണ് മൂകയാണ്, അന്ധയാണ്, അവൾക്ക് ഒരു പോരാളിയാവാൻ കഴിയില്ല. അവൾ ആക്രമണോത്സുകനായ ആണിന്റെ ദാസിയാവുന്നു, നിഴലാവുന്നു. ജീവനുള്ള പെണ്ണിനെ ശ്വസിക്കാൻ അനുവദിക്കാത്ത ഈ വ്യാജ വനിതയെ കൊല്ലുകതന്നെ വേണം).

പെണ്ണിന്റേതായ ഒരു പുതിയ ചരിത്രം എഴുതപ്പെടുമെന്ന കാര്യത്തിൽ ഈ സൈദ്ധാന്തികതയ്ക്ക് ഒട്ടും സംശയമുണ്ടായില്ല. അത് ഒരു സ്വപ്നമല്ലെന്ന് അവർ പറഞ്ഞു. അത് സംഭവിക്കും. അത് പല പുരുഷ സങ്കൽപ്പങ്ങളെയും കടപുഴക്കും; പുരുഷന്റെ വശീകരണ യന്ത്രത്തെ (enticement machine) നശിപ്പിക്കും.

ഹെലൻ സിക്സൂസിന്റെ എഴുത്തിന് ദാർശനികവും കാവ്യാത്മകവുമായ ആകാശങ്ങളുണ്ട്. അവർ പല മട്ടിൽ പറഞ്ഞത് ഒരു പുതിയ സ്ത്രീ ഭാഷയുടെ അപാരമായ സർഗസാധ്യതകളെക്കുറിച്ചാണ്. ആ ഭാഷ പെണ്ണിന്റെ മോചനമാണ്: ധ്വജകേന്ദ്രിതമായ എല്ലാ സങ്കൽപ്പങ്ങളിൽ നിന്നും, ബിംബങ്ങളിൽനിന്നും, നിറംപിടിപ്പിച്ച നുണകളിൽനിന്നും, ചരിത്ര ദുർവ്യാഖ്യാനങ്ങളിൽനിന്നും.

സിക്സൂസ് എഴുതി: "life summons life: pleasure seeks renewal" (ജീവിതം ജീവിതത്തെ ക്ഷണിക്കുന്നു, ആമന്ത്രണം ചെയ്യുന്നു. തുഷ്ടി നവീകരണം കാംക്ഷിക്കുന്നു).

മച്ചിൻപുറത്തെ പ്രാന്തിപ്പാറു (സാൻഡ്രാഗിൽബെർട്ട്/ഗൂബർ)

അമേരിക്കൻ ഫെമിനിസത്തിന്റെ അടയാള പുസ്തകമായി മാറിയ വിമർശനപാഠമാണ് മുപ്പത്തൊന്ന് കൊല്ലം മുമ്പ് സാൻഡ്രാഗിൽബെർട്ടും സൂസൻ ഗൂബറും കൂട്ടുചേർന്ന് ചമച്ച *മാഡ് വുമൺ ഇൻ ദി ആറ്റിക്* (*Mad Woman in the Attic*). ഗ്രന്ഥത്തിന്റെ മുഴുവൻ പേര് ഇതാണ് *Mad Woman in the Attic*: The Woman Writer and the Nineteenth Century Literary Imagination. 1970 കളിൽ പെണ്ണെഴുത്തിനെ പല പ്രകാരത്തിൽ പരിശോധിക്കുന്ന നിരൂപണ ഗ്രന്ഥങ്ങളുടെ ഒരു വേലിയേറ്റം തന്നെ സംഭവിച്ചു: 1976 ൽ എല്ലെൻ മോറിന്റെ (Ellen moer)' Literary Women'; മൂന്നുകൊല്ലത്തിനുശേഷം എലൈൻ ഷോവാൾട്ടറുടെ (Ellaine Showalter), 'A Literature of Their Own', അത്രതന്നെ പ്രസിദ്ധി കിട്ടാതെപോയ വിമർശന പാഠങ്ങൾ വേറെയും. പെണ്ണിനുവേണ്ടി പെണ്ണെഴുതുന്നതെന്തോ അതാണ് പെണ്ണെഴുത്ത് എന്ന പിൽക്കാല ഫെമിനിസ്റ്റുകൾ സയുക്തികം തിരസ്കരിച്ച ഒരു ഭാഗികനിർവചനവും അക്കാലത്ത് പ്രചരിച്ചിരുന്നു. മനസിനിണങ്ങിയ കൂട്ടെഴുത്തിന്റെ ഉൽപ്പന്നമായ *മാഡ് വുമൺ ഇൻ ദി ആറ്റിക്*, 'അഘോരശിവ'ത്തിലെ ചാമിഅയ്യരുടെ പാലക്കാടൻ ദോശപോലെ ചൂടോടെ വിറ്റഴിഞ്ഞു. അതിനൊരു കാരണം പുസ്തകത്തിന്റെ പിടിച്ചുനിർത്തുന്ന പേരാണെന്ന് ലൂസിസാൻഡ് ബാങ്ക്സ് നിരീക്ഷിച്ചതും നാം മനസിൽ വെക്കുക.

ചുരുങ്ങിയ കാലംകൊണ്ട് ഈ പുസ്തകം ഒരു പെൺപക്ഷ ക്ലാസിക്കായി. No Man's Land: Place of the Woman Writer in the Twentieth Century എന്ന മറ്റൊരു ശ്രദ്ധേയമായ പഠനം സാൻഡ്ര - സൂസൻ കൂട്ടുകെട്ടിൽത്തന്നെ പുറത്തുവന്നു; പക്ഷേ *മച്ചിൻപുറത്തെ ഭ്രാന്തി*യുണ്ടാക്കിയ ഒച്ചയും ബഹളവും ഈ രണ്ടാം പുസ്തകം ആവർത്തിച്ചില്ല. അവർ

ഒത്തുചേർന്ന് സവിശേഷമായൊരു ലേഖന സമാഹാരം എഡിറ്റ് ചെയ്യുകയുണ്ടായി: *'Shakespeare's Sisters: Feminist Essays on Women Poets'.* ഇവരുടെ കൂട്ടായ്മയിൽത്തന്നെയാണ് *'The Norton Anthology of Literature by Women', 'The Tradition in English', The Female Imagination and the Modern Aesthetic'* എന്നീ എണ്ണപ്പെട്ട പുസ്തകങ്ങൾ പിറന്നത്.

ജേൻ ഓസ്റ്റിൻ, ചാർലൊട്ടി ബ്രോൺറ്റെ, ജോർജ് എലിയറ്റ്, എമിലി ഡിക്കിൻസൺ എന്നീ പത്തൊമ്പതാം നൂറ്റാണ്ടിലെ സ്ത്രീ വിഗ്രഹങ്ങളാണ് *മച്ചിൻ പുറത്തെ ഭ്രാന്തി*യുടെ ദൃഷ്ടികേന്ദ്രം. ആഴത്തിൽ വേരോടിയ ഒരു പുരുഷാധിപത്യ സാഹിത്യപാരമ്പര്യത്തോട് ഈ എഴുത്തുകാരികൾ എങ്ങനെ പ്രതികരിച്ചു. ഈ പാരമ്പര്യം പെണ്ണെഴുത്താളരിൽ അടിച്ചേൽപ്പിച്ച അദൃശ്യതയെ, അവർ എങ്ങനെ പ്രതിരോധിച്ചു: ഇതാണ് സാൻഡ്രാഗിൽബർട്ടും സഖിയും അന്വേഷിക്കുന്നത്. മുൻചൊന്ന എഴുത്തുകാരികളുടെ രചനകളിൽ അവർ കണ്ടെത്തിയത് ബന്ധപ്പെട്ട പ്രമേയങ്ങളാണ്, ബിംബങ്ങളാണ്. വേലിക്കെട്ടുകൾ, പലായനം, രോഗാവസ്ഥ, ജഡീകൃതമായ ഭൂദൃശ്യങ്ങൾ ഇടുങ്ങിയ ഇടങ്ങളുണർത്തുന്ന അസ്പഷ്ടഭീതി ഇവയൊക്കെ പത്തൊമ്പതാം നൂറ്റാണ്ടിലെ പ്രമാണപ്പെട്ട പെണ്ണെഴുത്തിനെ അടയാളപ്പെടുത്തുന്നു. ഈ നിരീക്ഷണത്തിന്റെ അടിസ്ഥാനത്തിൽ സാൻഡ്രെ ഗിൽബർട്ടും സൂസൻഗൂബറും ഒരു നിഗമനത്തിലെത്തുന്നുണ്ട്: പത്തൊമ്പതാം നൂറ്റാണ്ടിലെ പെണ്ണെഴുത്തുകാർ ഒരു തടങ്കലിനെ/നിരോധത്തെ - അഭിമുഖീകരിക്കുന്നു. ഈ തടങ്കലെന്നത് ഒരേസമയം യഥാർത്ഥവും ലാക്ഷിണികവുമാണ്. ഈ തടങ്കൽ സ്ത്രീയുടെ സാമ്പത്തിക സാമൂഹ്യാവസ്ഥകളുടെ ഫലമാണ്. അവർ പ്രവർത്തിക്കുന്ന സാഹിത്യ പാരമ്പര്യവും ഇതിൽ പങ്കുവഹിക്കുന്നു. സ്വന്തം സത്തയെ, കലയെ, കവിതയെ, പുനർനിർവചിക്കാൻ ഈ എഴുത്തുകാർ എത്ര കണ്ട് തയാറാവുന്നു എന്ന് പരിശോധിക്കുക: അതും *മാഡ് വുമൺ ഇൻ ദി ആറ്റിക്* ഒരു നിയോഗമായെടുക്കുന്നു. നോവലിലെ സ്വഭാവചിത്രീകരണത്തിൽ കഥാപാത്രങ്ങളിൽ ഗ്രന്ഥകാരിയെത്തന്നെ ദർശിക്കുക, വായിക്കുക എന്നൊരു രീതി അന്നുണ്ടായിരുന്നു. പാഠത്തിന്റെ പൊരുൾ ഉറപൊട്ടുന്നത് എഴുത്തുകാരിയിൽനിന്നാണെന്ന സങ്കൽപ്പവും പ്രബലമായിരുന്നു. ഈ രീതിയെയും സങ്കൽപ്പത്തെയുമാണ് സാൻഡ്രെയും സൂസനും വിമർശനാത്മകമായി വിസ്തരിച്ചത്. ഈ പുസ്തകം - *Mad woman in the attic* - ആരംഭിക്കുന്നതുതന്നെ അമ്പരപ്പിക്കുന്ന ഒരു ചോദ്യം ആരോടെന്നില്ലാതെ ചോദിച്ചുകൊണ്ടാണ്: "Is the pen a metaphorical penis?" (പേനയെന്നത് രൂപകാത്മക ലിംഗമാണോ?) ഈ ചോദ്യം എവിടെയൊക്കെയോ ചെന്നുകൊള്ളുന്ന അസ്ത്രമാകുന്നു. അതിന് അടരുകൾ പലതാണ്. Penis-envy (ലിംഗാഭ്യസൂയ) എന്ന ഫ്രോയ്ഡിയൻ പ്രശ്നത്തിലേക്ക് ഇത് നീളുന്നുണ്ട്. സർഗശേഷി എന്നത് ഒരു പുരുഷസിദ്ധിയായിട്ടാണ് പെറ്റ്റിയാർക്കൽ - തന്താധിപത്യ - സമൂഹം കൊണ്ടാടുന്നത്.

ഒരു പാഠത്തിന് പിതാവേ ഉള്ളൂ; മാതാവില്ല (A text is fathered; not mothered) ഇതാണ് ആൺകോയ്മ സംസ്കാരത്തിന്റെ തിട്ടൂരം. ഒരു പുരുഷപദാവലി ആണ് സാമ്പ്രദായിക സാഹിത്യവിചാരഭാഷയെ അടക്കി വാഴുന്നത്. സാഹിത്യപരമായ പിതൃസങ്കൽപ്പത്തിന് എതിരായി പെണ്ണിന്റെ എഴുത്തിന് സ്വരമുയർത്തേണ്ടിവരുന്നു; പോരാടേണ്ടിവരുന്നു. ഈ പിതൃ സങ്കൽപ്പം എഴുത്തുകാരിക്ക് ചുറ്റും ഒരു മുൾവേലിയാണ് കെട്ടുന്നത്. സാഹിത്യനിർമാണപരമായ ഒരു സ്വയം നിർണയാവകാശം സ്ഥാപിക്കുക എന്ന ലക്ഷ്യത്തിലേക്ക് നീങ്ങുമ്പോൾ എഴുത്തുകാരിക്ക് ഒരേസമയം ദൈവത്തെയും ചെകുത്താനെയും അഭിമുഖീകരിക്കേണ്ട അവസ്ഥ വരുന്നു; ഈ രണ്ട് ബിംബങ്ങളെയും മറികടക്കേണ്ടിവരുന്നു.

ഫ്രോയ്ഡിന്റെ ഈഡിപ്പസ് കോംപ്ലക്സിന്റെ താരയിൽ സഞ്ചരിച്ചു കൊണ്ട് ഹറോൾഡ് ബ്ലൂം (Harold Bloom) എന്ന വിഖ്യാത സാഹിത്യ സൈദ്ധാന്തികൻ സ്വാധീനത്തിന്റെ ആശങ്ക എന്നൊരാശയത്തിന് ആവിഷ്കാരം നൽകി. എഴുത്തുകാരൻ അവന്റെ മുൻഗാമിയുടെ സ്വാധീനത്തെ ഭയപ്പെടുന്നു. അതേക്കുറിച്ച് ആശങ്കാകുലനാകുന്നു എന്നാണ് ബ്ലൂം വാദിച്ചത്. ഈഡിപ്പസ് കോംപ്ലക്സിൽ അന്തർലീനമായ പിതൃനിഗ്രഹവാഞ്ഛ എഴുത്തുകാരനിലും പ്രവർത്തിക്കുന്നുണ്ട്. പൂർവസൂരികളെ, മുമ്പേ ഗമിച്ചവരെ, തള്ളിപ്പറയാൻ പിന്നാലെ വരുന്ന എഴുത്തുകാർ തത്രപ്പെടുന്നതിനെ ഹറോൾഡ് ബ്ലൂം അങ്ങനെയാണ് വ്യഖ്യാനിക്കുന്നത്. ബ്ലൂമിന്റെ വിചാരരൂപത്തോട് സാദൃശ്യമുള്ള ഒരാശയം സാൻഡ്ര ഗിൽബെർടും കൂട്ടുകാരിയും അവതരിപ്പിക്കുന്നു; അതാണ് ഗ്രന്ഥകർതൃത്വത്തിന്റെ ആശങ്ക. ഈ ആശങ്ക പെണ്ണെഴുത്തിന്റെ പല തലങ്ങളിൽ, പല സന്ദർഭങ്ങളിൽ നമുക്ക് വായിച്ചെടുക്കാം. തന്തകേന്ദ്രിത സാഹിത്യ രചനാനിലവാരങ്ങളോട് ചിലപ്പോൾ വിധേയത്വം പുലർത്തുകയും മറ്റു ചിലപ്പോൾ അവയെ അട്ടിമറിക്കുകയും ചെയ്യുന്നുണ്ട്, ജേൻ ഓസിന്റെയും ബ്രോൺറ്റെയുടെയും, ജോർജ് എലിയറ്റിന്റെയും സാഹിത്യാധ്വാനങ്ങൾ. ഈ സാഹിത്യാധ്വാനങ്ങളിൽ, പാഠങ്ങളിൽ, മായ്ച്ചെഴുതലിന്റെ, തിരുത്തിയെഴുത്തിന്റെ സൂചനകൾ കാണാം. ഉപരിതല വായനയിൽ തെളിയാത്ത ചിലതൊക്കെ ഈ പാഠങ്ങളുടെ അടിയിലുണ്ട്. *Mad Woman in the Attic* എന്ന തലക്കെട്ടുതന്നെ ചാർലൊട്ടി ബ്രോൺറ്റെയുടെ ഒരു കഥാപാത്രം സമ്മാനിച്ചതാണ്: ബെർത്ത മേസൺ. പെറ്റ്റിയാർക്കൽ സമൂഹത്തിന് നേരെയുള്ള നാരീരോഷത്തെയാണ് ഈ പാത്രം പ്രതിനിധാനം ചെയ്യുന്നത്; കൂട്ടത്തിൽ സ്ത്രീയെ തളച്ചിടുന്ന സാഹിത്യ പാരമ്പര്യത്തോടുള്ള പ്രതിഷേധത്തെയും. ഈ 'ക്യാരക്റ്റർ'- സ്വഭാവം/പാത്രം, നോവലിസ്റ്റിന്റെ ഇരട്ട കൂടിയാണ്. എഴുത്തുകാരിയെപ്പോലെ ബെർത്താ മേസണും പരിഷ്കൃതമായ ഒരു സാഹിത്യതന്ത്രത്തെ പ്രതിനിധാനം ചെയ്യുന്നുണ്ട്. ഒരേസമയം പ്രതിലോമപരവും വിപ്ലവപരവും (revolutionary) ആണ് ഈ തന്ത്രം. *മാഡ് വുമൺ ഇൻ ദി അറ്റിക്* ഈ 'ഡബിൾ'സങ്കൽപ്പത്തെ, അടവിനെ വിസ്തിരിച്ചു പരിശോധിക്കാൻ ശ്രമിക്കുന്നുണ്ട്.

ഈ പുസ്തകം 'ജെൻഡർ –സ്പെസിഫിക്'- ലിംഗ നിർദിഷ്ടം - ആണെന്ന് പറയാം. സാൻഡ്രേ ഗിൽബർട്ടും സൂസൺ ഗൂബറും ഒത്തു ചേർന്നെഴുതിയ അടുത്ത പുസ്തകം രണ്ടു വാല്യം വരുന്ന *No Man's Land* ആയിരുന്നു. ആദ്യ വാല്യം 1988 ലിറങ്ങിയ *The War of the Words,* രണ്ടാമത്തേത് അടുത്ത വർഷം വെളിച്ചംകണ്ട *Sex changes*. പ്രഥമവാല്യത്തിൽ വിചാരണ ചെയ്യുന്നത് പത്തൊമ്പതാം ശതകത്തിന്റെ മധ്യം മുതൽ വർത്തമാനകാലംവരെയുള്ള എഴുത്തുകാരെ - ആൺ പെൺ വ്യത്യാസമില്ലാതെ - പരിശോധിക്കുന്നു *Sex changes* 1880 മുതൽ 1930 വരെയുള്ള പ്രത്യേക കാലഘട്ടത്തെയാണ് വിശകലനം ചെയ്യുന്നത്.

വാക്കുകളുടെ യുദ്ധം വിവാദപരമായ ഒരു ചോദ്യത്തോടെയാണ് ആരംഭിക്കുന്നത്. "Is pen a metaphorical pistol?" പെണ്ണെഴുത്തും ആണെഴുത്തും തമ്മിലുള്ള അന്യോന്യത്തെ, പരസ്പര പ്രവർത്തനത്തെ ഒരു ലൈംഗിക പോരാട്ടമായി കൈയാങ്കളിയായി വ്യവഹരിക്കുകയാണ് സാൻഡ്രേയും സൂസനും ചെയ്യുന്നത്. മോഡേണിസ്റ്റ് പാഠങ്ങളെ അവർ കാണുന്നത് ധ്വജച്ഛേദത്തെക്കുറിച്ചുള്ള പുരുഷവേവലാതിയുടെ പ്രകാശനങ്ങളായിട്ടാണ്. സ്ത്രീലൈംഗികോർജത്തെക്കുറിച്ചുള്ള അന്ധാളിപ്പും ഭയാശങ്കയും ഇതിൽ ഉൾച്ചേർന്നിട്ടുണ്ട്.

സ്ത്രൈണത്തെപ്പറ്റിയുള്ള ആൺപേടിയിൽനിന്നത്രെ മോഡേണിസം മുളപൊട്ടിയത്. പത്തൊമ്പതാം നൂറ്റാണ്ടിന്റെ അവസാനത്തോടെ വകതിരിച്ചു വായിക്കാവുന്ന ഒരു പെൺസാഹിത്യ ചരിത്രത്തിന്റെ സാന്നിധ്യം പെണ്ണെഴുത്തുകാർക്ക് അനുഭവമായി എന്ന് സാൻഡ്രാ ഗിൽബെർട്ടും സൂസൻ ഗൂബറും നിരീക്ഷിക്കുന്നു. അതിന്റെ വെളിച്ചത്തിൽ ഒരു സ്ത്രൈണ സംയോജന മാനസികാവസ്ഥ എന്ന ആശയം അവർ അവതരിപ്പിക്കുന്നു. എന്താണതെന്നല്ലേ? അമ്മ വഴക്കങ്ങളോടും തന്തവഴക്കങ്ങളോടും ഒട്ടിനിൽക്കാൻ പെണ്ണെഴുത്തുകാർ നിർബന്ധിതരാവുന്നു എന്നാണ് ഈ 'തിയൊറി.' സ്ത്രൈണ സംയോജന മാനസികാവസ്ഥയിലേക്ക് നയിക്കുന്ന ഇടുങ്ങിയ വഴികളെ സാൻഡ്രേയും കൂട്ടുകാരിയും പരിശോധിക്കുന്നുണ്ട്. മൗലിക ലൈംഗികതയെപ്പറ്റിയുള്ള ഫ്രോയ്ഡിയൻ സിദ്ധാന്തത്തെ ഈ അന്വേഷണത്തിൽ അവർ ഉപയോഗിക്കുന്നു. ഭാഷയുടെ കാര്യം പറയുമ്പോൾ അവർ വെളിവാക്കുന്നത് ഇതാണ്: ലിംഗ യുദ്ധം വാക്കുകളെച്ചൊല്ലിയുള്ള സംഘർഷംകൂടിയാകുന്നു. ഭാഷയോട് സ്ത്രീക്കുള്ള ബന്ധം ഫെമിനിസ്റ്റ് സിദ്ധാന്തവിചാരത്തിന്റെ പ്രധാനഭാഗമാണല്ലോ. വാക്കെന്നത് രൂപകാത്മകമായ വായയാണ് എന്നാണ് സാൻഡ്രേ–സൂസൺ യുഗ്മത്തിന്റെ സൈദ്ധാന്തിക നിലപാട്. പ്രയോഗത്തിലുള്ള എഴുത്തുഭാഷയെ പുരുഷാധീശപരമെന്ന് പറഞ്ഞ് മാറ്റിനിർത്തുന്നതിൽ വലിയ അപകടമുണ്ടെന്ന് അവർ കരുതുന്നു. ഉള്ളിൽക്കടന്ന് അതിനെ പൊളിച്ചെഴുതുകയാണ് വേണ്ടത്. അങ്ങനെയാണ് ഭാഷാപരമായ മേധാവിത്വം സ്ഥാപിക്കേണ്ടത്.

സാൻഡ്രാ ഗിൽബെർട് സൂസൺ ഗുബർ കൂട്ടായ്മയുടെ സ്ത്രീ പാഠങ്ങൾക്ക് വലിയ വരവേൽപ്പാണ് ലഭിച്ചത്; വിശിഷ്യ *മച്ചിൻപുറത്തെ ഭ്രാന്തിക്ക്.* ചിലേടങ്ങളിൽനിന്ന് കൂക്കുവിളികളുമുണ്ടായി. ഘടനോത്തരവാദികളായ ഫെമിനിസ്റ്റുകൾക്ക് സാൻഡ്രാ - സൂസൺ സമീപനങ്ങൾ അത്രയ്ക്ക് അരോചകമായി തോന്നിയില്ല. ഗ്രന്ഥകർത്രിയിൽ കേന്ദ്രീകരിച്ചുകൊണ്ടുള്ള ഒരു സമീപനമാണ് സാഹിത്യ വിമർശനത്തിൽ സാൻഡ്രയും സൂസനും സ്വീകരിച്ചത്. പാഠനിർമാതാവിനല്ല, പാഠത്തിനാണ് പ്രാമുഖ്യം നൽകേണ്ടത് എന്നാണ് പോസ്റ്റ് സ്ട്രക്ചറൽ സ്ത്രീ സിദ്ധാന്തപക്ഷക്കാർ പറയുന്നത്. സാഹിത്യത്തിന് അതുൽപ്പാദിപ്പിക്കുന്ന സമൂഹവുമായി ഒരു അനുകരണാത്മകബന്ധം ഉണ്ട് എന്നാണ് പത്തൊമ്പതാം നൂറ്റാണ്ടിലെ പെണ്ണെഴുത്തിനെ അപഗ്രഥിക്കുമ്പോൾ സാൻഡ്ര-സൂസന്മാർ വാദിച്ചത്. ഈ വാദവും ആധുനികോത്തര ഫെമിനിസ്റ്റുകൾ അംഗീകരിക്കാൻ തയാറല്ല. എഴുത്തുകാരൻ, പാഠം, അനുവാചകൻ: ഈ മൂന്നു ഘടകങ്ങളും തമ്മിൽ അതിസങ്കീർണമായ ഇടപാടുകളാണുള്ളത്. ഇതിനെ സരളവൽക്കരിക്കാനുള്ള പാഴ്വേലയാണ് സാൻഡ്ര ഗിൽബെർട്ടും സൂസൻഗുബറും നടത്തിയതെന്ന് പെൺപക്ഷത്തുനിന്നു തന്നെ ആക്ഷേപമുണ്ട്. സൈദ്ധാന്തിക സംവാദത്തിൽ ഈ രണ്ടുപേരും ആംഗ്ലോ അമേരിക്കൻ ഫെമിനിസ്റ്റ് വിമർശനത്തിന്റെ കോലായിലാണ് നിൽക്കുന്നത് എന്ന് ചിലർ ചൂണ്ടിക്കാട്ടുന്നു. അതുകൊണ്ടുതന്നെ സൈദ്ധാന്തികതയുടെ അമൂർത്തതലങ്ങളിൽ വിഹരിക്കാൻ താൽപ്പര്യപ്പെടുന്ന ഫ്രഞ്ച് ഫെമിനിസ്റ്റ് വിചാരപദ്ധതിയുടെ ആരാധകർക്ക് സാൻഡ്ര ഗിൽബെർട്ടും സൂസൻഗുബറും അനഭിമതരാവുന്നു. ഉദാരമായ ഒരു ഹ്യൂമനിസ്റ്റ് സമീപനമാണ് അവരുടെ ഭാഗത്തുനിന്നുണ്ടായതെന്ന അഭിപ്രായം വർത്തമാന ഫെമിനിസ്റ്റ് ചിന്തകർക്ക് പൊതുവെയുണ്ട്. പാഠത്തെയും പാഠനിർമാതാവിനെയും സംബന്ധിച്ച അവരുടെ നിർണയങ്ങൾ റൊമാന്റിക് സിദ്ധാന്തത്തോട് വളരെ അടുത്തുനിൽക്കുന്നു എന്ന ദുഷ്പേരുമുണ്ട്. എഴുത്തുകാരനെ/എഴുത്തുകാരിയെ ഒരു ഏകീകൃത സ്വത്വം/സ്വരൂപം ആയി വീക്ഷിക്കുന്നത് കാൽപ്പനികതയുടെ ലക്ഷണമാണല്ലോ.

താത്വികവാദങ്ങളെന്തായാലും ശരി, *ദി മാഡ് വുമൺ ഇൻ ദി അറ്റിക്കി*ന്റെ ആഘാതം ആർക്കും കുറച്ചുകാണാൻ പറ്റില്ല. അത് ഒരു മഹാസംഭവമായിരുന്നു: ബൃഹത്തും കാലാതീതവുമായ ഒരു സാധാരണ സാഹിത്യ വിമർശനപാഠം ഫെമിനിസ്റ്റ് സാഹിത്യനിരൂപണത്തിന് ഒരു പുസ്തകം സമ്മാനിച്ചത് പുതിയ ദിശാബോധമാണ്. ഫെമിനിസ്റ്റ് വിചാരത്തിന്റെ പ്രകൃഷ്ട സൃഷ്ടികളിലൊന്നായി *ദി മാഡ് വുമൺ ഇൻ ദി ആറ്റിക്* എണ്ണപ്പെടുന്നു. പെണ്ണനുഭവം എന്നതിലേക്ക് നമ്മുടെ ശ്രദ്ധയെ വിളിച്ചുകൊണ്ടുവന്ന പുസ്തകവും ഇതുതന്നെ. സ്ത്രീ കേന്ദ്രിത സാഹിത്യ നിരൂപണത്തിന്റെ മാന്യതയും ഗൗരവവും ഉയർത്തിപ്പിടിച്ചത് ഈ പഠന - വിമർശനപാഠമാണെന്നതും നാം

മറന്നുകൂടാ. ഭാഷ–ലിംഗ സംവാദത്തിന് സാൻഡ്ര ഗിൽബെർടും സൂസൻ ഗൂബറും നൽകിയ ആശയപരമായ സംഭാവനയും കണക്കിലെടുക്കേണ്ടതുണ്ട്. അവരുടെ കൂട്ടായ്മ 'സഹോദരീ' സങ്കൽപ്പത്തിന്റെ പ്രായോഗികവും അതീവ ഫലവത്തുമായ പ്രദർശനമായിരുന്നു.

അനുബന്ധം

1936 ഡിസംബർ 27ന് നൂയോർക്കിൽ ജനിച്ച സാൻഡ്ര ഗിൽബെർട്ട് കാലിഫോർണിയ യൂണിവേഴ്സിറ്റിയിൽ ഏറെക്കാലം ഇംഗ്ലീഷ് പ്രൊഫസറായിരുന്നു. അറിയപ്പെടുന്ന കവിയും നിരൂപകയുമാണ്. പ്രൊഫസർ എലിയറ്റ് ഗിർബെർട്ടാണ് ഭർത്താവ്. മൂന്നുമക്കളും നാലു പേരക്കുട്ടികളുമുണ്ട്. പ്രൊഫ. ഗിൽബെർട്ട് 1991 ൽ മരിച്ചു. ഡേവിഡ് ഗേൽ എന്ന മാത്തമാറ്റിക്സ് പ്രൊഫസറുമായി അവർക്കുണ്ടായിരുന്ന ദീർഘകാലവേഴ്ച ചെറിയ ഒച്ചപ്പാട് സൃഷ്ടിച്ചിരുന്നു.

സൂസൻ ഗൂബറും അടിസ്ഥാനപരമായി ഒരു 'അക്കാദമിക്' ആണ്. ഇരുപതുകൊല്ലം ഇന്ത്യാനാ യൂണിവേഴ്സിറ്റിയിൽ ഇംഗ്ലീഷ് പ്രൊഫസറായിരുന്നു. വിമൻസ് സ്റ്റഡീസും പഠിപ്പിച്ചു. 2006ൽ അവർ എഴുതിയ പുസ്തകം Rooms of Our Own ഏറെ ശ്രദ്ധിക്കപ്പെടുകയുണ്ടായി. അവരുടെ ലേഖനങ്ങൾ അടുത്തകാലത്ത് സമാഹരിക്കപ്പെട്ടു. *Critical condition: Feminism at theTurn of the Century* വായിച്ചിരിക്കേണ്ട ഒരു പുസ്തകമാണ്. അവരെഴുതിയ *Judas* – യൂദാസിന്റെ സാംസ്കാരിക ജീവചരിത്രം!

ജെർമെൻ ഗ്രീർ എന്ന ഭദ്രകാളി

ജെർമെൻ ഗ്രീർ(Germaine Greer) എന്ന ഒറ്റയാൻ പോരാളി, കങ്കാരുവിന്റെ നാട്ടുകാരി, അരാജക ഫെമിനിസ്റ്റ്, അവരുടെ മുപ്പത്തൊന്നാം വയസിൽ - അതായത് നാൽപ്പത് കൊല്ലം മുമ്പ് - ഒരു പൊള്ളുന്ന പുസ്തകമെഴുതി. അതാണ് വിറ്റുവരവിൽ റെക്കോർഡ് തകർത്ത *The Female Eunuch*. ശിഖണ്ഡിയെന്നോ ബൃഹന്ദളയെന്നോ ഒരു രസത്തിന് മലയാളീകരിച്ചാലോ? ഒട്ടും മുഷിയില്ല. ഒരു ഇടിവെട്ടു പുസ്തകത്തിന്റെ ആഘാതം ആവോളം ആസ്വദിച്ച വായനക്കാരുടെ തലമുറ വെള്ളെഴുത്ത് കണ്ണടയും വച്ച് ആർത്തവവിരാമം ഭയന്ന് കഴിയുന്നു. പ്രസിദ്ധീകരിച്ച കാലത്ത് പുസ്തകത്തിന്റെ അസാധാരണമായ തലക്കെട്ടു കണ്ട് ലജ്ജയാൽ മിഴിപൊത്തിയ മാനിനിമാരുണ്ട്; അതിനെ ആഭാസമെന്ന് അധിക്ഷേപിച്ചവരുണ്ട്; വിപ്ലവാത്മകമെന്ന് വാഴ്ത്തിയവരുമുണ്ട്. അശ്ലീലസാഹിത്യത്തിന്റെ ഇക്കിളികൾ പ്രതീക്ഷിച്ച് ഈ പുസ്തകം പലരും കിടപ്പറയിലെ രഹസ്യവായനക്കെടുത്തു. അവർക്ക് വലിയ ഇച്ഛാഭംഗമാണ് സംഭവിച്ചത്. കാരണം വാജീകരമായ ഒന്നും അതിലുണ്ടായിരുന്നില്ല.

ദി ഫീമേൽ യൂനക് ആണ് ജെർമെൻ ഗ്രീർ എന്ന സ്ത്രീപക്ഷവാദിയായ ഇംഗ്ലീഷ് പ്രൊഫസറെ വിവാദപ്രശസ്തിയുടെ കോണിപ്പടി കയറ്റിയത്. പിൽക്കാല ഫെമിനിസത്തിന്റെ ഏറ്റവും ശക്തമായ ശബ്ദങ്ങളിൽ ഒന്നായി ഈ പെൺമോചനവാദി അറിയപ്പെട്ടു തുടങ്ങി. ജെർമെൻ ഗ്രീർ ഒന്നാന്തരം സ്ത്രീപാഠങ്ങൾ നമുക്കു തന്നു: *Sex and Destiny The Politics of Human Fertility, The Change: Women Ageing and the Menopause, Shakespear's Wife*. ഓരോന്നും ഓരോ ക്ലാസിക്കുകളാണെന്ന് പറയാം. പക്ഷേ, ഈ പുസ്തകങ്ങൾക്കൊന്നും പ്രസിദ്ധിയിൽ - വേണമെങ്കിൽ ഒരു 'കു' കൂടി 'പ്രസിദ്ധി'ക്കു മുമ്പിൽ ചേർക്കാം - നമ്മുടെ ശിഖണ്ഡിയെ മറികടക്കാനായില്ല; വ്യാപനത്തിലും.

സമകാലിക സമൂഹത്തെ ഞെട്ടിപ്പിക്കുന്ന പ്രസ്താവനകളിലൂടെ, അസാമ്പ്രദായികമായ പ്രവൃത്തികളിലൂടെ അന്ധാളിപ്പിക്കുക, അരിശം കൊള്ളിക്കുക എന്നത് വലിയ ഒരു വിപ്ലവ പ്രവർത്തനമായിട്ടാണ് ഗ്രീർ കണക്കാക്കിയത്. *OZ* എന്ന അണ്ടർഗ്രൗണ്ട് മാസികയിൽ അവർ തന്റെ നഗ്നചിത്രം പ്രസിദ്ധീകരിക്കാൻ ഒട്ടും മടിച്ചില്ല. ഇതിൽ ഒളിക്കാനെന്തുള്ളു എന്നായിരുന്നു ഗ്രീറിന്റെ ചോദ്യം. ഈ മാസികയുടെ ആൺ എഡിറ്റർമാരും വിവസ്ത്രരായി ക്യാമറക്ക് 'പോസ്'ചെയ്യാമെന്ന് ഏറ്റിരുന്നതാണ്. പക്ഷേ, അവസാന നിമിഷം ആൺഭീരുക്കൾ പിൻവാങ്ങി. 'ബ്രാ' എന്നത് പുരുഷാധീശത്വത്തിന്റെ അടയാളമാണെന്നും അത് വലിച്ചെറിയണമെന്നുമായിരുന്നു ഗ്രീറുടെ നിലപാട്. സഭ്യേതരമെന്ന് പറഞ്ഞു സമൂഹം നിത്യോപയോഗത്തിൽനിന്ന് ഒഴിച്ചുനിർത്തിയ പല പച്ച വാക്കുകൾക്കും അവർ എഴുത്തിൽ പുനഃപ്രവേശം അനുവദിച്ചു. കൊടികെട്ടിയ പല ഫെമിനിസ്റ്റുകൾക്കുപോലും ജെർമെൻഗ്രീറുടെ അഭ്യാസങ്ങളോട് യോജിക്കാൻ സാധിച്ചില്ല. അവരൊക്കെ പുരുഷനിർമിത സദാചാരസംഹിതയുടെ തടവുകാരികളാണെന്ന് ഈ എഴുത്തുകാരി കുറ്റപ്പെടുത്തി. ലിംഗസമത്വമല്ല തന്റെ ലക്ഷ്യമെന്ന് ജെർമെൻ ഗ്രീർ പലവട്ടം പറഞ്ഞിട്ടുള്ളതാണ്. സമ്പൂർണമായ സ്ത്രീ വിമോചനം: അതാണ് തന്റെ ആവശ്യം. Prudery യുടെ - ലജ്ജാഭിനയത്തിന്റെ, അമിത സ്ത്രൈണ വിനയത്തിന്റെ - എല്ലാ കെട്ടുകളും പൊട്ടിച്ചെറിഞ്ഞ് പെണ്ണ് സർവോന്മുഖമായ സ്വാതന്ത്ര്യം പ്രഖ്യാപിക്കണം. അവളുടെ ത്വരകളെ, താൽപ്പര്യങ്ങളെ ആർത്തികളെ തുറന്നറിയിക്കണം. ഒരൊളിച്ചുകളിയുടെയും മൂടിവെക്കലിന്റെയും അവസ്ഥതയുണ്ടാകരുത്. ശരീരത്തിനുണ്ട് വിശപ്പുകൾ, ദാഹങ്ങൾ, കൊതികൾ. അവയെക്കുറിച്ച് സംസാരിക്കാൻ ഒട്ടും സങ്കോചിക്കേണ്ടതില്ല. സങ്കോചം കാപട്യമാണ്; ഭീരുത്വമാണ്; കീഴടങ്ങലാണ്. ഈ കാപട്യത്തിന്റെ തിരസ്കരണമത്രെ സ്വന്തം ജീവിതത്തിലും ഗ്രീർ സാധിച്ചത്. 1968 ൽ ഡോക്ടറേറ്റ് നേടിയ കൊല്ലം തന്നെയാണ് അവർ വിവാഹിതയായത്. ഒരു ഓസ്ട്രേലിയൻ പത്രപ്രവർത്തകനായിരുന്നു ഭർത്താവ്: പോൾ ദുഫ്യു. മൂന്നാഴ്ച മാത്രമായിരുന്നു ദാമ്പത്യത്തിന്റെ ദൈർഘ്യം. അതിനിടയ്ക്കുതന്നെ പലതവണ പരപുരുഷബന്ധം തനിക്കുണ്ടായിട്ടുണ്ടെന്ന് പരസ്യമായിപ്പറയാൻ ഗ്രീർ മടിച്ചില്ല. ഔദ്യോഗികമായ വിവാഹമോചനം നടന്നത് അഞ്ചുകൊല്ലത്തിനുശേഷം. ഇതൊന്നും വലിയ ആനക്കാര്യമായി ആയമ്മയ്ക്ക് തോന്നിയില്ല. കല്യാണം എന്ന് പറയുന്നത് ഒരു താൽക്കാലിക ഉടമ്പടി മാത്രമാണ്. അതിന് ഒരു പാവനത്വവും കൽപ്പിക്കേണ്ട കാര്യമില്ല. പെണ്ണിനെ മൂക്കുകയറിട്ട് നിർത്താനുള്ള ആണിന്റെ വേലത്തരങ്ങളിൽ ഒന്നു മാത്രമാണ് മിന്നുകെട്ട്.

എഴുപതുകളുടെ തുടക്കത്തിൽത്തന്നെ ജെർമെൻ ഗ്രീറുടെ ഫെമിനിസ്റ്റ് ചിന്തകൾക്ക് ഒരു അതി തീവ്ര അരാജകസ്വഭാവം വന്നുചേർന്നിരുന്നു. മാർക്സിസ്റ്റ് മോചനശാസ്ത്രത്തെ സ്ത്രീപോരാട്ടവുമായി എങ്ങനെ

കണ്ണികോർക്കാമെന്ന ആലോചനയും അവരുടെ ഭാഗത്തുനിന്നുണ്ടായി. പക്ഷേ, മാർക്സിയൻ പ്രത്യയശാസ്ത്രത്തിന്റെ അടിസ്ഥാന പ്രമാണങ്ങളെ വേണ്ടവിധം മനസിലാക്കാനാവശ്യമായ ബൗദ്ധികമായശിക്ഷണം, അച്ചടക്കം; ഈ അരാജകവാദിക്കുണ്ടായിരുന്നില്ല.

ദി ഫിമേൽ യൂണക് എന്ന ഗ്രന്ഥത്തിൽ, ആണ് പെണ്ണിനെ എത്രമാത്രം വെറുക്കുന്നു എന്ന് അവൾ അറിയുന്നില്ല എന്ന വിവാദപരമായ പ്രസ്താവം ഗ്രീർ നടത്തുന്നുണ്ട്. സ്വയം വെറുക്കാൻ പുരുഷാധീശ സമൂഹവും അതിന്റെ സംസ്കാരവും സ്ത്രീയെ പ്രേരിപ്പിക്കുന്നുമുണ്ട്. പെണ്ണ്, എങ്ങനെയോ അവളുടെ ത്വരകളിൽനിന്ന്, അവളുടെ കാമവാസനയിൽനിന്ന് വേർതിരിക്കപ്പെടുന്നു; എന്തിന് അവളുടെ ലൈംഗികതയിൽനിന്നുപോലും. ഈ പ്രേരണകളെ, വാസനകളെ, പെണ്ണ് സംശയത്തോടെ വീക്ഷിക്കുന്നു. കൃഷിയിടങ്ങളിലെ മൃഗങ്ങളെപ്പോലെ സ്ത്രീകളെ തടിപ്പിക്കുകയും കൊഴുപ്പിക്കുകയുമാണ് പുരുഷവർഗം ചെയ്യുന്നത്. അവരുടെ സ്വന്തമായ ക്രിയാശേഷി നശിപ്പിക്കപ്പെടുന്നു. സ്ത്രീയെ സൗന്ദര്യവൽക്കരിക്കുന്നത് അവളെ കർമശേഷിയില്ലാത്ത ഒരലങ്കാരവസ്തുവോ വീട്ടുമൃഗമോ ആക്കി മാറ്റുന്നതിനുവേണ്ടിയാണ്. ഈ ദുഷ്ടലാക്കാണ് സ്ത്രീ തിരിച്ചറിയേണ്ടതും പ്രതിരോധിക്കേണ്ടതും. അവളെ സമൂഹം ശിഖണ്ഡിയാക്കുന്നു:

ഇതേ ആശയം, വർഷങ്ങൾക്കുശേഷം *The sex and destiny* (ലിംഗവും ഭാഗധേയവും) എന്ന പുസ്തകത്തിൽ ജെർമെൻ ഗ്രീർ വിസ്തരിക്കുന്നത് കാണാം. അണുകുടുംബവ്യവസ്ഥ സ്ത്രീക്ക് ആരോഗ്യകരമല്ലെന്ന് അവർ അഭിപ്രായപ്പെടുന്നു. അത് അവൾക്ക് പ്രതികൂലമായ പരിതഃസ്ഥിതിയാണ് സൃഷ്ടിക്കുന്നത്. കുട്ടികളെ പോറ്റിവളർത്തുന്നതിനും അണുകുടുംബം സഹായകമല്ല. പടിഞ്ഞാറൻ സമൂഹം സൃഷ്ടിക്കുന്ന സ്ത്രൈണ ലൈംഗികതയുണ്ടല്ലോ, അത് സ്ത്രീയെ ബന്ധനസ്ഥയാക്കുന്നു; താഴ്ത്തിക്കെട്ടുന്നു. അവരെ പിന്നീട് അടിമപ്പെടുത്തുന്ന നിയമങ്ങളാണ് ചെറുപ്പം മുതൽ പെൺകിടാങ്ങളെ പഠിപ്പിക്കുന്നത് എന്ന് ഗ്രീർ വാദിക്കുന്നു. വലുതാകുമ്പോൾ പെൺകുട്ടികൾ, വളർച്ചയെത്തിയ ലൈംഗികതയുടെ സ്ഥിരരൂപങ്ങളെ ആണ് സ്വീകരിക്കുന്നത്. സ്വന്തം ശരീരത്തെക്കുറിച്ച് അനാവശ്യമായൊരു ലജ്ജ അവർക്കുണ്ടാകുന്നു. സ്വാഭാവികമായ സ്വയം നിർണയാവകാശം അവർക്ക് നഷ്ടപ്പെടുകയും ചെയ്യുന്നു. തൽഫലമായി പെണ്ണ് ശക്തിശൂന്യയാവുന്നു; ഒറ്റപ്പെടുന്നു; അവളുടെ ലൈംഗികത കാര്യമായ തോതിൽ കുറയുന്നു; അവളുടെ സന്തോഷം അപ്രത്യക്ഷമാവുന്നു.

മിക്ക സ്ത്രീകളും അജ്ഞതയുടെ, ഏകാന്തതയുടെ തടവുകാരായി വർത്തിക്കുന്നു എന്നാണ് ഗ്രീറിന്റെ പക്ഷം. അവർ സംഭാഷണത്തിന് അശക്തരും അപ്രാപ്തരുമായിത്തീരുന്നു. അധികാരപ്പോരാട്ടത്തിന്റെ ഒരു തുടർച്ചതന്നെയാണ് തങ്ങളുടെ ഭർത്താക്കന്മാരുമായി അവർ നടത്തുന്ന

സംഭാഷണം/ആശയവിനിമയം. തികഞ്ഞ ഉത്തരവാദിത്വത്തോടുകൂടിത്തന്നെയാണ് ജെർമെൻ ഗ്രീർ തന്റെ നിരീക്ഷണങ്ങൾ നടത്തുന്നത്.

സ്ത്രീകൾ അവരുടെ ശരീരത്തെ അറിയണമെന്നും അംഗീകരിക്കണമെന്നും ഗ്രീർ ആവശ്യപ്പെടുന്നുണ്ട്. അവർ കന്യകാത്വമെന്നതിനെ പവിത്രമായോ ശ്ലാഘനീയമായോ കാണുന്നതിനോട് ഈ എഴുത്തുകാരിക്ക് യോജിപ്പില്ല. ഏകപതിത്വം എന്നതും ഒരു വിശേഷപ്പെട്ട, വാഴ്ത്തപ്പെടേണ്ട ആശയമാണെന്ന് അവർക്ക് അഭിപ്രായമില്ല. പക്ഷേ മുലക്കച്ചകത്തിച്ചുകളയുക എന്ന റാഡിക്കൽ ഫെമിനിസ്റ്റ് മുദ്രാവാക്യം പ്രയോജന ശൂന്യമാണെന്നാണ് ജെർമെൻഗ്രീറുടെ പക്ഷം. അതുകൊണ്ട് ഒന്നും നേടാനില്ല, ബ്രാ ഇല്ലായ്മ ഒരു നിയമമാക്കിയാൽ അത് മറ്റൊരു അടിച്ചമർത്തലാവുമെന്ന് അവർ കരുതുന്നു.

Sex and Destiny എന്ന പുസ്തകത്തെപ്പറ്റിയാണല്ലോ സംസാരിച്ചത്. ഗ്രന്ഥത്തിന്റെ മുഴുവൻ പേര് ഇതാണ്: *Sex and destiny: the politics of human fertility*. ലൈംഗിക കാര്യങ്ങളിൽ സർക്കാരുകൾ നടത്തുന്ന ഇടപെടലുകളെ അതിനിശിതമായാണ് ഗ്രീർ വിമർശിക്കുന്നത്. മൂന്നാം ലോകത്ത് (Third world) സന്താനനിയന്ത്രണം പ്രോത്സാഹിപ്പിക്കുന്നതും ആ പരിപാടിക്ക് ധനസഹായം ചെയ്യുന്നതും കുബേരന്മാരായ യൂറോപ്യൻ രാജ്യങ്ങളാണല്ലോ. അവരുടെ ഉദ്ദേശ്യശുദ്ധിയെ ഗ്രീർ ചോദ്യം ചെയ്യുന്നു. പാവപ്പെട്ടവന്റെ /പാവപ്പെട്ടവളുടെ പുഷ്കലതിയെ (Fertility) പണക്കാരൻ ഭയപ്പെടുന്നു; അസൂയപ്പെടുന്നു. അതുകൊണ്ടാണ് ജീവകാരുണ്യത്തിന്റെയും മനുഷ്യസ്നേഹത്തിന്റെയും പൊയ്മുഖങ്ങളണിഞ്ഞ് പടിഞ്ഞാറൻ ധനികരാഷ്ട്രങ്ങൾ മൂന്നാം ലോക രാജ്യങ്ങളിൽ സന്താനനിയന്ത്രണ മന്ത്രം പ്രചരിപ്പിക്കുന്നത്.

1986ൽ ജെർമെൻ ഗ്രീർ പ്രസിദ്ധീകരിച്ച പുസ്തകമാണ് *ഭ്രാന്തിയുടെ അടിവസ്ത്രങ്ങൾ*. ഇത് ഒരു ഉപന്യാസസമാഹാരമാണ്. ഇതിലെ മിക്ക പ്രബന്ധങ്ങളും വിവാദപരമായിരുന്നു. അക്കൊല്ലം തന്നെ കനപ്പെട്ട ഒരു നിരൂപണ ഗ്രന്ഥവും അവരെഴുതുകയുണ്ടായി, *Shakespeare*. ഗ്രീറിന്റെ ഏറെ വായിക്കപ്പെട്ട മറ്റൊരു പുസ്തകം മൂന്നുനാലു കൊല്ലത്തിനുശേഷം പുറത്തുവന്നു: *Daddy, we hardly knew you*. അത് ഒരു ഡയറിക്കുറിപ്പും യാത്രാവിവരണവും കൂടിച്ചേർന്നതാണ്. അച്ഛനെ ഒട്ടും ഊഷ്മളതയോടെയല്ല, ഈ എഴുത്തുകാരി അനുസ്മരിക്കുന്നത്. അദ്ദേഹം മക്കളിൽനിന്ന് അകലം പാലിച്ചുപോന്നു; അവരെ സ്നേഹിക്കാൻ കൂട്ടാക്കിയില്ല; മക്കളിൽ ഒരു സ്വാധീനവും ചെലുത്തിയില്ല. അച്ഛനെക്കുറിച്ചുള്ള അഭിപ്രായമാണ് ജെർമെൻ ഗ്രീർ പൊതുവെ എല്ലാ പുരുഷന്മാരോടും പുലർത്തിയത് എന്ന വിമർശനമുണ്ടായിട്ടുണ്ട്.

ഫെമിനിസ്റ്റ് പ്രസ്ഥാനങ്ങളെ സ്വാധീനിച്ച ഒരു ഗ്രീർ കൃതിയാണ് *The change, women, ageing and menopause*. ആർത്തവ വിരാമം എന്ന അതിപ്രധാനമായ വഴിത്തിരിവിനെക്കുറിച്ച് അവർ ദീർഘമായി ഉപന്യസിക്കുന്നു. വ്യാപകമായ ഹോർമോൺ ചികിത്സയെ ഗ്രീർ എതിർ

ക്കുന്നുണ്ട്. സ്ത്രീക്ക് സ്വാഭാവികമായും സംഭവിക്കുന്ന ആർത്തവവിരാമത്തെ ഒരു വലിയ അപകടമായോ, നഷ്ടമായോ ചിത്രീകരിച്ച് പാവം പെണ്ണുങ്ങളെ പേടിപ്പെടുത്തുന്ന കച്ചവടതന്ത്രമാണ് ഹോർമോൺ തെറാപ്പിക്ക് പിന്നിൽ പ്രവർത്തിക്കുന്നത് എന്ന് അവർ സമർഥിക്കുന്നു. ഹോർമോൺ ചികിത്സ ചെയ്തില്ലെങ്കിൽ എല്ല് പൊടിയും, വിഷാദരോഗം വരും, ലൈംഗികവാസന വരളും, നിരാശയുണ്ടാവും, സുഖക്കേടുകൾ ആക്രമിക്കും, മരണംവരെ സംഭവിക്കും- ഇങ്ങനെ പോകുന്നു വാണിജ്യമുതലാളിത്ത താൽപ്പര്യങ്ങളുടെ ഭയപ്പെടുത്തലുകൾ. അതിനെതിരായാണ് ഗ്രീർ ഒച്ചവെക്കുന്നത്. പെണ്ണിനെ പേടിപ്പെടുത്തുന്നത് വൻ വ്യവസായമാണ്; വളരെ ലാഭകരവും എന്നാണ് അവർ പറയുന്നത്. അവരുടെ താൽപ്പര്യങ്ങൾക്ക് വിരുദ്ധമായ പരിപാടികളുമായി, പദ്ധതികളുമായി, നയങ്ങളുമായി ഒത്തുപോകാൻ, സഹകരിക്കാൻ സ്ത്രീകളെ നിർബന്ധിക്കുന്ന ഘടകം ഭയമത്രെ.

മുഴുവൻ പെണ്ണ് എന്ന 1999 ൽ വെളിച്ചത്തുവന്ന ഗ്രീർ ഗ്രന്ഥം *The Female Eunuch* ന്റെ അനുബന്ധമാണെന്ന് വിശേഷിപ്പിക്കുന്നു. പെൺപ്രസ്ഥാനങ്ങളിൽ അടിസ്ഥാനപരമായ പുരോഗതി കാണാനില്ലെന്ന ആവലാതി ഈ പുസ്തകത്തിൽ അവർ ഉന്നയിക്കുന്നുണ്ട്. പുരോഗതിയെ സംബന്ധിച്ച് പല ഫെമിനിസ്റ്റ് ഗ്രൂപ്പുകളും മിഥ്യാധാരണകളാണ് വച്ചുപുലർത്തുന്നതെന്നും അവർ അഭിപ്രായപ്പെടുന്നു. വ്യാമോഹങ്ങളാണ് പ്രചരിപ്പിക്കപ്പെടുന്നത്; വാസ്തവങ്ങളല്ല. ഉപരിപ്ലവമായ തുല്യത, മോചനത്തിന് പകരമാവുന്നില്ല. പല പെൺപ്രസ്ഥാനങ്ങളും ഈ സത്യം മറക്കുന്നു. സമതയെക്കുറിച്ച്, തുല്യതയെക്കുറിച്ച് വാചാലരാകുന്നവർ ഈ തുല്യത കപടമാണ് എന്ന് കാണുന്നില്ല. സ്ത്രീ പുരുഷനൊപ്പം ഇടം നേടി എന്ന അവകാശവാദം പൊള്ളയാണെന്ന് ഗ്രീർ വാദിക്കുന്നു. ഇന്നത്തെ ആഗോള മുതലാളിത്ത വ്യവസ്ഥയിൽ സ്ത്രീകൾ എണ്ണമറ്റ യാതനകൾ അനുഭവിക്കുന്നുണ്ട്. സ്ത്രീകൾക്ക് ഇന്നും ശബ്ദമില്ല. ദുഃഖവും വേദനയും എപ്പോഴും അവരുടെ വീതത്തിലാണ്. അവരിന്നും നഷ്ടപ്പെടുന്നവരുടെ കൂട്ടത്തിലാണ്. ഗ്രീർ സ്ത്രീയെ ഓർമപ്പെടുത്തുന്നു: വീണ്ടും രോഷം കൊള്ളാൻ സമയമായി.

ഈ പുസ്തകത്തിൽ ജെർമെൻ ഗ്രീർ ഒട്ടനവധി വിഷയങ്ങൾ ചർച്ചയ്ക്കെടുക്കുന്നുണ്ട്: breast, girl power, shopping , estrogen, wives, mutilation എന്നിങ്ങനെ പല മൂന്നാം ലോകരാജ്യങ്ങളിലും അപൂർവം ചില യൂറോപ്യൻ സമൂഹങ്ങളിലും ഇന്ന് നിലവിലുള്ള കൃസരീഛേദനം എന്ന പ്രാകൃതാനുഷ്ഠാനത്തെക്കുറിച്ച് ഗ്രീർ പറഞ്ഞ കാര്യങ്ങൾ കോളിളക്കം സൃഷ്ടിച്ചു. ഈ വിഷയത്തിന്റെ സങ്കീർണതകളെക്കുറിച്ചും ഇക്കാര്യത്തിൽ പടിഞ്ഞാറൻ സമൂഹം സ്വീകരിക്കുന്ന ഇരട്ടത്താപ്പിനെക്കുറിച്ചുമാണ് അവർ സംവദിച്ചത്. Transexuality ആൺകുട്ടി ശസ്ത്രക്രിയയിലൂടെ പെൺകുട്ടിയാവുന്ന, പെൺകുട്ടി അതേപോലെ ചില കീറിമുറിക്കലുകളിലൂടെ ആൺകുട്ടിയാവുന്ന അവസ്ഥ - ഗ്രീർ ഈ പുസ്ത

കത്തിൽ ഗൗരവമായി വിശകലനംചെയ്തു. ഇങ്ങനെ ശസ്ത്രക്രിയ യിലൂടെ പെണ്ണാവുന്ന ആണിനെ, പെണ്ണായി അംഗീകരിക്കാൻ പറ്റി ല്ലെന്നാണ് ഗ്രീർ പറയുന്നത്. കാരണം അവൾക്ക് ഗർഭപാത്രമില്ല, അണ്ഡാ ശയമില്ല. അവൾ അർധനാരിയേ (half woman) ആവുന്നുള്ളൂ.

2003ൽ ഗ്രീർ എഴുതിയ *The beautiful boy* ഒച്ചപ്പാടുണ്ടാക്കി. ഇതൊരു കലാചരിത്രഗ്രന്ഥമാണ്. അതിൽ പത്തിരുനൂറ് ഫോട്ടോഗ്രാ ഫുകൾ കാണാം. കൗമാര പുരുഷലാവണ്യമാണ് ഗ്രീറിന്റെ വിഷയം. ഒരു ടീൻഏജ് പയ്യൻ ലൈംഗികാകർഷണമുള്ള ഒരു വസ്തുവാണെന്ന് ഗ്രീർ പറഞ്ഞത് പല നെറ്റികളെയും ചുളിപ്പിച്ചു (സമൂഹത്തെക്കൊണ്ട് 'അയ്യേ' എന്ന് പറയിപ്പിക്കലായിരുന്നുവല്ലോ ഈയമ്മയുടെ ഇഷ്ട വിനോദം.) നമ്മുടെ അലംഭാവത്തെ, കപടസദാചാരത്തെ ഞെട്ടിപ്പി ക്കാത്ത വാചകങ്ങൾ വിരളമായേ അവരിൽനിന്ന് വരാറുള്ളൂ. ബ്രിട്ടീഷ് സംസ്കാരത്തെപ്പറ്റി ഗ്രീർ എഴുതി: ഇംഗ്ലീഷ് സംസ്കാരം സ്വവർഗ ലൈം ഗികതയിൽ ചിട്ടപ്പെടുത്തിയതാണ്; പുരുഷന്മാർ വാസ്തവത്തിൽ പുരു ഷന്മാരിൽ മാത്രമെ താൽപ്പര്യമെടുക്കുന്നുള്ളൂ എന്ന അർഥത്തിൽ). സൈക്കോ അനാലിസിസിനെക്കുറിച്ച് ഗ്രീർ പറഞ്ഞു: മനോവിശ്ലേഷ ത്തിന്റെ തന്തയാണ് ഫ്രോയിഡ്. അതിന് തള്ളയില്ല.

അവരുടെ എഴുത്തുപോലെ, പേച്ചുപോലെ സ്ഫോടനാത്മകമത്രെ അവരുടെ പല ചെയ്തികളും. 1999ൽ പോളിബോറലൻസ് എന്ന ഓസ് ട്രേലിയൻ ഛായാഗ്രാഹകന്റെ ക്യാമറക്ക് മുമ്പിൽ പിറന്നപടി നിൽക്കാൻ ജെർമെൻ ഗ്രീർ രണ്ടുവട്ടം ആലോചിച്ചില്ല. നാഷണൽ പോർട്രെയ്റ്റ് ഗ്യാ ലറിയുടെ ഒരു പ്രദർശനത്തിൽ ആ ഫോട്ടോഗ്രാഫ് പ്രത്യക്ഷപ്പെടുകയും ചെയ്തു.

സർവതന്ത്ര സ്വതന്ത്രയായ ഒരരാജക ഫെമിനിസ്റ്റാണ് ജെർമെൻ ഗ്രീർ. പല പ്രക്ഷോഭങ്ങളിലും പങ്കെടുത്തുവെങ്കിലും ഒരു പ്രത്യേക ഫെമിനിസ്റ്റ് പ്രസ്ഥാനത്തോടോ ചിന്താധാരയോടോ ഒട്ടിനിൽക്കാൻ അവർ തയാറല്ല. താനൊരു കമ്യൂണിസ്റ്റാണെന്ന് ഗ്രീർ ചില അവസരങ്ങളിൽ അവകാശപ്പെടുന്നുണ്ടെങ്കിലും മാർക്സിസത്തിൻെറ ശാസ്ത്രീയശിക്ഷ ണത്തിന് പാകപ്പെട്ടതല്ല അവരുടെ മരഞ്ചാടി മനസ്സ്. ഗ്രീറിന്റെ ആശയ ങ്ങൾ പലതും അൾട്രാ റാഡിക്കൽ ഫെമിനിസ്റ്റുകൾക്കുപോലും ഉൾ ക്കൊള്ളാൻ കഴിയാത്തവയാണ്. ആയതിനാൽ ഈ ഓസ്ട്രേലിയൻ ഭദ്ര കാളി ഒറ്റക്ക് നിൽക്കുന്നു; എല്ലാ ആധിപത്യങ്ങളെയും അടിച്ചമർത്തലു കളെയും പോരിന് വിളിച്ചുകൊണ്ട്.

നുണകൾ രഹസ്യങ്ങൾ നിശ്ശബ്ദതകൾ

ഒരു വലിയ കവി കൂടിയായ ഫെമിനിസ്റ്റ് എന്നാണ് ഈ ബാൾട്ടി മോർകാരി വ്യവഹരിക്കപ്പെടുന്നത്. സ്ത്രീപക്ഷവാദത്തിന്റെ കക്ഷിഭേദ ങ്ങളിൽ ഇവർ പങ്കുചേരുന്നില്ല. പക്ഷേ തന്റെ എല്ലാ എഴുത്തിലും- കവി തയായാലും ലേഖനമായാലും തെളിച്ചമാർന്ന ഒരു ഫെമിനിസ്റ്റ് കാഴ്ച അകൃത്രിമമായി ഏഡ്റിയൻ റിച്ച് (Adrienne Rich) അവതരിപ്പിക്കുന്നു ണ്ട്. സാംസ്കാരിക പഠനത്തിന് ഈ എഴുത്തുകാരി നൽകിയ സംഭാവ നകളും ഏറെ വിലപ്പെട്ടതാണ്. കവിയെന്ന നിലയിൽ തന്റേതായൊരു തിണ്ണ ഏഡ്റിയൻ റിച്ച് പണ്ടേ ഉറപ്പിച്ചുകഴിഞ്ഞതാണ്. ഈ തിണ്ണയുടെ ബലത്തിൽ സമകാലിക സംസ്കാരത്തെക്കുറിച്ചും സ്ത്രീപക്ഷവാദത്തെ ക്കുറിച്ചും മുഖത്തടിക്കുന്ന സാമൂഹ്യാനുഭവങ്ങളെക്കുറിച്ചും വളച്ചുകെ ട്ടില്ലാതെ സംസാരിക്കാൻ അവർക്ക് കഴിയുന്നു. പ്രകോപനപരമെന്ന് യാഥാസ്ഥിതിക നിരൂപണം കുറ്റപ്പെടുത്തുന്ന ധാരാളം പുസ്തകങ്ങൾ ഏഡ്റിയൻ എഴുതി. പുതിയ ആശയങ്ങളോ പുതിയ വർഗീകരണങ്ങളോ നിർദേശിക്കുക എന്നത് ഈ എഴുത്തുകാരിയുടെ പതിവാണത്രെ. സാംസ്കാരിക വിശ്ലേഷണത്തിൽ സ്വതന്ത്രമായ ഒരു രീതിശാസ്ത്രം അവർ കൊണ്ടുവന്നു. 1960കളിലും എഴുപതുകളിലും ഉയർന്നുപൊന്തിയ സ്ത്രീപക്ഷ ശബ്ദങ്ങളിൽ ഏഡ്റിയൻ റിച്ച് തീർച്ചയായുമുണ്ട്. ബെറ്റി ഫ്രീഡ്മാൻ, ജെർമൻഗ്രീർ, ജൂലിയറ്റ് മിച്ചൽ, ടില്ലി ഓൾ സെൻ, ഷിലാ മിത്ത് ഫയർസ്റ്റോൺ എന്നീ ഫെമിനിസ്റ്റുകളോടൊപ്പം ഏഡ്റിയന്റെ പേരും പെൺപക്ഷ സംവാദത്തിന്റെ ഫെമിനിസ്റ്റ് പ്രത്യയശാസ്ത്രത്തിന്റെ നാൾവഴികളിൽ നിറഞ്ഞു നിൽക്കുന്നു. വെറും അക്കാദമിക് പ്രാധാന്യമല്ല, അവർക്കുള്ളത്. ക്യാമ്പസുകൾക്ക് വെളിയിലുള്ള വലിയ ലോകത്തെ ഏഡ്റിയർ റിച്ച് അഭിസംബോധന ചെയ്യുന്നുണ്ട്.

ഫെമിനിസ്റ്റ് വിചാരത്തിന്, ഫെമിനിസ്റ്റ് അറിവിനും ഫെമിനിസ്റ്റ് ആശയശാസ്ത്രത്തിന്റെ പ്രയോഗരൂപങ്ങൾക്കും ഏഡ്റിയൻ റിച്ച് നൽകിയ ഈടുവെപ്പുകൾ ഇക്കാലത്ത് സജീവമായി ചർച്ച ചെയ്യപ്പെടുന്നുണ്ട്. അതുകൊണ്ടുതന്നെ അവരുടെ വിവാദപരമായ നിബന്ധനകൾ പല അവസരങ്ങളിലും വിചാരണയ്ക്ക് വരുന്നു. ഒരു പ്രത്യേക സംസ്കാരത്തിന്റെ അകത്തളത്തിൽ നിന്നുകൊണ്ടുള്ള സ്ത്രീരചന. അതിന്റെ എല്ലാവശങ്ങളെയും ബന്ധിച്ചുള്ള ആലോചനകളാണ് ഏഡ്റിയർ നടത്തുന്നത്. സ്വന്തം അനുഭവങ്ങളെ, ഓർമകളെ മാത്രമല്ല അവർ അവലംബിക്കുന്നത്. ചരിത്രം, പഴമ, മനഃശാസ്ത്രം, നരവംശവിജ്ഞാനീയം, സാഹിത്യം എന്നതൊക്കെ എഡ്റിയൻ റിച്ച് ആഴത്തിൽ പരിശോധിക്കുന്നു. അവയിൽ നിന്ന് വായിക്കുന്ന പാഠങ്ങളെയും സ്വന്തമായ അനുഭവങ്ങളെയും ഏതെല്ലാം തലങ്ങളിൽ വിളക്കിച്ചേർക്കാമെന്ന് അവർ അന്വേഷിക്കുകയും ചെയ്യുന്നു. ഏഡ്റിയൻ സ്വീകരിക്കുന്നത് വ്യത്യസ്തമായ ഒരു രീതിശാസ്ത്ര സമീപനമാകുന്നു. സ്ത്രീസാംസ്കാരിക പഠനങ്ങളെന്ന് വിശേഷിപ്പിക്കപ്പെടുന്ന ബൗദ്ധികാധ്വാനങ്ങളുണ്ടല്ലോ, അതിന് ബലവത്തായ ഒരസ്തിവാരം നിർമിക്കുന്നതിൽ ഈ എഴുത്തുകാരി മുഖ്യമായൊരു പങ്കാണ് വഹിച്ചത്. അത് അവഗണിക്കാൻ ഒരു ഫെമിനിസ്റ്റ് ഗ്രൂപ്പിനും സാധ്യമല്ല. *Of Woman Born* എന്ന അവരുടെ പുസ്തകത്തിന്റെ പുതിയ പതിപ്പിനെഴുതിയ മുഖവുരയിൽ ഏഡ്റിയൻ പറയുന്നത് അവരുടെ ആദ്യരചനകളിൽ നിറഞ്ഞുനിൽക്കുന്നത് സ്വന്തമായ അനുഭവങ്ങളും മധ്യവർഗ ആംഗ്ലോ-സാക്സൺ വെള്ളക്കാരികൾ ചമച്ച സാഹിത്യവുമാണെന്നാണ്. ആ വെള്ള, മധ്യവർഗസാഹിത്യത്തിന്റെ കാഴ്ചയിൽക്കൂടിയാണ് താൻ ലോകത്തെ നോക്കിക്കണ്ടത്. തന്റേതായ ഒരു അപഗ്രഥനം പാകപ്പെടുത്താൻ താനുപയോഗിച്ച ഉപകരണം ഈ മധ്യവർഗ ആംഗ്ലോ-സാക്സൺ പെണ്ണെഴുത്തായിരുന്നുവെന്ന് അവർ തുറന്നു സമ്മതിക്കുന്നു.

റാഡ്ക്ലിഫ് കോളേജിൽ പഠിക്കുന്ന കാലത്ത് ഏഡ്റിയൻ റിച്ച് പ്രധാനമായും താൽപ്പര്യമെടുത്തത് കവിതയിലാണ്. *A Change of World* എന്ന അവരുടെ കാവ്യ സമാഹാരം യുവകവിതാ പുരസ്കാരത്തിന് തെരഞ്ഞെടുക്കപ്പെട്ടത് ഒരു സംഭവമായി. കാരണം തെരഞ്ഞെടുപ്പ് നടത്തിയ ആളുടെ പേരും പെരുമയും തന്നെ. ഡബ്ള്യൂ എച്ച് ഓഡൻ (W H Auden) എന്ന വരിഷ്ഠ കവി. അദ്ദേഹം ഈ സമാഹാരത്തിന് സാരവത്തായ ഒരവതാരികയും സമ്മാനിച്ചു.

1953ൽ ഏഡ്റിയൻ റിച്ച് ആൽഫ്രഡ് എച്ച് കോൺറാഡ് (Alfed H Conrad) എന്ന ഇക്കണോമിക്സ് പ്രൊഫസറെ വിവാഹം ചെയ്തു. ഹാർവാഡ് സർവകലാശാലയിൽ പ്രൊഫസറായിരുന്നു കോൺറാഡ്. അവർക്ക് മൂന്ന് ആൺമക്കളുമുണ്ടായി. അക്കാലത്താണ് ഏഡ്റിയൻ *Diamond Cutters* എന്ന രണ്ടാം കവിതാ സമാഹാരം പുറത്തിറക്കിയത്. 1963ൽ പ്രസിദ്ധീകരിച്ച *Snap Shots of A Daughter-in-law* എന്ന കൃതിയാണ് അവരെ പ്രശസ്തയാക്കിയത്. ഏഡ്റിയന്റെ ദാമ്പത്യം

ഈടാർന്നൊഴുകിയില്ല. 1960 കളിൽ അവർ കോൺറാഡുമായുള്ള ബന്ധം നിയമപരമായി വിച്ഛേദിച്ചു. പ്രൊഫസർ ആൽഫ്രഡ് കോൺറാഡ് 1970ൽ ആത്മഹത്യ ചെയ്തു. 1976 മുതൽ ഏഡ്രിയൻ, മൈക്കേൽ ക്ലിഫ് എന്നൊരു പഴയ സുഹൃത്തുമായി ജീവിച്ചുതുടങ്ങി. പല അമേരിക്കൻ യൂണിവേഴ്സിറ്റികളിലും അവർ അധ്യാപനം നടത്തി.

1960 മുതൽ ഏഡ്റിയൻ റിച്ച് ഒരു റാഡിക്കൽ ഫെമിനിസ്റ്റ് ആക്റ്റിവിസ്റ്റ് എന്ന നിലയിൽ അറിയപ്പെട്ടുതുടങ്ങിയിരുന്നു. New Left എന്ന പുരോഗമന പ്രസ്ഥാനത്തിൽ അവർ സജീവമായി. പൗരാവകാശ പ്രക്ഷോഭങ്ങളിലും യുദ്ധവിരുദ്ധ സമ്മേളനങ്ങളിലും അവരുടെ ശബ്ദം ഉയർന്നു കേൾക്കായി. താനൊരു ലെസ്ബിയനാണെന്ന് ഏഡ്റിയൻ ധീരമായി വിളിച്ചു പറഞ്ഞത് 1976ലാണ്. അവരുടെ വിവാദ ഗ്രന്ഥം *Of Woman Born: Motherhood as Experience and Institution* അച്ചടിച്ചുവന്നതും അക്കൊല്ലമായിരുന്നു. *Dream of a Common Language* എന്ന പുസ്തകത്തിൽ ലെസ്ബിയൻ വികാരവും ലൈംഗികതയും വിശദമായ വിശകലനത്തിനു വിഷയമാവുന്നുണ്ട്. മർമപ്രധാനമായ ഒരു പ്രബന്ധം അവരെഴുതി. *Compulsory Hetero Sexuality and Lesbian Existence.* എന്ന് നിബന്ധസമാഹാരത്തിൽ നമുക്ക് വായിക്കാം.

ഒരുപാട് ലഘുലേഖകൾ ഒരാക്റ്റിവിസ്റ്റ് എന്ന നിലയിൽ ഏഡ്റിയൻ എഴുതുകയുണ്ടായി: 'Necessities of Life, Will to Change' ഇത്യാദി.

1974ൽ ഏഡ്റിയന് നാഷണൽ ബുക് അവാർഡ് നേടിക്കൊടുത്ത കാവ്യസമാഹാരമാണ് Diving into the wreck' എല്ലാ സ്ത്രീകളുടെയും പേരിലാണ് അവർ ഈ പുരസ്കാരം ഏറ്റുവാങ്ങിയത്. മാത്രമല്ല, മറ്റു രണ്ട് പെൺകവികളുമായി - ആലിസ് വാക്കർ, ഓഡ്റി ലോർഡ് - അത് പങ്കുവെക്കുകയും ചെയ്തു. മറ്റു പല സമ്മാനങ്ങളും അവരെ തേടിയെത്തി. ലാനൻ ലൈഫ് ടൈം അച്ചീവ്മെന്റ് അവാർഡ്, അമേരിക്കൻ പോയറ്റ്സ് ഫെലോഷിപ്പ്, ലെനോർമാർഷൽ പോയട്രി പ്രൈസ് അങ്ങനെയങ്ങനെ. പതിമൂന്നുകൊല്ലം മുമ്പ് ഏഡ്റിയൻ റിച്ച് അമേരിക്കയുടെ ഏറ്റവും ഉയർന്ന ഒരു ബഹുമതി സ്വീകരിക്കാൻ വിസമ്മതിച്ചു: 'ദി നാഷണൽ മെഡൽ ഓഫ് ആർട്സ്. അമേരിക്കൻ ഭരണകൂടത്തിന്റെ - അക്കാലത്ത് ബിൽ ക്ലിന്റൺ ആയിരുന്നു പ്രസിഡന്റ് - ലോക വിദ്വേഷരാഷ്ട്രീയത്തിന് കലയുമായി ഒരു ബന്ധവുമില്ല എന്ന് പറഞ്ഞുകൊണ്ടാണ് ഈ എഴുത്തുകാരി തനിക്ക് നേരെ നീട്ടിയ മെഡൽ തിരസ്കരിച്ചത്.

ഏഡ്റിയൻ റിച്ച് എഴുതിയതും പ്രചരിപ്പിച്ചതും രാഷ്ട്രീയ കവിതയാണ് - Political Poetry. വെള്ള മധ്യവർഗ വനിതയുടെ വഴുവഴുപ്പൻ കവിതയുടെ തിരസ്കാരം എഡ്രിയനും അവരുടെ കൂട്ടുകാരികളും (ആലീസ് വാക്കർ, ഓഡ്റി ലോർഡ്, ജൂൺ ജോർഡൻ മുതൽ പേർ) ഒരു പ്രധാന പ്രവർത്തനമായിക്കണ്ടു. തൽസ്ഥാനത്ത് പ്രതിരോധത്തിന്റെ രാഷ്ട്രീയ കവിതയെ പ്രതിഷ്ഠിക്കാനാണ് അവർ ഉദ്യമിച്ചത്. മുമ്പുണ്ടായിരുന്നതും പിൽക്കാലത്ത് ഏതാണ്ട് നിർവീര്യമായിത്തീർന്നതുമായ ഒരു

രാഷ്ട്രീയ കവിതാ വഴക്കത്തിന്റെ പ്രത്യാനയിക്കലിന് കളമൊരുക്കുകയാണ് ഫെമിനിസ്റ്റ് കവികളുടെ ഉത്തരവാദിത്തമെന്ന് ഏഡ്റിയനും സഖികളും തിരിച്ചറിഞ്ഞു.

കവിത ഒരു 'Portable art' സുമഹനീയമായ കല – ആണെന്ന് അവർ വിശ്വസിക്കുന്നു. അത് – കവിത – സഞ്ചരിക്കുന്നു. ഭാഷ എന്ന പൊതുമാധ്യമംകൊണ്ടാണ് അത് നിർമിക്കപ്പെടുന്നത്. വാക്കുകളിലൊതുങ്ങാത്ത സന്ദേശങ്ങളാണ് കവിത നൽകുന്നത്. അത് നമ്മുടെ തൃഷ്ണകളെക്കുറിച്ച്, മോഹങ്ങളെക്കുറിച്ച് സംസാരിക്കുന്നു. നമ്മുടെ വിശപ്പുകളെക്കുറിച്ച് പറയുന്നു. അത് നമ്മെ അസംതൃപ്തിയിൽ നിർത്തുന്നു. അതുകൊണ്ടുതന്നെ കവിത ഒരു വിധ്വംസക പ്രവർത്തനമാണ്. ഇങ്ങനെ പോകുന്നു കവിത എന്ന സർഗക്രിയയെക്കുറിച്ചുള്ള ഏഡ്റിയൻ റിച്ചിന്റെ നിരീക്ഷണങ്ങൾ.

"I am a woman, I am a feminist, and I am against imperialism" "ഞാൻ ഒരു പെണ്ണാണ്. ഒരു പെൺ പക്ഷവാദി. ഞാൻ സാമ്രാജ്യത്വത്തിനെതിരാണ്" എന്ന് ഏഡ്റിയൻ റിച്ച് സ്വയം നിർവചിക്കുകയും വ്യാഖ്യാനിക്കുകയും ചെയ്തിട്ടുണ്ട്. സാമ്രാജ്യവിരുദ്ധ മനോഭാവം, സ്വന്തം രാജ്യമായ അമേരിക്കയുടെ വിയത്നാം യുദ്ധത്തെ തുറന്നെതിർക്കാൻ ഈ എഴുത്തുകാരിക്ക് കരുത്തു പകർന്നു. നീതിക്കുവേണ്ടിയുള്ള എല്ലാ പോരാട്ടങ്ങളിലും പെൺപക്ഷം പങ്കുചേരണമെന്ന് അവർ സിദ്ധാന്തിച്ചു. പലപ്പോഴും മാർക്സിയൻ അപഗ്രഥനത്തെ ഏഡ്റിയൻ റിച്ച് അനുകൂലിക്കുന്നതായിക്കാണാം. ചരിത്രം, സമൂഹം, സ്ത്രീ എന്നീ വിഷയങ്ങളെക്കുറിച്ചുള്ള മാർക്സിന്റെ അഗാധമായ അന്വേഷണങ്ങളോട് തനിക്കുള്ള ബഹുമാനം പരസ്യമാക്കാൻ ഈ റിബൽ മടിച്ചില്ല. മാർക്സിസവും ഒരാൺപക്ഷ വിപ്ലവവിചാര പദ്ധതിയാണെന്ന ചില ഫെമിനിസ്റ്റുകളുടെ വീക്ഷണത്തോട് ഏഡ്റിയൻ യോജിച്ചില്ല.

Perception (വേദനം/പ്രത്യക്ഷബോധം), Perspective (പരിപ്രേക്ഷ്യം) എന്നിവ ഈ എഴുത്തുകാരിയുടെ സംവാദത്തിൽ പ്രധാനമാണ്. ഇവ തമ്മിലുള്ള ബന്ധങ്ങളും വൈരുധ്യങ്ങളും അവർ ഗൗരവമായി പരിശോധിക്കുന്നു. Of Lies, Secrets and Silences എന്ന പുസ്തകത്തിൽ അവരുടെ അന്വേഷണമേഖലകൾ വ്യക്തമായി അടയാളപ്പെടുത്തുന്നുണ്ട്. സ്ത്രീയുടെ തൊഴിലിടങ്ങളിലെ സാഹചര്യങ്ങൾ, യൂണിവേഴ്സിറ്റി വിദ്യാഭ്യാസ സമ്പ്രദായത്തിൽ സ്ത്രീക്കുള്ള സ്ഥാനം, മാതൃത്വം, ലെസ്ബിയനിസം ഇവയൊക്കെ ഏഡ്റിയൻ ഇടപെടുന്ന വിഷയങ്ങളാണ്. അവരുടെ മുഖ്യമായ ആശയങ്ങളുടെ വ്യക്തമായ ആവിഷ്ക്കാരം "When We Dead Awaken. "Writing as a Re-vision." Towards a Woman Centred University" എന്നീ പ്രബന്ധങ്ങളിൽ കാണാം. സാഹിത്യ പാരമ്പര്യങ്ങളെക്കുറിച്ച് നടത്തുന്ന ഗവേഷണത്തിന് ഒരു പുതിയ സമീപനത്തിന്റെ അത്യാവശ്യമുണ്ടെന്ന് ഏഡ്റിയൻ അഭിപ്രായപ്പെടുന്നു. ഒരു 're-vision' – പുനർദർശനം – സാഹിത്യപാഠ നിരൂപണത്തിൽ ആവശ്യമുണ്ടെ

ന്നത് ഈ എഴുത്തുകാരിയുടെ ഉറച്ച നിലപാടാണ്. പുതിയൊരു വിമർശനരീതിയും അതിനു യോജിച്ച ഒരു രീതിശാസ്ത്രവും രൂപപ്പെടണമെന്ന് ഏഡ്റിയൻ റിച്ച് പറയുന്നു. വ്യത്യസ്തമായ വിമർശനവിദ്യയിലൂടെ മാത്രമേ ഒരു "Psychic Geography"യുടെ - മനോഭൂമിശാസ്ത്രത്തിന്റെ - പര്യവേക്ഷണം, പരിശോധന സാധ്യമാവൂ എന്ന അഭിപ്രായവും അവർക്കുണ്ട്. ആധുനിക സ്ത്രീപക്ഷപാഠ വിശ്ലേഷണ പദ്ധതികളിൽ ഏഡ്റിയൻ റിച്ചിന്റെ മുൻചൊന്ന ആശയങ്ങൾ നിസ്സാരമല്ലാത്ത സ്വാധീനം ചെലുത്തുന്നു. പ്രത്യേകിച്ച് പഴയ സാഹിത്യകൃതികളുടെ അപഗ്രഥനത്തിൽ.

"Towards a Woman Centred University" എന്ന പ്രശസ്തമായ പ്രബന്ധം, പുരുഷാധിപത്യവ്യവസ്ഥയ്ക്കുള്ളിൽ, ഒരു സാംസ്കാരിക സ്ഥാപനത്തിന്റെ വേഷത്തിൽ, ഒരു സർവകലാശാല എങ്ങനെ പ്രവർത്തിക്കുന്നു എന്ന് പരിശോധിക്കുകയാണ്. പതിനെട്ടാം നൂറ്റാണ്ടിൽ മേരി വോൾസ്റ്റൺ ക്രാഫ്റ്റ് എന്ന ആദ്യകാല ഫെമിനിസ്റ്റ് വാദിച്ചത് പുരുഷന് തുല്യമായ വിദ്യാഭ്യാസ സൗകര്യങ്ങൾ സ്ത്രീക്ക് കിട്ടിയാൽ ആണാധിപത്യത്തിനും മേലാളഭാവത്തിനും അറുതിവരും എന്നാണല്ലോ. ഇരുപതാം നൂറ്റാണ്ടിലെ അനുഭവം അതല്ല എന്ന് ഏഡ്റിയൻ ചൂണ്ടിക്കാട്ടുന്നു. ആണിന് തുല്യമായ വിദ്യാഭ്യാസാവകാശങ്ങൾ പെണ്ണിനും അനുവദിച്ചു കിട്ടിയിട്ടുണ്ടെന്നാണ് പൊതുവിശ്വാസം. അവൾക്ക് യൂണിവേഴ്സിറ്റിയിൽ പോകാം. പഠിക്കാം. പഠിപ്പിക്കാം. പക്ഷേ യൂണിവേഴ്സിറ്റിക്കകത്ത് കഥ വേറെയാണ്. അവിടെ പുരുഷാധിപത്യം എല്ലാത്തലങ്ങളിലും നിലനിൽക്കുന്നു. പുരുഷന്റെ ചട്ടങ്ങൾ, പുരുഷന്റെ വിമർശനസമ്പ്രദായങ്ങൾ, സ്ത്രീക്ക് സ്വീകരിക്കേണ്ടിവരുന്നു. യൂണിവേഴ്സിറ്റികൾ പ്രചരിപ്പിക്കുന്നത് ഒരു ആൺപക്ഷ പഠനമാതൃകയാണ്. ആൺമാനങ്ങളും മാനദണ്ഡങ്ങളുമാണ് നിലനിൽക്കുന്നത്. ഇതേക്കുറിച്ച് വെർജീനിയ വുൾഫ് *Three Guineas* എന്ന പുസ്തകത്തിൽ പറഞ്ഞിട്ടുണ്ട്. പൊതുവേദികളിൽ നിന്ന്, ആശയസംവാദങ്ങളിൽനിന്ന്, അക്കാദമിക് വ്യാപാരങ്ങളിൽനിന്ന് സ്ത്രീ ഒഴിച്ചുനിർത്തപ്പെടുന്നത് വുൾഫ് എടുത്തുകാട്ടിയിരുന്നു. ഏഡ്റിയൻ റിച്ച് ആവശ്യപ്പെടുന്നത് യൂണിവേഴ്സിറ്റി വിതാനങ്ങളിൽ സ്ത്രീ ചരിത്രവും, പെണ്ണനുഭവങ്ങളും അവരുടെ ആശയങ്ങളും ഇടം കണ്ടെത്തണമെന്നാണ്. സ്ത്രീകൾ യൂണിവേഴ്സിറ്റികളിൽ ചെന്ന് കയറിയതുകൊണ്ടുമാത്രം ഒരു മാറ്റവും സംഭവിക്കാൻ പോകുന്നില്ല. ഗുരുത്വാകർഷണകേന്ദ്രം (Centre of Gravity) ആണിൽ നിന്ന് പെണ്ണിലേക്ക് മാറ്റപ്പെടുമ്പോൾ മാത്രമേ ഗുണപരമായ പരിവർത്തനം സംഭവിക്കൂ എന്ന് ഏഡ്റിയൻ റിച്ച് നിരീക്ഷിക്കുന്നു. അതിന് യൂണിവേഴ്സിറ്റി അക്കാദമി, സ്ത്രീകേന്ദ്രിതമാവണം. അപ്പോൾ മാത്രമേ പഠിക്കാനും പഠിപ്പിക്കാനും ശക്തി പങ്കുവെയ്ക്കാനും വിമർശിക്കാനും അറിവിനെ അധികാരമാക്കി ചെയ്യാനും പെണ്ണിന് സാധിക്കൂ. 'Convert Knowledge to Power' (അറിവിനെ ആയുധമാക്കുക) എന്നത് റിച്ചിന് വളരെ പ്രിയപ്പെട്ട ഒരു മുദ്രാവാക്യമത്രെ.

'Of Woman Born: Motherhood as Experience and Institution' എന്ന പാഠത്തിൽ മാതൃത്വമെന്നതിന്റെ ചരിത്രപരമായ അപഗ്രഥനമാണ് റിച്ച് നടത്തുന്നത്. അമ്മ എന്ന സങ്കൽപ്പത്തെ ചുറ്റിപ്പറ്റിയുള്ള 'മിത്തു'

കളെ അനാവരണം ചെയ്യാൻ അവർ ശ്രമിക്കുന്നു - വിവിധ സമൂഹങ്ങളിൽ, സംസ്കാരങ്ങളിൽ അമ്മയുടെ പങ്കിനെ അവരുടെ താൽപ്പര്യാനുസരണം പരിമിതപ്പെടുത്താനും നിയന്ത്രിക്കാനുമുള്ള ഏർപ്പാടുകളുണ്ട്. അവയെക്കുറിച്ചാണ് ഏഡ്റിയൻ റിച്ച് പറയുന്നത്. ശാസനാത്മക വ്യവസ്ഥകളിൽ പെണ്ണിനെ/അമ്മയെ തളച്ചിടുക എന്നതാണ് സമൂഹത്തിന്റെ ഉന്നം. ഈ ആശയം എഡ്റിയൻ റിച്ച് *Compulsory Hetero Sexuality and the Lesbian Experience* എന്ന മറ്റൊരു ഗ്രന്ഥത്തിൽ വിപുലീകരിക്കുന്നുണ്ട്. ഉഭയ ലൈംഗികത (Hetero sexuality) സ്വാഭാവികമായ ഒന്നാണെങ്കിൽ പെണ്ണിനെ തൂണിൽ കെട്ടിയിടുന്ന ശാസനകളുടെ, വഴക്കങ്ങളുടെ, ആവശ്യമെന്ത് എന്ന് അവർ ചോദിക്കുന്നു. ഉഭയ ലൈംഗികതയെ ചോദ്യം ചെയ്യുന്നത് നിഷിദ്ധമാണ് എന്ന വിശ്വാസം 'പേറ്ററിയാർക്കൽ (പുരുഷാധീശ) സംവാദത്തിന്റെ നിർമിതിയാകുന്നു (ഇതുതന്നെയാണ് Dale spender ഉം പറഞ്ഞത്) കേന്ദ്രത്തിൽ അധികാരം നിലനിർത്തുന്നതിനു വേണ്ടി ആണാധിപത്യ സംസ്കാരം കൊണ്ടുവരുന്ന പല tabooകൾ (നിരോധങ്ങൾ/വർജനങ്ങൾ) ഉണ്ട്. 'Hetero Sexuality'ക്ക് - ഉഭയലൈംഗികതയ്ക്ക് - എതിരായി ഒന്നും ശബ്ദിച്ചുപോകരുത് എന്നത് ആ വിലക്കുകളിൽ പ്രധാനമാണ്. ലെസ്ബിയനിസം - സ്വവർഗരതിയുടെ സ്ത്രീപർവം - എന്ന വികാരകാലാവസ്ഥയെ ചർച്ച ചെയ്യാൻ പുതിയൊരു ഭാഷ ആവശ്യമാണെന്ന് ഏഡ്റിയൻ റിച്ച് പറയുന്നുണ്ട്. ലെസ്ബിയൻ എക്സിസ്റ്റൻസ് (Lesbian existence) 'ലെസ്ബിയൻ കൺടിന്യൂയം' (Lesbian Continuum) എന്നീ പദങ്ങൾ സൃഷ്ടിച്ചതും അവരാണ്. പുരുഷമേധാവിത്വഭാഷ സ്ത്രീ ലൈംഗികതയുടെ വിവരണത്തിനുപയോഗിക്കുന്ന വാക്കുകളിൽ ഏഡ്റിയൻ രോഷംകൊണ്ടു. ഒരു സ്ത്രീ-കേന്ദ്രിത പദാവലിയാണ് അവർ നിർമിക്കാൻ ആഗ്രഹിച്ചത്. സ്ത്രീയും സ്ത്രീയും തമ്മിലുള്ള ഉൽപ്പാദനേന്ദ്രിയപരമായ ലൈംഗികതയായി ലെസ്ബിയനിസത്തെ പുരുഷാധീശ സമൂഹവും അതിന്റെ സദാചാരസംഹിതയും ദുർവ്യാഖ്യാനം ചെയ്യുന്നുണ്ട്. അതിനെതിരായി ഒരു അവബോധം, ഒരു പ്രതിരോധം; ഇതു രണ്ടും സൃഷ്ടിക്കേണ്ടത് ഫെമിനിസ്റ്റുകളുടെ ദൗത്യമാണെന്ന് ഏഡ്റിയൻ റിച്ച് നിരീക്ഷിച്ചു. കാരണം ലെസ്ബിയൻ ചിന്ത ഒരു വിമോചനമാണ്; ഒരു വിചാരമേഖലയാണ് അറിഞ്ഞും അറിയാതെയും ഇതേക്കുറിച്ചുള്ള പുരുഷസംവാദത്തിൽ പെണ്ണുങ്ങൾ അതീവസങ്കുചിതമായ ഒരു സദാചാരബോധത്തോടെ പങ്കെടുക്കുന്നുണ്ടെന്ന കാര്യം ഈ എഴുത്തുകാരി ഓർമപ്പെടുത്തുന്നു.

ഏഡ്റിയൻ റിച്ചിന്റെ മഹത്തായ സംഭാവനകൾ ഫെമിനിസ്റ്റുകളിൽ പലരും വരവുവെച്ചിട്ടില്ല എന്നത് ദുഃഖകരമായ വാസ്തവമായി അവശേഷിക്കുന്നു. സ്ത്രീ സാംസ്കാരിക പഠനത്തിന്റെ ആഴവും വീതിയും വർധിപ്പിച്ചത് ഈ അമേരിക്കക്കാരിയാണ് എന്നത് എന്തുകൊണ്ടോ പലരും സൗകര്യപൂർവം വിസ്മരിക്കുന്നു. അവർ ഞെട്ടിപ്പിക്കുന്ന ചോദ്യങ്ങൾ ചോദിച്ചു. ഈ ചോദ്യങ്ങൾക്ക് മുമ്പിൽ ആൺവാഴ്ചയുടെ സംസ്കാരം ചൂളുകയും ചെയ്തു

ഡേൽ സ്പെൻഡർ
ദി ക്രിംസൺ ഫെമിനിസ്റ്റ്

കടും ചുവപ്പ്: അതാണ് ഈ ഓസ്ട്രേലിയൻ ഫെമിനിസ്റ്റിന്റെ പ്രിയപ്പെട്ട നിറം. അറുപത്തേഴ് വയസായി. ഓസ്ട്രേലിയയിലെ ന്യൂസൗത്ത് വേൽസിലാണ് ജനനം. സിഡ്നി സർവകലാശാലയിൽ വിദ്യാഭ്യാസം പൂർത്തിയാക്കി. ലണ്ടനിലെ പ്രസിദ്ധമായ പൻഡോര പ്രസിന്റെ സ്ഥാപകന്മാരിൽ ഒരാളാണ്. പൺഡോരയെ നാമോർക്കുന്നത് പെണ്ണെഴുത്തിന്റെ പ്രസിദ്ധീകരണശാല എന്ന നിലയ്ക്കാണ്; 'വിറാഗോ'യെപ്പോലെ Women's studies international Forum ആരംഭിച്ചതും ഡേൽസ്പെഡർ തന്നെ. പെൻഗ്വിൻ ഓസ്ട്രേലിയൻ വിമൻസ് ലൈബ്രറിയുടെ എഡിറ്ററായും അവർ പ്രവർത്തിച്ചിട്ടുണ്ട്.

ഫെമിനിസത്തോളം തന്നെ ഈ എഴുത്തുകാരിക്ക് പഥ്യമായ രണ്ടു വിഷയങ്ങളുണ്ട്; ബൗദ്ധികസ്വത്തും നവ സാങ്കേതികവിജ്ഞാനീയവും. വിവാഹം എന്ന ഏർപ്പാടിൽ വിശ്വാസമില്ലാത്ത ഡേൽ സ്പെൻഡർ നാലുപതിറ്റാണ്ടായി ടെഡ്ബ്രൗൺ എന്ന കൂട്ടുകാരനുമൊത്ത് കഴിയുന്നു. വീടില്ലാത്ത വനിതകൾ, അവരാണ് ഇപ്പോൾ ഡേൽ സ്പെൻഡറെ അലട്ടുന്ന സാമൂഹ്യപ്രശ്നം. അവരുടെ അനാഥാവസ്ഥയിലേക്ക് ആഗോളശ്രദ്ധ ആകർഷിക്കുന്നതിനാണ് ഈ ഫെമിനിസ്റ്റ് യത്നിക്കുന്നത്.

1980 ൽ, അതായത് മുപ്പത് കൊല്ലം മുമ്പ് പുറത്തുവന്ന *Man made language* എന്ന സ്ത്രീപാഠമത്രെ ഡേൽ സ്പെൻഡറെ വിളംബരംചെയ്തത്. ഈ പുസ്തകം ലോകമാസകലം ജൈത്രയാത്ര നടത്തി. നമ്മുടെ പ്രപഞ്ചവീക്ഷണത്തെ ചിട്ടപ്പെടുത്തുന്നത് ഭാഷയാണെന്ന വാദമാണ് ഡേൽ സ്പെൻഡർ ഈ ഗ്രന്ഥത്തിൽ ഉയർത്തുന്നത്. ഇത് ഒരു 'ഡിറ്റർമിനിസ്റ്റ്' (ഏത് ലോക വ്യവഹാരവും കാര്യകാരണങ്ങൾക്ക് കീഴ്പ്പെട്ടിരിക്കുന്നുവെന്നതാണ് ഡിറ്റർമിനിസ്റ്റ് തിയറി) സിദ്ധാന്തത്തിന്റെ മുഖച്ഛാ

യയുള്ളതാണെന്ന് വ്യാഖ്യാനിക്കാം. കൂട്ടത്തിൽ ഭാഷ നിർദോഷമല്ല/ നിഷ്പക്ഷമല്ല – എന്നുകൂടി ഡേൽ സ്പെൻഡർ നിരീക്ഷിച്ചു. ഭാഷ ഒരു വാഹനം മാത്രമല്ല; അത് ആശയങ്ങളുടെ നിർമാതാവ് കൂടിയാണ്. അതു മാനസിക പ്രവർത്തനവുമായി ബന്ധപ്പെട്ട ഒരു പരിപാടിയാണ്. ഭാഷ അന്നുമിന്നും പുരുഷാധിപത്യപരമാകുന്നു. പുരുഷാധീശതയുടെ വിശ്വവീക്ഷണം പ്രകാശിപ്പിക്കാനാണ് ഭാഷ സൃഷ്ടിക്കപ്പെട്ടത്. ഭാഷ ശക്തമായ ഒരു ഉപകരണമായി പ്രവർത്തിക്കുന്നു: പെണ്ണിനെ സാമൂഹികമായി, സാംസ്കാരികമായി ആണിന് കീഴ്പ്പെടുത്തി നിർത്താൻ; അവളെ പ്രാന്തവൽക്കരിക്കാൻ.

'മ്യാൻമേഡ് ലാങ്ഗ്വേജി'ന്റെ ആദ്യ ഭാഗം വിശദമായി അന്വേഷിക്കുന്നത് വർത്തമാന ഭാഷാ ഗവേഷണത്തിന്റെ അവസ്ഥയാണ്. കൂട്ടത്തിൽ ഭാഷയിലെ പ്രബലമായ 'സെക്സിസ'ത്തെ ലിംഗവിവേചനപരമായ കാഴ്ചപ്പാടും സമീപനവും പരിശോധിക്കുന്നുമുണ്ട്. ഭാഷാഗവേഷണത്തിൽ സെക്സിസം കിടന്നു കളിക്കുന്നു. ലിംഗവിവേചനം എല്ലാ ബുദ്ധിവ്യാപാരങ്ങളിലും ആശയവ്യവഹാരങ്ങളിലും പരോക്ഷമായി പ്രവർത്തിക്കുന്നു. ആണിന് അനുകൂലമായ ഒരു പൂർവസ്ഥിതി നിലനിർത്താനാണ് പുരുഷാധീശ സമൂഹത്തിന്റെ അധ്വാനം. അതിന്റെ ഭാഗമായി ഫെമിനിസ്റ്റ് ഡിസ്കോഴ്സിനെ സ്ത്രീപക്ഷ സംവാദത്തെ തന്ത്രപൂർവം താഴ്ത്തിക്കെട്ടുന്നു. അത് പുരുഷസംവാദത്തിന് താഴെയാണെന്ന് വരുത്തിത്തീർക്കുന്നു. ഭാഷാ ഗവേഷണത്തിന്റെ രീതിശാസ്ത്രം തന്നെ ആൺകോയ്മ സ്വഭാവം കലർന്നതാണ്. പുരുഷപ്രമാണിത്തത്തിന്റെ നിഗമനങ്ങളെയും നിർമിതികളെയും വിശ്വാസങ്ങളെയും ആഖ്യാനക്രമങ്ങളെയും ഫലപ്രദമായി വെല്ലുവിളിക്കുന്ന ഒരു സ്ത്രീപക്ഷ ഗവേഷണ സമ്പ്രദായത്തിനുവേണ്ടിയാണ് ഡേൽ സ്പെൻഡർ വാദിക്കുന്നത്. ആധിപത്യമാളുന്ന ആൺസംവാദത്തെ ചോദ്യം ചെയ്യാൻ പെണ്ണിന്റെ ഗവേഷണബുദ്ധിശേഷി സമ്പാദിക്കണം. ചുരുക്കത്തിൽ തനതായൊരു മൂല്യസമ്പ്രദായത്തിൽ അധിഷ്ഠിതമായ ഒരു സ്ത്രീപക്ഷ വിമർശനപദ്ധതിയാണ്, ഗവേഷണരീതിയാണ്, ഭാഷാമാതൃകയാണ് ഫെമിനിസ്റ്റുകൾ സജ്ജമാക്കേണ്ടത്. എങ്കിൽ മാത്രമേ സ്ത്രീയിൽ അടിച്ചേൽപ്പിക്കപ്പെട്ട 'സൈലൻസി'നെ– നിശ്ശബ്ദതയെ – വലിച്ചെറിയാൻ കഴിയൂ. ഈ നാവനങ്ങായ്മ, ശബ്ദശൂന്യത: അതാണ് എല്ലാ ആശയ സംവാദങ്ങളിലേക്കും പെണ്ണിന് പ്രവേശം നിഷേധിക്കുന്നത്. അതിനാൽ ഒരു സ്ത്രീ കേന്ദ്രിത ഭാഷാബദൽ അനിവാര്യമാകുന്നു.

Man made language ൻെറ പിന്നീടുള്ള അധ്യായങ്ങളിൽ നേരത്തെ പറഞ്ഞ സ്ത്രീനിശ്ശബ്ദത എങ്ങനെ സൃഷ്ടിക്കപ്പെടുന്നു എന്നതിനെ സംബന്ധിച്ച് ഡേൽ ഉപന്യസിക്കുന്നുണ്ട്. അത് ഒരു വെറും ലിംഗ്വിസ്റ്റിക് ചർച്ചയിൽ മാത്രം ഒതുങ്ങിനിൽക്കുന്നില്ല. പെണ്ണെഴുത്തുകാർ അഭിമുഖീകരിക്കുന്ന പല സവിശേഷ സർഗ പ്രശ്നങ്ങളിലേക്കും ഡേൽ സ്പെൻഡറുടെ ആലോചന വഴി മാറുന്നുണ്ട്. ആധുനിക ഫെമിനിസം പല

അവശതകളെയും അതിജീവിക്കുകയും വർധിച്ച പൊതുസമ്മതി കൈവരിക്കുകയും ചെയ്തിട്ടുണ്ട്. എന്നിരിക്കിലും വ്യത്യസ്തമായി എഴുതാൻ ഒരുമ്പെടുന്ന, അവകാശബോധമുള്ള പെണ്ണെഴുത്താളർക്ക് ഇപ്പോഴും അരോചകമായ ഒരു വാസ്തവത്തെ അഭിസംബോധന ചെയ്യേണ്ടിവരുന്നു: സംവാദത്തിന്റെ സദസ്സിൽ ഇന്നും പെണ്ണിന് അനുവദിച്ചുകിട്ടുന്നത് ഒരു രണ്ടാം വിതാനമാണ് എന്ന വാസ്തവത്തെ അവരുടേതായ പെൺയാഥാർഥ്യത്തെ ആവിഷ്കരിക്കരിക്കാൻ പ്രാപ്തമായ ഒരു പുതിയ സംവാദരീതിയും ഭാഷയും പരുവപ്പെടുത്തേണ്ടിയിരിക്കുന്നു. ഇതൊരു പോരാട്ടമാണ്. ഓരോ എഴുത്തുകാരിയും ഈ പൊയ്ത്തിൽ പങ്കുചേരേണ്ടതുണ്ട്. അതിൽനിന്ന് മാറിനിൽക്കാൻ പെണ്ണെഴുത്തിന് പറ്റില്ല.

ആൺ - പെൺ പേച്ചുകളുടെ വ്യത്യാസങ്ങളെ നേരെ ചൊവ്വേ സാമൂഹികശാസ്ത്രപരമായി വിചാരണചെയ്യുന്ന ഒരു ശരാശരി ഗ്രന്ഥമായി *Man made language* നെ അടയാളപ്പെടുത്തരുത്. തന്റെ വാദങ്ങൾക്കിടയിൽ സോഷ്യോ - ലിംഗ്വസ്റ്റിക് മോഡലുകളെ മുൻനിർത്തി 'speech' (പേച്ച്) എന്നതിനെ ഡേൽ സ്പെൻഡർ അപഗ്രഥിക്കാൻ ശ്രമിക്കുന്നുണ്ടെന്നത് ശരിതന്നെ. പക്ഷേ, അടിസ്ഥാനപരമായി അവർ ആലോചിക്കുന്നത് മറ്റു ചില സംഗതികളെക്കുറിച്ചാണ്; അർഥത്തെ, അറിവിനെ, യാഥാർഥ്യത്തെ ഭാഷ എവ്വിധം നിർമിക്കുന്നു എന്നതിനെപ്പറ്റി. ഭാഷാപരമായ മേൽക്കോയ്മ കൈയാളുന്ന വർഗം/ജെൻഡർ, അർഥത്തിന്റെ ഉൽപ്പാദന പ്രക്രിയയെ നിയന്ത്രിച്ചുപോരുന്നു. തന്മൂലം ഭാഷയിൽ, സൃഷ്ടിയിൽ, അർഥത്തിൽ, വിചാരത്തിൽ തഴയപ്പെടുന്നത്, പ്രാന്തവൽക്കരിക്കപ്പെടുന്നത് പെൺവർഗമാകുന്നു. 1983ൽ എഴുതിയ ഒരു പ്രബന്ധത്തിൽ ഡേൽ സ്പെൻഡർ, ഈ ഗ്രന്ഥത്തിലും തുടർന്നുള്ള തന്റെ എഴുത്തുകളിലും സ്വീകരിച്ച ആശയശാസ്ത്രപരമായ നിലപാട് വ്യക്തമാക്കുന്നുണ്ട്. നാളിതുവരെ അർഥനിർമിതിയുടെ ഉത്തരവാദിത്വം പൂർണമായും പുല്ലിംഗത്തിനായിരുന്നു. ഈ അർഥനിർമാണമാകട്ടെ, ഏകപക്ഷീയവും സ്വേച്ഛാപരവുമായി പെണ്ണ് എന്ന വസ്തുവെ ഒരു നിഷേധാത്മകമായ വേഷത്തിൽ കാണാനായിരുന്നു പുരുഷഭാഷയുടെ പരിശ്രമം. ആണാധിപത്യ വ്യവസ്ഥയിൽ, അതിന്റെ ഏക സ്വരഭാഷയിൽ, വിശദീകരിക്കപ്പെടാതെപോയ കാര്യങ്ങൾ വെളിവാകണമെങ്കിൽ പുതിയൊരു പെൺ സംവാദഭാഷ ഉരുത്തിരിയണം. അതിനുവേണ്ടിയാവും തന്റെ എല്ലാ അധ്വാനങ്ങളുമെന്ന് ഡേൽ സ്പെൻഡർ പ്രസ്താവിച്ചു. പെണ്ണെഴുത്തിന്റെ ഏതാണ്ട് വിസ്മൃതമായ പാരമ്പര്യത്തെ പുനരാനയിക്കുക; അതിന്റെ വെട്ടത്തിൽ ഒരു പെൺ കേന്ദ്രിത സംവാദഭാഷ പാകപ്പെടുത്തുക: ഇത്യാദിയാണ് ഡേൽ സ്പെൻഡറുടെ പരന്നുകിടക്കുന്ന പാഠങ്ങളിലും നിബന്ധങ്ങളിലും പ്രതിപാദ്യങ്ങളായി വർത്തിക്കുന്നത്.

1986 ൽ *Mothers of the Novel* എന്ന ഡേൽ കൃതി പുസ്തകച്ചന്തയിലെത്തി. പതിനെട്ടാം നൂറ്റാണ്ടിലെ പെൺനോവലിസ്റ്റുകളുടെ പദവിയെ സംബന്ധിച്ച് പുലരുന്ന പൊതുധാരണകളെ പിഴുതെറിയാനാണ് ഈ

പുസ്തകം ഉദ്യമിച്ചത്. പെൺ കേന്ദ്രിത രചനാതന്ത്രത്തിന്റെ 'ഫ്രേംവർക്ക്' - ഉപഘടന - ഉണ്ടാക്കുക എന്ന ഉദ്ദേശ്യത്തിന്റെ വിപുലീകരണമാണ് *Mothers of the Novel* ൽ നാം കാണുന്നത്. പെൺ നോവൽ പിറന്നത് പത്തൊമ്പതാം നൂറ്റാണ്ടിന്റെ തുടക്കത്തിൽ, ജേൻ ഓസ്റ്റിൻ എന്ന പ്രതിഭയുടെ വരവോടുകൂടിയാണ് എന്ന രൂഢമൂലമായ സാമാന്യധാരണയുണ്ടല്ലോ: അതിന്റെ കടയ്ക്കലാണ് ഡേൽ സ്പെൻഡർ കത്തിവെക്കുന്നത്. ആദ്യമൊക്കെ അവരുടെ മനോഗതവും അതു തന്നെയായിരുന്നുപോൽ. പക്ഷേ, നോവലിന്റെ വേരുകൾ അന്വേഷിച്ചിറങ്ങിയപ്പോൾ ബോധ്യമായത്രെ ആ ധാരണ തികച്ചും വികലമാണെന്ന്. ജേൻ ഓസ്റ്റിൻ ഒരു നിലയ്ക്കും പെൺ നോവലിന്റെ അമ്മച്ചിയല്ല. ഒരു നൂറ്റാണ്ട് പഴക്കം ചെന്ന പെൺ നോവൽ വഴക്കത്തിന്റെ സാമാന്യം തിളക്കവും മുഴുപ്പുമുള്ള കണ്ണിമാത്രമാണ് ഈ ഹാംപ്ഷയർകാരി.

ഡേൽ സ്പെൻഡർ പെൺനോവലിന്റെ തായമാരായി എണ്ണുന്ന എഴുത്തുകാരികളിൽ ചിലരെക്കുറിച്ച് മാത്രമെ വർത്തമാന വായനസമൂഹം കേട്ടിരിക്കാനിടയുള്ളൂ. ഏറിയകൂറും തീർത്തും വിസ്മരിക്കപ്പെട്ട നിർഭാഗ്യജാതങ്ങളത്രെ. അവരുടെ മുഖങ്ങൾ പൊതുസ്മരണയുടെ ചിത്രച്ചുമരിൽനിന്ന് പണ്ടേ മാഞ്ഞുപോയിരിക്കുന്നു. അഫ്രബെൻ (Aphra behn), ആൻറാഡ് ക്ലിഫ് (Anne Radcliff) എന്നീ സ്ത്രീ നോവലിസ്റ്റുകൾ മുഴുവനായും മറയ്ക്കപ്പെട്ടിട്ടില്ല. അവരുടെ സമകാലീനകളായ നിരവധി പെൺ നോവലിസ്റ്റുകൾ പതിനെട്ടാം നൂറ്റാണ്ടിന്റെ വായനയിൽ നിറഞ്ഞുനിന്നിരുന്നുവെന്ന് ഡേൽ സ്പെൻഡർ നിരീക്ഷിക്കുന്നു. നിർഭാഗ്യകരമെന്നുപറയട്ടെ പിൽക്കാലത്ത് ഈ നാരീ നോവലിസ്റ്റുകളെല്ലാം തന്നെ വിസ്മൃതിയുടെ അന്ധകൂപത്തിൽ നിപതിക്കുകയാണുണ്ടായത്. ആരും അവരെക്കുറിച്ച് തിരക്കാൻ മെനക്കെട്ടില്ല.

Mothers of the Novel എന്ന പാഠത്തിൽ ഗ്രന്ഥകർത്രിക്ക് രണ്ട് ഉന്നങ്ങളാണുള്ളത്. (1) ഈ കാലം മറന്നുപോയ കഥാകാരികളെ പുനരാനയിക്കുക (അവരുടെ സംക്ഷിപ്ത ജീവചരിത്രം, അവരുടെ കൃതികളുടെ രത്നച്ചുരുക്കം എന്നിവകളിലൂടെ). (2) അവരെ പാതാളത്തിലേക്ക് ചവിട്ടിത്താഴ്ത്തിയ ആണെഴുത്തിന്റെ ദുഷ്ടലാക്ക് തുറന്നുകാട്ടുക. ആണെഴുത്തിനെയും പെണ്ണെഴുത്തിനെയും വിലയിരുത്തുന്നതിൽ, മൂല്യ നിർണയം ചെയ്യുന്നതിൽ ഒരു ഇരട്ടത്താപ്പ് നിലനിന്നിരുന്നുവെന്ന് - ഇപ്പോഴും രഹസ്യമായി നിലനിൽക്കുന്നുവെന്ന് - ഡേൽ ആരോപിക്കുന്നു. പുരുഷാധീശ നിരൂപണവിദ്യയുടെ കള്ളക്കളി അതാണ്: ആണെഴുത്തിനെയും പെണ്ണെഴുത്തിനെയും വ്യത്യസ്തമായ കണ്ണടകളിലൂടെ കാണുക. ശൈലീപരമായിത്തന്നെ സ്ത്രീരചന രണ്ടാം കിടയാണെന്ന് ആൺവിമർശനം വിധിച്ചു. സ്ത്രീ രചനകൾ ഏറ്റെടുത്ത വിഷയങ്ങൾ, ഉപയോഗിച്ച ബിംബങ്ങൾ, രൂപകങ്ങൾ: ഇവയെല്ലാം തന്നെ ഗുണമേന്മ കുറഞ്ഞവയാണെന്ന് വരുത്തിത്തീർത്തു. വിവാഹം, കുടുംബം, റൊമാൻസ് തുടങ്ങിയ സ്ത്രൈണ പ്രതിപാദ്യങ്ങൾ ഉദാത്തതയിലേക്കുയരുന്നില്ലെന്ന് ആൺ

വിമർശനം കുറ്റപ്പെടുത്തി. ആണെഴുതുന്നത് ഉത്കൃഷ്ടം; പെണ്ണെഴുതുന്നത് പൈങ്കിളി: ഈ അപകടകരമായ വിധിയെഴുത്ത് അക്ഷരലോകത്ത് നിലനിന്നു. അതുകൊണ്ട് ഇയാൻവാറ്റിനെ (Ian watt) പ്പോലുള്ള പക്വമതികളെന്നു കരുതപ്പെടുന്ന സാഹിത്യനിരൂപകന്മാർപോലും പൊരുതിക്കയറുന്ന പെണ്ണെഴുത്തിനെ കണ്ടില്ലെന്ന് നടിച്ചു. നോവൽ പ്രസ്ഥാനത്തിന്റെ ഗുണപരമായ വളർച്ചയ്ക്ക് പെണ്ണെഴുത്തുകാർ നൽകിയ സംഭാവനകളെ ഇക്കൂട്ടർ അവഗണിച്ചു.

ആയതിനാൽ *Mothers of the Novel* എന്ന പുസ്തകത്തെ, മറക്കപ്പെട്ട പെണ്ണെഴുത്തുകാരുടെ ജീവിതങ്ങളെയും കൃതികളെയും പ്രത്യാനയിക്കാൻ പ്ലാനിട്ടുകൊണ്ടുള്ള ഒരു പുനരധിവാസ പ്രവർത്തനം മാത്രമായി ചുരുക്കിക്കാണരുത്. അതിന്റെ പര്യടനമേഖല വിപുലമാണ്. നോവലെന്ന മാധ്യമത്തിന് മുകളിൽ പുരുഷനുറപ്പിച്ച ആഭാസമായ ആധിപത്യത്തെ 'സ്വാഭാവികം' എന്നു വെള്ളപൂശാനുള്ള വാസനയുണ്ടല്ലോ, അതിനെ വിവസ്ത്രമാക്കുക എന്ന നിയോഗംകൂടി ഈ ഗ്രന്ഥം നിർവഹിക്കുന്നുണ്ട്. ഒരു സ്ത്രീകേന്ദ്രിത സാഹിത്യപുരാവൃത്തത്തിലേക്ക് വാതിൽ തുറക്കുകയാണ് ഡേൽ സ്പെൻഡർ ചെയ്യുന്നത്. ചോദ്യംചെയ്യപ്പെടാതെ തടിതപ്പുന്ന ആൺപക്ഷ വിമർശനസമ്പ്രദായത്തിനെതിരായി അവർ കുറ്റപത്രം തയാറാക്കി. ഈ സമ്പ്രദായത്തിന് പിന്നിൽ പതിയിരിക്കുന്ന 'മിസോജിനിസ്റ്റിക്' - സ്ത്രീവിരുദ്ധ/വിദ്വേഷ പക്ഷപാതം ഡേൽ പൊളിച്ചുകാട്ടുന്നു.

ഈ സൈദ്ധാന്തികയുടെ മുഖ്യമായ വാദം ഇതാണ്: സ്ത്രീ ചിന്തിക്കുന്നത്, എഴുതുന്നത്, പുരുഷാധിപത്യം ചിട്ടപ്പെടുത്തിയ ഒരു സംവാദഘടനയ്ക്കുള്ളിൽ ഒതുങ്ങിനിന്നുകൊണ്ടാണ്. ഈ ഘടനയാണെങ്കിൽ സ്ത്രീയുടെ സർഗാധ്വാനങ്ങളെ തമസ്കരിക്കാൻ, തുടച്ചുമാറ്റാൻ, തുടർച്ചയായി ഉദ്യമിക്കുകയുമാണ്. തന്താധിപത്യബിംബങ്ങൾക്ക്, മാതൃകകൾക്ക് മുൻതൂക്കമുള്ള ഒരു ചരിത്ര നിർമാണമാണ് ആ ഡിസ്കോഴ്സ് - സംവാദം- ലക്ഷ്യംവെക്കുന്നത്. അതിൽ സ്ത്രീക്ക് ഇരിപ്പിടമില്ല. ഈ അവസ്ഥയിൽ പെൺചരിത്രത്തിന്റെ നഷ്ടപാരമ്പര്യം പെണ്ണുങ്ങൾ തന്നെ വീണ്ടെടുക്കണം. അതിന് അതിതീവ്രമായ ബൗദ്ധികപ്രവർത്തനം ആവശ്യമായി വരും.

1982 ലെഴുതിയ *Women of Ideas* എന്ന കൃതിയിൽ സാമ്പ്രദായിക സ്ത്രീ ചരിത്രത്തെ പത്തൊമ്പതാം നൂറ്റാണ്ടിലെ വളരെ പരിമിതമായ ഒരു പ്രതിഭാസമെന്ന നിലയിൽ ഡേൽ സ്പെൻഡർ വീക്ഷിക്കുകയും വിമർശിക്കുകയും ചെയ്യുന്നുണ്ട്. പതിനേഴാം നൂറ്റാണ്ടുമുതൽ സാമൂഹ്യവും ധിഷണാപരവുമായ പെൺ പാരതന്ത്ര്യത്തെ, കീഴൊതുങ്ങലിനെ, ചോദ്യംചെയ്ത ഒരു ചരിത്രം പാശ്ചാത്യവനിതക്കുണ്ടായിരുന്നു. ആ ചരിത്രം ഇന്ന് തമസ്കരിക്കപ്പെട്ടിരിക്കുന്നു. അതിന്റെ പുനരവതരണമോ പുനരാഖ്യാനമോ ആണ് ഡേൽ സ്പെൻഡർ തന്റെ നിയോഗമായെടുക്കുന്നത്. തന്റെ സ്വന്തം രചനകളെ പുരുഷാധിപത്യവിമർശനത്തിന്റെ

'സെൻസറിങ്ങി'ന് - ഗുണദോഷ പരിശോധനയ്ക്ക് - വിധേയമാക്കാൻ അവർ തയാറല്ല. 1985 ൽ ഡേൽ സ്പെൻഡർ എഴുതിയ *For the Rocord* എന്ന കൃതിയിൽ ആധുനിക ഫെമിനിസ്റ്റ് പ്രസ്ഥാനത്തിലെ ഏറ്റവും പ്രാധാന്യമർഹിക്കുന്ന തത്വവേദികളുടെ കാഴ്ചപ്പാടുകളെ വിമർശനാത്മകമായി അവലോകനം ചെയ്യുന്നുണ്ട്. സ്ത്രീകൾ അവരുടെ heritageനെ - പൈതൃകത്തെ/പാരമ്പര്യത്തെ-ക്കുറിച്ച് പരസ്പരം ഓർമിപ്പിച്ചുകൊണ്ടിരിക്കണമെന്നത്രെ ഈ എഴുത്തുകാരിയുടെ സുചിന്തിതമായ അഭിപ്രായം. അല്ലെങ്കിൽ ആ പാരമ്പര്യം സ്ത്രീക്ക് നഷ്ടമായെന്ന് വരാം. സ്ത്രീസമൂഹത്തിന്റെ സ്മൃതിഭംഗത്തിന് സ്ത്രീതന്നെയാണ് പ്രധാനഹേതു. ഒരു ബുദ്ധിപരമായ ഇടം - space - സ്ത്രീക്ക് കൂടിയേ കഴിയൂ. ആ ഇടം സ്ത്രീതന്നെ നിർമിക്കണം. ആ നിർമാണം പലതരത്തിൽ തടസപ്പെടുത്തുന്നത് പെട്രിയാർക്കൽ ഡിസ്കോഴ്സ് - പുരുഷാധീശപരമായ സംവാദമാണ്.

കേറ്റ് മില്ലറ്റിനെപ്പോലെ, ഹെലൻ ഡിക്സൂസിനെപ്പോലെ, വെർജീനിയ വുൾഫിനെപ്പോലെ, മൗലികത അവകാശപ്പെടാൻ കോപ്പുള്ള ചിന്തകയാണോ ഡേൽ സ്പെൻഡർ? അല്ലെന്നാവും ഉടനെ കിട്ടുന്ന ഉത്തരം. ഫെമിനിസ്റ്റ് വിചാരത്തിന് പുതിയ വീക്ഷാ ഗോപുരമൊന്നും അവർ പണിയുകയുണ്ടായില്ല. അവർ അവതരിപ്പിച്ച ആശയങ്ങൾ, മറ്റു പല ഫെമിനിസ്റ്റുകളും അവരുടേതായ രീതിയിൽ പറഞ്ഞിട്ടുള്ളതാണ്. സ്ത്രീ വിജ്ഞാനീയത്തിന്റെ വീണ്ടെടുക്കൽ എന്ന അത്യാകർഷകമായ ആശയം ആഡ്രിയെൻറിച്ചും ജോനാറോസും സമർഥമായിത്തന്നെ ആവിഷ്കരിച്ചതാണ്. 1986 ൽ ആണല്ലോ *Mothers of the Novel* വെളിച്ചപ്പെട്ടത്. അതിനു മൂന്നുകൊല്ലം മുമ്പ് ജോനാ റോസ് *How to suppress women's writing* എന്ന പുസ്തകമെഴുതി. ഡേൽ സ്പെൻഡർ തന്റെ ഗ്രന്ഥത്തിൽ പറഞ്ഞ പല കാര്യങ്ങളും നമുക്ക് വായിക്കാം. ഡെബോറ ക്യാമറൂൺ എന്ന ലിംഗ്വിസ്റ്റ് ഡേൽ സ്പെൻഡർ *Man made language* ൽ പ്രയോഗിച്ച ലിംഗ്വിസ്റ്റിക് രീതിശാസ്ത്രം പൂർവാപര വിരുദ്ധമാണെന്ന് വിമർശിക്കുകയുണ്ടായി.

എന്തെല്ലാം കുറവുകൾ ആരെല്ലാം കണ്ടാലും ഡേൽ സ്പെൻഡർ സാഹിത്യം ഇന്നും വിപുലമായി വായിക്കപ്പെടുന്നുണ്ട്. സാഹിത്യത്തിൽ, ഭാഷയിൽ, വിദ്യാഭ്യാസത്തിൽ സ്ത്രീയുടെ സ്ഥാനമെന്തെന്ന എല്ലാ ഗൗരവമായ ആലോചനകളിലും അവരുടെ നാമം നിറഞ്ഞുനിൽക്കുന്നുമുണ്ട്. പെണ്ണെഴുത്തിനെക്കുറിച്ചുള്ള പലരുടെയും പാഠങ്ങൾ ക്ലിഷ്ടാൽ ക്ലിഷ്ടതരമാവുമ്പോൾ ഡേൽ സ്പെൻഡറുടെ എഴുത്ത് അക്ലിഷ്ടസുന്ദരമായി അനുഭവപ്പെടുന്നു. അവരുടെ രചനയിൽ ഊഷ്മളമായ ഒരു വ്യക്തി സ്പർശമുണ്ട്.

ഫെമിനിസത്തിന്റെ മാർക്സിസ്റ്റ് മുഖങ്ങൾ

കാൾമാർക്സും എംഗൽസും ലെനിനും ട്രോട്സ്കിയും മാവോയുമൊക്കെ ലിംഗസമത്വത്തെക്കുറിച്ച്, സ്ത്രീക്ക് അവകാശപ്പെട്ട ഇടത്തെ സംബന്ധിച്ച്, ചരിത്രാധിഷ്ഠിതവും ആശയ ശാസ്ത്രപരവുമായ ആലോചനകൾ, പ്രബുദ്ധമായ വിചാരങ്ങൾ, പല അവസരങ്ങളിലും അതികുശലമായി അവതരിപ്പിച്ച ആചാര്യന്മാരത്രെ. അടിച്ചമർത്തപ്പെടുന്ന, നീതി നിഷേധിക്കപ്പെടുന്ന, നാവു നഷ്ടപ്പെടുന്ന, നിസ്വവർഗങ്ങളുടെ ചേരിയിൽ പെൺസമൂഹത്തെയും യാഥാർഥ്യബോധത്തോടെ ചേർത്തുപിടിക്കുകയാണ് മാർക്സിസം ചെയ്തത്. വർഗ സമരസിദ്ധാന്തം വികസിപ്പിക്കുമ്പോൾ മാർക്സിസ്റ്റ് വിമോചനശാസ്ത്രം, മർദിത–ചൂഷിത വിഭാഗങ്ങളിലൊന്നായി അവയെ അടയാളപ്പെടുത്തിയിരുന്നു. പുരുഷാധിപത്യ ഘടനകളുടെ ശാശ്വതീകരണം മുതലാളിത്ത വ്യവസ്ഥയുടെ മുഖ്യ താൽപ്പര്യമാണെന്ന് തിരിച്ചറിഞ്ഞത് മാർക്സിസമാണ്. അപ്രതിഹതമായ ആൺവാഴ്ച, നിത്യ ചൂഷണത്തിനു ഏറെ സൗകര്യമുള്ള ഒരുപഭോഗവസ്തുവായി, പെണ്ണിനെ തരംതാഴ്ത്തിയതിനെ സമൂഹ വികാസത്തിന്റെ ചരിത്ര പശ്ചാത്തലത്തിൽ ശാസ്ത്രീയമായി വിശ്ലേഷിക്കാൻ മാർക്സിയൻ ചിന്താപദ്ധതിക്കു സാധിച്ചു. പോരാടുന്ന തൊഴിലാളിയെപ്പോലെ, അങ്കംവെട്ടാൻ കച്ചമുറുക്കുന്ന അടിയാളനെപ്പോലെ, വെറുമൊരു ഉൽപ്പന്നമായി പുരുഷാധിപത്യ മുതലാളിത്ത സമ്പ്രദായം താഴ്ത്തിക്കെട്ടുന്ന പെണ്ണും സംഘബോധവും സമരവീര്യവും ഉൾക്കൊള്ളണമെന്നാണ് മാർക്സിസ്റ്റ് സിദ്ധാന്തം ഉദ്ബോധിപ്പിച്ചത്. ആൺ – പെൺലിംഗ തുല്യത ഒരടിസ്ഥാന തത്വമായി അംഗീകരിക്കുക മാത്രമല്ല ഈ പ്രത്യയശാസ്ത്രം ചെയ്തത്. അത് ഉയർത്തുന്ന സ്വയംനിർണയാവകാശ പ്രശ്നങ്ങളിൽ ധീരമായൊരു പെൺപക്ഷ പരിപ്രേക്ഷ്യം സ്വീകരിക്കുകകൂടിയാണ്.

റാഡിക്കൽ പെൺപക്ഷ വാദികളിൽ നല്ലൊരു ശതമാനം സോഷ്യലിസ്റ്റ് ഫെമിനിസ്റ്റുകളായിരുന്നു. സ്ത്രീ സംവാദത്തിന് സ്ത്രീ പ്രവർത്തനത്തിന് ആശയ ശാസ്ത്രപരമായ ഒരസ്തിവാരം അത്യാവശ്യമാണെന്നും അതു നിർമിച്ചുനൽകാൻ മാർക്സിസ്റ്റ് വേദാന്തത്തിനു മാത്രമേ കെൽപ്പുള്ളുവെന്നും തിരിച്ചറിഞ്ഞ ഒരുപാട് ഉദ്ബുദ്ധ ഫെമിനിസ്റ്റുകൾ ബ്രിട്ടനിലും അമേരിക്കയിലും ചില യൂറോപ്യൻ രാജ്യങ്ങളിലും പ്രത്യക്ഷപ്പെട്ടു. സമരസജ്ജമായ പെൺകൂട്ടായ്മകൾക്ക് പലേടത്തും രൂപവും ഭാവവും നൽകിയത് അവരാണ്. സ്ത്രീകളുടെ സമ്മതിദായകാവകാശം സ്ഥാപിച്ചു കിട്ടുന്നതിനുവേണ്ടി പടിഞ്ഞാറു നടന്ന പ്രക്ഷോഭങ്ങൾക്ക് ചുട്ടുപിടിച്ചത് മാർക്സിയൻ സോഷ്യലിസ്റ്റ് ആശയങ്ങളിൽനിന്ന് ഊർജമുൾക്കൊണ്ട സ്ത്രീ സംഘങ്ങളായിരുന്നു. (സമ്മതിദാനാവകാശം) എന്നത് മാത്രമായിരുന്നില്ല അവരുടെ ലക്ഷ്യം. പെണ്ണിനു വേലയും കൂലിയും നേടുക, തൊഴിലവസരങ്ങളിൽ സമത്വം ഉറപ്പുവരുത്തുക, വ്യഭിചാരം തുടച്ചുനീക്കുക, ബാലികാ ചൂഷണം അവസാനിപ്പിക്കുക, ഗർഭച്ഛിദ്രം നിയമവിധേയമാക്കുക, ഗാർഹിക പീഡനം നിർത്തലാക്കുക, സാമൂഹിക -സാഹിത്യ-സാംസ്കാരിക രംഗങ്ങളിൽ നടക്കുന്ന സ്ത്രീയുടെ പ്രാന്തവൽക്കരണത്തിനു തടയിടുക എന്നീ ആവശ്യങ്ങളും പുരോഗമന സ്ത്രീപക്ഷം അതിന്റെ കർമപരിപാടിയിൽ ചേർത്തു. ആശയശാസ്ത്രപരമായ ഒരായുധവൽക്കരണത്തിനു സോഷ്യലിസ്റ്റ് ഫെമിനിസ്റ്റുകൾ വലിയ പ്രാമുഖ്യം കൽപ്പിച്ചു. ശിൽപ്പശാലകളും പഠനക്കളരികളും പതിവായി. ഈ ചിട്ടയായ ആശയവിദ്യാഭ്യാസം ആംഗ്ലോ-അമേരിക്കൻ ഫെമിനിസ്റ്റ് ചിന്തയ്ക്ക് പുതിയ ചക്രവാളം സമ്മാനിച്ചു.

ഫെമിനിസത്തിന്റെ പടിഞ്ഞാറൻ ചരിത്രം വായിക്കുമ്പോൾ തുടക്കം മുതലേ സോഷ്യലിസ്റ്റ് വീക്ഷണമുള്ള സാരഥികൾ തേർതെളിക്കാനുണ്ടായിരുന്നു എന്നു കാണാം. അവരിൽ എടുത്തുപറയേണ്ട പേരാണ് Clara Zetkin (ക്ലാറ സെറ്റ്കിൻ, 1857– 1933) എന്ന വിപ്ലവകാരിയുടേത്. ജർമൻ കമ്യൂണിസ്റ്റുപാർട്ടിയുടെ സ്ഥാപക മെമ്പർമാരിൽ ഒരാളായിരുന്നു ട്രേഡ് യൂണിയൻ നേതാവായിരുന്ന സെറ്റ്കിൻ. ജർമനിയിലെ ഫെമിനിസ്റ്റ് പ്രസ്ഥാനത്തിന് ചാലുകീറിയത് അവരാണ്. സ്ത്രീയുടെ അവകാശപ്പോരാട്ടം വർഗസമരത്തിന്റെ ഭാഗമാണെന്നും ഒരു വർഗരഹിത സമൂഹത്തിന്റെ സൃഷ്ടിയിലൂടെ മാത്രമേ ലിംഗസമത്വം കൈവരിക്കാൻ കഴിയൂ എന്നും ഈ കമ്യൂണിസ്റ്റുകാരി വാദിച്ചു.

സോഷ്യലിസ്റ്റും ട്രേഡ് യൂണിയൻ ആക്റ്റിവിസ്റ്റുമായ അമേരിക്കൻ ഫെമിനിസ്റ്റ്, Lena Morrow Lewis (ലേന മെറോ ലിവിസ്) ഫെമിനിസ്റ്റ് പ്രസ്ഥാനത്തെ മാർക്സിയൻ വീക്ഷണങ്ങളുമായി ബന്ധപ്പെടുത്താനാണ് മരണം വരെ ശ്രമിച്ചത്. ഒരുപാട് പെൺപോരാട്ടങ്ങൾക്ക് അവർ നേതൃത്വം നൽകി.

മാർക്സിന്റെ കനിഷ്ഠപുത്രി – ആറാമത്തെ മകൾ – Eleanor Marx (എലെനോർ മാർക്സ്) സ്ത്രീപക്ഷ പ്രവർത്തനത്തിൽ സജീവമായി

പങ്കെടുത്ത കമ്യൂണിസ്റ്റായിരുന്നു. 'ടസ്സി' എന്ന അരുമപ്പേരിൽ അറിയപ്പെട്ടിരുന്ന എലെനോർ, മാർക്സിയൻ കാഴ്ചപ്പാടിൽ പെൺപ്രശ്നങ്ങളെ വിശകലനം ചെയ്തുകൊണ്ട് ധാരാളം ലഘുലേഖനങ്ങൾ എഴുതി. ബൗദ്ധിക പ്രവർത്തനങ്ങളിൽ മാർക്സ് തന്റെ സഹായിയായി കണ്ടത് ധിഷണാശാലിയായ ഈ മകളെ ആയിരുന്നു. *Working Class Movement in England, Karl Marx, Marx's Theory of value* എന്നീ ഗ്രന്ഥങ്ങൾ എലെനോർ എഴുതി. മാർക്സിന്റെ പല രചനകളും ഇംഗ്ലീഷിലേക്ക് തർജമ ചെയ്യുകയുമുണ്ടായി. നാൽപ്പത്തഞ്ചാം വയസിൽ അവർ വിഷം കഴിച്ച് ആത്മഹത്യ ചെയ്യുകയാണുണ്ടായത്.

ഫെമിനിസ്റ്റ് കൂട്ടായ്മക്കും ആശയമേഖലയ്ക്കും കാര്യമായ സംഭാവന നൽകിയ അമേരിക്കൻ മാർക്സിസ്റ്റായിരുന്നു 1938 ൽ അന്തരിച്ച Mary Beard (മേരി ബിയേഡ്). വിലപ്പെട്ട ഗ്രന്ഥങ്ങൾ അവർ രചിച്ചു: *History of the united States* (1921), *A Short History of the American Labour Movement* (1922), *Women as a Force in History* (1946). പെണ്ണുങ്ങൾ അവരുടെ പരാതികളും പരിഭവങ്ങളുമായി കഴിയുകയല്ല വേണ്ടത്; തങ്ങൾ അടിച്ചമർത്തപ്പെടുന്നതിനെപ്പറ്റി ആവലാതിപ്പെടുകയുമല്ല. സ്ത്രീ അവളുടെ സ്വത്വം വീണ്ടെടുക്കണം. സമൂഹത്തിന്റെ നിർമാണത്തിൽ അവർ വഹിക്കുന്ന പങ്ക് വ്യക്തമായി നിർവചിക്കണം. ചരിത്രത്തെ പുനർനിർമിക്കണം - ഇതൊക്കെയാണ് ഈ മാർക്സിസ്റ്റ് ഫെമിനിസ്റ്റ് ആവശ്യപ്പെട്ടത്.

വേറൊരു ശ്രദ്ധേയയായ അമേരിക്കൻ സോഷ്യലിസ്റ്റ് പെൺപക്ഷവാദിയായിരുന്നു Clara Frazer (ക്ലാര ഫ്രേസർ 1923– 1998). മാർക്സിസ്റ്റ് സിദ്ധാന്തത്തെ ഫെമിനിസ്റ്റ് പ്രവർത്തനവുമായി വിളക്കിച്ചേർക്കാനാണ് ക്ലാര ഉദ്യമിച്ചത്. മൂല്യാധിഷ്ഠിത രാഷ്ട്രീയത്തിനുവേണ്ടിയും അവർ വാദിച്ചു. ഒരു വർഗപ്പാർട്ടി അത്യാവശ്യമാണെന്ന് ക്ലാര വിശ്വസിച്ചു. സോഷ്യലിസം, ഫെമിനിസം, വംശീയ വിമോചനം, ലെസ്ബിയൻ സ്വാതന്ത്ര്യം എന്നിവയൊക്കെ കണ്ണിചേർന്നുകിടക്കുന്നവയാണെന്നായിരുന്നു അവരുടെ വിലയിരുത്തൽ. ക്ലാര ഫ്രേസർ സ്ത്രീമോചനത്തിനുവേണ്ടി ഒരു സംഘടനതന്നെയുണ്ടാക്കി: freedom socialist party. കറുത്ത വർഗത്തിന്റെ മോചനവും പാർട്ടിയുടെ ലക്ഷ്യമായിരുന്നു. *Revolutions, She Wrote* എന്ന ക്ലാര ഫ്രേസറുടെ പുസ്തകം ഇന്നു വിപുലമായി വായിക്കപ്പെടുന്നുണ്ട്. എണ്ണപ്പെട്ട മറ്റു ചില ഗ്രന്ഥങ്ങളും അവർ രചിക്കുകയുണ്ടായി: *Socialism For Skeptics, Woman as a Leader, The Emancipation Of Women.*

തന്താധിപത്യത്തിന്റെ കപടനാട്യങ്ങളെയും കുത്സിത തന്ത്രങ്ങളെയും നഖശിഖാന്തം എതിർത്തുപോന്ന ഒരു മാർക്സിസ്റ്റ് ഫെമിനിസ്റ്റായിരുന്നു ട്രോട്സ്കിയിസ്റ്റ് ഗ്രൂപ്പുകളിൽ സജീവമായിരുന്ന Evelyn Reed (എവലിൻ റീഡ്). അവർ ചിത്രകാരിയുമായിരുന്നു. മെക്സിക്കോയിൽ വെച്ച് ലിയോൺ ട്രോട്സ്കിയുമായി അടുത്ത് പരിചയപ്പെട്ട എവലിൻ

Socialist Workers Party യിൽ അംഗത്വം സമ്പാദിച്ചു. ട്രോട്സ്കിയുടെ പത്നിയുടെ ചിത്രമാണ് അവരുടെ മാസ്റ്റർപീസ്. പിന്നീട് അവർ ചിത്രമെഴുത്ത് പൂർണമായും ഉപേക്ഷിച്ച് തീവ്ര സോഷ്യലിസ്റ്റ് രാഷ്ട്രീയത്തിലിറങ്ങി. എംഗൽസിന്റെ പുസ്തകങ്ങളാണ് റീഡിനെ കാര്യമായി സ്വാധീനിച്ചത്. മാർക്സിസ്റ്റ് ഫെമിനിസത്തെക്കുറിച്ചും സ്ത്രീയുടെ അടിച്ചമർത്തപ്പെടലിനെക്കുറിച്ചും സ്ത്രീവിമോചനത്തെക്കുറിച്ചും എവലിൻ റീഡ് വിസ്തരിച്ചെഴുതി. *Problems of Women's Liberation, Woman's Evolution, Fam Matriarchal Clan to Patriarchal Family, Is Biology Woman's Destiny* എന്നീ ഗ്രന്ഥങ്ങൾക്ക് ഇന്നും വായനക്കാരുണ്ട്. 1972ൽ അമേരിക്കൻ പ്രസിഡന്റ് സ്ഥാനത്തേക്കു സോഷ്യലിസ്റ്റ് വർക്കേഴ്സ് പാർട്ടിയുടെ സ്ഥാനാർഥിയായി എവലിൻ മത്സരിക്കുകയുമുണ്ടായി.

Angela Davis (ഏഞ്ചല ഡേവിസ്) എന്ന ബ്ലാക് മാർക്സിസ്റ്റ് ഫെമിനിസ്റ്റിനെക്കുറിച്ച് രണ്ടുവാക്ക് പറയാതെ വയ്യ. ഒരു പൂർണ വിപ്ലവകാരിയായ ഏഞ്ചല അമേരിക്കൻ കമ്യൂണിസ്റ്റ് പാർട്ടിയിലും ബ്ലാക് പാന്തർ പ്രസ്ഥാനത്തിലും പ്രശസ്തമായിത്തന്നെ പ്രവർത്തിച്ചു. തൽഫലമായാണ് ഏഞ്ചല ഏറെ വിവാദം സൃഷ്ടിച്ച ജാക്സൺ കേസിൽ പ്രതിയാക്കപ്പെട്ടത്. കോടതി അവരെ വെറുതെ വിട്ടു. *If They Come in the Morning, Voices of Resistance* (1971) *Women, Race and class 1981 woman, culture and politics* (1989) എന്നീ പേരുകേട്ട പുസ്തകങ്ങൾ അവരുടേതാണ്. ആധുനിക സ്ത്രീപക്ഷ കൂട്ടായ്മകൾ അഭിസംബോധന ചെയ്യുന്നത് മധ്യവർഗ സ്ത്രീയെ മാത്രമാണെന്നും അടിയാളസ്ത്രീ ഇന്നും അവഗണിക്കപ്പെടുകയാണെന്നും ഏഞ്ചല അവലോകനം ചെയ്യുന്നു.

Shulamith fire Stone (ഷൂലാമിത്ത് ഫയർസ്റ്റൺ) 1945 ൽ ജനിച്ച, ജൂതവംശജയായ റാഡിക്കൽ മാർക്സിസ്റ്റ് സ്ത്രീപക്ഷ സൈദ്ധാന്തികയും പ്രക്ഷോഭകാരിയുമാണ്. ഇരുപത്തഞ്ചാം വയസിൽ അവരെഴുതിയ പുസ്തകം *The Dialectic of Sex; A Case For Feminist Revolution* വലിയ വിവാദങ്ങൾക്കു വഴിതുറന്നു. കുഞ്ഞുങ്ങളെ പെറുക എന്ന ജീവശാസ്ത്രപരമായ ജോലിയിൽനിന്നു സയൻസ് സ്ത്രീയെ സ്വതന്ത്രയാക്കുംവരെ യഥാർഥ ലിംഗസമത്വം അസാധ്യമാണെന്നാണ് ഷൂലാമിത്ത് ഫയർസ്റ്റൺ വാദിച്ചത്. കൃത്രിമ ഗർഭപാത്രങ്ങൾ നിർമിച്ച് ഭ്രൂണങ്ങളെ വളർത്തുക എന്ന ആശയം അവർ അവതരിപ്പിച്ചു. അങ്ങനെ പിറക്കുന്ന ശിശുക്കളെ കമ്യൂൺ സമ്പ്രദായത്തിലുള്ള വീടുകളിൽ എട്ടുപത്തു മുതിർന്നവരുടെ മേൽനോട്ടത്തിൽ പോറ്റി വലുതാക്കാം. ഫെമിനിസ്റ്റ് തിയറിക്കു ഫയർസ്റ്റൺ നൽകിയ മികച്ച ആശയ സംഭാവന ഈ ഗ്രന്ഥമാണെന്നു പറയാം. *ദി ഡയലെക്റ്റിക് ഓഫ് സെക്സ്* എന്ന സുപ്രധാന പാഠത്തിൽ മാർക്സിന്റെയും എംഗൽസിന്റെയും ഫ്രോയ്ഡിന്റെയും സിമൻ ദെ ബുവെയുടെയും സ്വാധീനം വ്യക്തമായി കാണാം. 1970 ലാണ് ഈ പുസ്തകം വെളിച്ചത്തു വന്നത്. ഇന്നും അതിന്റെ ജനപ്രിയതയ്ക്ക് മങ്ങലേറ്റിട്ടില്ല.

സാങ്കേതികവിദ്യയുടെ (Technology) അപാരസാധ്യതകളിലേക്കു ഫെമിനിസ്റ്റ് സംവാദത്തെ ക്ഷണിക്കാനാണ് ഈ മൗലിക പ്രതിഭ ശ്രമിച്ചത്. 'Red Stockings' എന്ന റാഡിക്കൽ പെൺകൂട്ടായ്മയുടെ ചാലകശക്തിയായിരുന്നു ഫയർസ്റ്റൺ.

കോംബ്രിഡ്ജ് സർവകലാശാലയിൽ സൈക്കോ അനാലിസിസിന്റെയും ജൻഡർ സ്റ്റഡീസിന്റെയും പ്രൊഫസറായി പ്രവർത്തിക്കുന്ന Juliet Mitchel' (ജൂലിയറ്റ് മിച്ചൽ) തികഞ്ഞൊരു മാർക്സിസ്റ്റാണ്. *Psycho analysis and Feminism Frend, Reich , Laing and Women* എന്ന അവരുടെ പ്രകൃഷ്ട കൃതി ഒരു സ്ത്രീപക്ഷ ക്ലാസിക്കായി പരക്കെ അംഗീകരിക്കപ്പെടുന്നു. മനോവിശ്ലേഷണത്തെയും ഫെമിനിസത്തെയും എവ്വിധം പൊരുത്തപ്പെടുത്താമെന്ന് പരിശോധിക്കുകയാണ് ജൂലിയറ്റ് മിച്ചൽ ചെയ്യുന്നത്. അതോടൊപ്പംതന്നെ, താതാധിപത്യമുക്തമായ ഘടനകൾ എങ്ങനെ സൃഷ്ടിക്കാമെന്ന ആലോചനയിൽ മാർക്സിസ്റ്റ് ആശയശാസ്ത്രം വെളിച്ചം വീശുന്നുണ്ടെന്ന് ഈ സൈദ്ധാന്തിക നിരീക്ഷിക്കുന്നു. ചുരുക്കത്തിൽ സൈക്കോ അനാലിസിസിനെയും മാർക്സിസത്തെയും മാതൃകകളാക്കാൻ ഫെമിനിസത്തിനു സാധിക്കുമെന്നാണ് അവരുടെ നിലപാട്.

ഫെമിനിസ്റ്റ് സംവാദത്തിന്, സ്ത്രീവിചാര സമ്പ്രദായത്തിന് വളരെ പ്രയോജനപ്പെടുന്ന ഉൾക്കട്ടിയുള്ള പാഠങ്ങൾ ജൂലിയറ്റ് മിച്ചൽ സമ്മാനിച്ചു: *Woman's Estate, Women: The Longest Revolution, Mad Men and Medusas, Sabling, Sex and Violence.*

അമേരിക്കയിൽ പ്രവർത്തിച്ചുപോന്ന ഒരു മാർക്സിസ്റ്റ് - ലെനിനിസ്റ്റ് ഫെമിനിസ്റ്റാണ് Marlene Dixon (മാർലെൻ ഡിക്സൺ). കാലിഫോർണിയ യൂണിവേഴ്സിറ്റിയിൽ സോഷ്യോളജി പ്രൊഫസറായിരുന്ന ഡിക്സണെ രാഷ്ട്രീയ കാരണങ്ങളാൽ അധികൃതർ പുറത്താക്കിയപ്പോൾ അവരെ തിരിച്ചെടുക്കണമെന്നാവശ്യപ്പെട്ട് വിദ്യാർഥികൾ പതിനാറു ദിവസം സമരം ചെയ്തത് അക്കാലത്ത് –1969ൽ –ലോകശ്രദ്ധ ആകർഷിക്കുകയുണ്ടായി. പിന്നീട് കുറച്ചിട ഡിക്സൺ പഠിപ്പിച്ചത് മോൺട്രിയലിലെ (കാനഡ) മഗ്ഗിൽ യൂണിവേഴ്സിറ്റിയിലാണ്. അമേരിക്കയിൽ തിരിച്ചെത്തിയ ഈ മാർക്സിസ്റ്റ് ഒരു പുതിയ രാഷ്ട്രീയ സംഘടനയ്ക്കു രൂപം നൽകി: Democratic Workers Party (DWP).

ഫെമിനിസ്റ്റ് പോരാട്ടങ്ങളെ മാർക്സിസ്റ്റ്–ലെനിനിസ്റ്റ് ആശയശാസ്ത്രത്തിന്റെ അടിസ്ഥാനത്തിൽ അപഗ്രഥിക്കുവാനും ഒരു വിപ്ലവ സ്വഭാവവും വർഗപരമായ കാഴ്ചപ്പാടും ഫെമിനിസത്തിനു നൽകാനുമാണ് മെർലിൻ ഡിക്സൺ യത്നിച്ചത്. അവരുടെ *On the super Exploitation of Women, The Subjugation of Women Under Capitalism', The Bour geois Morality* എന്നീ ആശയപാഠങ്ങൾക്കു ഫെമിനിസ്റ്റ് സംവാദത്തിൽ വലിയ പ്രസക്തിയുണ്ട്.

സ്ത്രീ എല്ലാ തുറകളിലും അടിച്ചമർത്തപ്പെടുകയാണ് എന്ന് കൃത്യ

മായി അടയാളപ്പെടുത്താൻ മാർക്സിസ്റ്റ് ആശയസംവാദത്തിന് പണ്ടേ കഴിഞ്ഞിട്ടുണ്ട്. സ്വകാര്യ സ്വത്തും മുതലാളിത്ത വ്യവസ്ഥയും അരങ്ങു വാഴുന്ന കാലത്തോളം ഈ അവസ്ഥ ഒളിഞ്ഞോ തെളിഞ്ഞോ തുടരുക തന്നെ ചെയ്യും. മുതലാളിത്ത സമ്പദ്‌വ്യവസ്ഥയുടെ ഉന്മൂലനം മാത്രമാണ് മോചനത്തിന്റെ മാർഗം. മാർക്സിസ്റ്റ് ഫെമിനിസ്റ്റ് കാഴ്ചപ്പാട്, ചുരുക്കിപ്പറഞ്ഞാൽ ഇതത്രെ.

മാർക്സിസം പല പുരുഷ സംവാദങ്ങളിൽ ഒന്നുമാത്രമാണെന്ന ആരോപണമാണ് ചില സൈക്കോ അനലിറ്റിക്കൽ ഫെമിനിസ്റ്റുകൾ, പോസ്റ്റ് സ്ട്രക്ചറലിസ്റ്റ് പെൺപക്ഷവാദികൾ, പല അവസരങ്ങളിലും ഉന്നയിച്ചത്. ഈ ആരോപണം അടിസ്ഥാനരഹിതമാണെന്ന് ചരിത്രബോധവും ശാസ്ത്രീയ വീക്ഷണവുമുള്ള പല ഫെമിനിസ്റ്റുകളും സ്ഥാപിച്ചു കഴിഞ്ഞു. മനോവിശ്ലേഷണത്തിന്റെ വഴികളൊന്നും സ്ത്രീവിമോചനത്തിന്റേതല്ല എന്ന തിരിച്ചറിവും ഇപ്പോൾ ഉണ്ടായിട്ടുണ്ട്.

ഫെമിനിസവും വെള്ളിത്തിരയും

സർഗപ്രവർത്തനത്തിന്റെ എല്ലാ രൂപങ്ങളുമായും ഫെമിനിസ്റ്റ് വിചാരം പലവിധത്തിൽ കണ്ണികോർക്കുന്നു. വർത്തമാന സാംസ്കാരിക കാലാവസ്ഥയെ ഏറ്റവും സ്വാധീനിച്ച ദൃശ്യമാധ്യമങ്ങളിൽ മുഖ്യമായെണ്ണാവുന്ന സിനിമയോടും പെൺപക്ഷ ചിന്ത ഗൗരവമായി പ്രതിസ്പന്ദിച്ചു പോന്നിട്ടുണ്ട്. ഫെമിനിസ്റ്റ് സിനിമാവിമർശത്തെക്കുറിച്ച് സംസാരിക്കുമ്പോൾ നമ്മുടെ നാവിലാദ്യം വരിക Laura Mulvey എന്ന പേരാണ്. Visual pleasures and Narrative cinema എന്ന സുചിന്തിത പാഠമത്രെ ലോറയെ പ്രശസ്തയാക്കിയത്. 1975ലാണ് ഈ പ്രബന്ധം ബ്രിട്ടീഷ് ഫിലിം സിദ്ധാന്ത പ്രസിദ്ധീകരണമായ *screey* ൽ മഷിപുരണ്ടുവന്നത്. പിന്നീട് പല ഫെമിനിസ്റ്റ് ലേഖന സമാഹാരങ്ങളിലും ഇത് ഇടം പിടിച്ചു. സിനിമാ സംവാദത്തിൽ ലോറയുടെ ലേഖനം ഒരാധാരശിലമായി. ലൈംഗികവ്യത്യാസം എന്നതിനെ സിനിമാവിമർശനത്തിന്റെ കേന്ദ്രബിന്ദുവാക്കുകയാണ് ഈ സൈദ്ധാന്തിക ചെയ്തത്. ക്ലേർ ജോൺസ്റ്റൺ, പാൻ കുക്ക് എന്നിവരും ഇതേ ദശയിലാണ് പ്രവർത്തിച്ചത്. റെയ്മണ്ട് ബെല്ലോർ, ഴാൻ ലൂയി ബൗഡ്റി, ക്രിസ്ത്യൻ മെറ്റ്സ് തുടങ്ങിയ ചലച്ചിത്ര സൈദ്ധാന്തികർ, സിനിമാ പരീക്ഷണ സാമഗ്രികളെക്കുറിച്ചും കാഴ്ചക്കാരന്റെ പ്രതിസ്പന്ദനങ്ങളെക്കുറിച്ചും മുമ്പേ എഴുതിയിരുന്നു. അവരുടെ അന്വേഷണ മേഖലയെ വിസ്തൃതമാക്കുകയും അവരുടെ ചില നിഗമനങ്ങളെ വെല്ലുവിളിക്കുകയുമാണ് ലോറ മൾവി ചെയ്തത്.

സിനിമയിൽ സ്ത്രീബിംബങ്ങൾ എങ്ങനെ അവതരിപ്പിക്കപ്പെടുന്നു എന്നതായിരുന്നു ഏറെക്കാലം ഫെമിനിസ്റ്റ് അന്വേഷണം. ഈ ബിംബങ്ങൾ പോസിറ്റീവ് ആണോ, നിഷേധാത്മകമാണോ എന്നാണ് പഴയ ഫെമിനിസ്റ്റ് ചലച്ചിത്രവിമർശനപദ്ധതി പരിശോധിച്ചിരുന്നത്. സ്ത്രീവാഴ്

വിന്റെ വാസ്തവങ്ങളുമായി, ചരിത്രയാഥാർഥ്യങ്ങളുമായി ഇവ പൊരുത്തപ്പെടുന്നുണ്ടോ എന്നും ഫെമിനിസ്റ്റുകൾ ചികഞ്ഞുനോക്കി. എന്നാൽ ഈ അന്വേഷണങ്ങളെ ഉപയോഗപ്പെടുത്തിക്കൊണ്ടുതന്നെ ആഖ്യാനാത്മക സിനിമയുടെ ഒരു പെൺപക്ഷ സിദ്ധാന്തം കരുപ്പിടിപ്പിക്കണമെന്നതായിരുന്നു ലോറയുടെ ലക്ഷ്യം. മനോവിശ്ലേഷണം, ചിഹ്നശാസ്ത്രം, ഐഡിയോളജിയുടെ സിദ്ധാന്ത പഠനങ്ങൾ – ഇവയൊക്കെ ഈ എഴുത്തുകാരി പരമാവധി പ്രയോജനപ്പെടുത്തി. പുരുഷാധീശ സിനിമയുടെ രീതിശാസ്ത്രവും ഭാഷയും ആഖ്യാനശൈലിയും അവർ സൂക്ഷ്മമായി അപഗ്രഥിച്ചു. പുരുഷമനസിന്റെ ഭ്രമാത്മകതയിൽ, വിചിത്രകൽപ്പനയിൽ വിരിയുന്ന അബോധമായ ത്വരകളുണ്ട്. അവയ്ക്കനുഗുണമായ ബിംബങ്ങൾ നിർമിക്കുകയാണ് അധികാരമുള്ള ആൺസിനിമ ചെയ്യുന്നത്. അതിന് യോജിച്ച ഒരു ദൃശ്യഭാഷയും രൂപപ്പെടുന്നു. അയഥാർഥമായ പെൺബിംബം ആൺകോയ്മ സംസ്കാരം പണിതെടുത്തതാണ്. ആൺവിഭ്രാന്തികളുടെയും ആസക്തികളുടെയും ഭാജനമായി, നിക്ഷേപപാത്രമായി ഈ അയഥാർഥ സ്ത്രീബിംബം/സത്വം പ്രവർത്തിക്കുന്നു. അതാണ് പുരുഷ സിനിമയിൽ സംഭവിക്കുന്നത്. പെണ്ണ് ഈ പ്രക്രിയയുടെ പ്രവർത്തനരീതി തിരിച്ചറിയണം. സിനിമയിൽനിന്ന് ലഭിക്കുന്ന രസം പുരുഷന് വിഷയസുഖസമാനമാണ്. അതിനെ അപഗ്രഥിക്കണമെങ്കിൽ സൈക്കോ അനാലിസിസിന്റെ – മനോവിശ്ലേഷണത്തിന്റെ സഹായം അത്യാവശ്യമാണെന്ന് ലോറ സമർഥിക്കുന്നു. ഈ സമ്പ്രദായത്തെ ഒരു രാഷ്ട്രീയ ഉപകരണമായി സ്ത്രീക്ക് ഉപയോഗിക്കാമെന്നും അവർ പറയുന്നു. സിനിമാസംബന്ധമായ ആണിന്റെ ആശയശാസ്ത്രത്തിനും രീതിവിജ്ഞാനീയത്തിനും ഒരു പെൺബദൽ സൃഷ്ടിക്കണമെന്നാണ് ലോറ മൾവിയുടെ 'തീസിസ്.'

ഫ്രോയ്ഡ് പരാമർശിച്ച രണ്ടുതരം ദൃഷ്ടിഗോചരമായ രസങ്ങൾ ഉണ്ട്. അവയെക്കുറിച്ചാണ് ലോറ മൾവിയും വിസ്തരിക്കുന്നത്. ഒന്ന് voyeuristic scopophilia എന്നതാണ്. ഒരു വ്യക്തി മിക്ക സന്ദർഭങ്ങളിലും സ്ത്രീ – കുളിക്കുന്നതോ, വിവസ്ത്രയാവുന്നതോ, ഇണചേരുന്നതോ ഒളിഞ്ഞുനോക്കി വിഷയസുഖം അനുഭവിക്കുന്ന വിചിത്ര സ്വഭാവം സമൂഹത്തിൽ പലർക്കുമുണ്ടല്ലോ. അതാണ് voyeurism. ഈ സ്വഭാവവൈകൃതമുള്ളയാൾ voyeurist. മറ്റൊന്ന് ഫ്രോയ്ഡ് പറയുന്ന Narcissist gaze– ആത്മാരാധനാപരമായ ബദ്ധദൃഷ്ടി ആണ്. വോയുറിസ്റ്റ് ഒരന്യ ശരീരത്തിന്റെ നഗ്നത ഒളിഞ്ഞുനോക്കി ഒരുതരം വിഷയസുഖം തേടുന്നു. Narcissist തന്റെ സ്വന്തം ബിംബം കണ്ണാടിയിൽ കണ്ട് ലൈംഗികമായ ആനന്ദം അനുഭവിക്കുന്നു. ഇതിനെയാണ് ജേക്സ് ലക്കാൻ 'മിറർ സ്റ്റേജ്' എന്ന് വ്യവഹരിച്ചത്. പുരുഷനിർമിത സിനിമയിൽ സ്ത്രീശരീരം പല രീതികളിൽ അനാവരണം ചെയ്യപ്പെടുന്നു (കുളിസീൻ, കിടപ്പറ ദൃശ്യങ്ങൾ, ആഭാസ നൃത്തങ്ങൾ). ഇവിടെ സ്ത്രീ ഒരു കീഴ്പ്പെടുന്ന ബിംബം ആകുന്നു. പുരുഷനാകട്ടെ നായകനെന്ന നിലയിൽ ആദർശവൽക്കരി

ക്കപ്പെടുന്നു. അയാളുടേത് ഒരു 'active image' -ഊർജസ്വല ബിംബം - ആയിട്ടാണ് വെള്ളിത്തിരയിൽ പ്രത്യക്ഷപ്പെടുന്നത്. ഇതിൽ നാർസിസത്തിന്റെ - ആത്മാരാധനയുടെ, സ്വയം രതിയുടെ സ്വഭാവമുണ്ട്. സിനിമയിലെ 'നറേറ്റീവ് സ്ട്രക്ചറി'നെ - ആഖ്യാനഘടനയെ - നിർണയിക്കുന്നത് ഉഭയ (പുരുഷാധിപത്യ) ലൈംഗികതയുടെ active എന്നും passive എന്നുമുള്ള വിഭജനമാണെന്ന് ലോറ നിരീക്ഷിക്കുന്നു. സ്ത്രീ, സിനിമയിൽ, കാമപരമായ ഒരു സ്വരൂപമോ ബിംബമോ ആവുന്നു. ഇത് ആഖ്യാനത്തിന്റെ ഒഴുക്കിനെ തടസപ്പെടുത്തുകയും ചെയ്യുന്നുണ്ട്. കഥയെ മുന്നോട്ടു നയിക്കുന്നത് കേന്ദ്രസ്ഥാനീയനായ പുരുഷരൂപമാണ്. പുരുഷവിഭ്രമകൽപ്പനയുടെ - male fantasy - അഹങ്കാരമുണ്ടല്ലോ. അതാണ് ആൺസിനിമയിലെ സംഭവങ്ങളെ നിയന്ത്രിക്കുന്നത്; അതിന്റെ കാമകാമനകളെയും.

ഫ്രോയ്ഡിന്റെ elou വേദാന്തം ലോറ മൾവിയുടെ അപഗ്രഥനങ്ങളെ ആഴത്തിലാണ് സ്വാധീനിക്കുന്നത്. ഫ്രോയ്ഡിയൻ പദാവലി അവർ യഥേഷ്ടം ഉപയോഗിക്കുന്നു. ഇത് ആശയപരമായ ചില അസ്പഷ്ടതകൾക്കും കാരണമാകുന്നുണ്ട്. പുരുഷൻ-പ്രേക്ഷകൻ-സ്ത്രീരൂപത്തെ, വിഗ്രഹത്തെ, ഒരു ഭീഷണിയുമായി ചേർത്തുപിടിച്ചുകൊണ്ടാണ് ദർശിക്കുന്നത് എന്ന് ലോറ പറയുന്നു. ഈ ഭീഷണി ഫ്രോയ്ഡ് വിവരിക്കുന്ന വൃഷണ വിഛേദനവുമായി ബന്ധപ്പെട്ടതാണ്. ഇത് രസരാഹിത്യം - എന്നൊരവസ്ഥ സൃഷ്ടിക്കുന്നു. ആത്യന്തികമായി പെണ്ണ് എന്നതിന്റെ അർഥം ലൈംഗിക വ്യത്യാസം എന്നതിലെത്തിനിൽക്കുന്നു. ഇത് ഒരുത്ക്കണ്ഠയുടെ കാലാവസ്ഥ സൃഷ്ടിക്കുന്നുണ്ട്. പുരുഷസിനിമ ഈ ഉത്കണ്ഠയെ ലഘൂകരിക്കുന്നത് രണ്ടു വിധത്തിലാണ്: ഒളിഞ്ഞുനോട്ടം നൽകുന്ന ലൈംഗിക സംതൃപ്തി. കാമോദ്ദീപകമായ ഒരു വസ്തുവിന്റെ രഹസ്യാരാധന ഈ വസ്തു സ്ത്രീയുടെ ചിത്രമാവാം, അടിവസ്ത്രമാവാം, ആഭരണമാവാം. ആദ്യത്തെ തന്ത്രമുണ്ടല്ലോ, ഒളിഞ്ഞുനോട്ടം അത് സിനിമയിൽ ആധിപത്യമുറപ്പിക്കുന്നു. സ്ത്രീയെ കാമത്തോടെ കാണുകയും പരിശോധിക്കുകയും പീഡിപ്പിക്കുകയും ചെയ്യുന്ന ആഖ്യാനങ്ങൾ ഈ ഒളിഞ്ഞുനോട്ടത്തിന്റെ നിർമാണമാണ്. രണ്ടാമത്തേത്, കാമോത്സുകത വളർത്തുന്ന വസ്തുക്കളെ സംബന്ധിക്കുന്നത് പുരുഷസിനിമ വലിയതോതിൽ ഉപയോഗപ്പെടുത്തുന്നു. അങ്ങനെയാണ് താരസുന്ദരികൾ, സൂപ്പർ മോഡലുകൾ, സെക്സ് ബോംബുകൾ സൃഷ്ടിക്കപ്പെടുന്നത്. പുരുഷനായ പ്രേക്ഷകന്റെ ആർത്തിപൂണ്ട നോട്ടത്തിന് സദ്യയുണ്ണാൻ പല വിഭവങ്ങളും സിനിമ ഒരുക്കുന്നു (വസ്ത്രം ഊരിയെറിയുന്ന നൃത്തരംഗങ്ങൾ, ബ്രായുടെ, അടിയുടുപ്പിന്റെ അമിതപ്രദർശനം, ബാത്ത് ടബ്ബ്). ഇത് രണ്ടും (വോയ്യൂറിസവും ഫെറ്റിഷിസവും) സിനിമയിൽ കെട്ടിമറിയുന്നു. വൃഷണച്ഛേദത്തിന്റെ ഭീതിയെ, ആശങ്കയെ പുരുഷൻ ഇവ്വിധമാണ് മറികടക്കുന്നത് എന്ന് ലോറ ചൂണ്ടിക്കാട്ടുന്നുണ്ട്. അവർ തദനന്തരം നമ്മെ ക്ഷണിക്കുന്നത് ആഖ്യാനത്തിന്റെയും ദൃശ്യഭാഷയുടെയും ഉള്ളിടങ്ങളി

ലേക്കാണ്. ആഖ്യാനത്തെയും ദൃശ്യഭാഷയെയും ഉപയോഗിച്ചുകൊണ്ടാണല്ലോ, സിനിമ എന്ന മാധ്യമം കാല–ദൂര സമസ്യകളെ ഫലപ്രദമായി മറികടക്കുന്നത്. പുരുഷാസക്തിക്ക് യോജിച്ച ഒരു 'illusion' – ഒരു വികൽപ്പം, മായാദർശനം – നിർമിക്കപ്പെടുന്നു. ഈ 'കോഡുകളെ' ഈ വ്യാമോഹരൂപങ്ങളെ റാഡിക്കൽ ചലച്ചിത്രനിർമാതാക്കളും ഫെമിനിസ്റ്റ് സിനിമാ പ്രവർത്തകരും തുറന്നു കാട്ടേണ്ടതുണ്ട് എന്നാണ് ലോറ വാദിക്കുന്നത്. തുഷ്ടി, രസം എന്നിവയെക്കുറിച്ചുള്ള പുരുഷനിർമിത സാമ്പ്രദായിക സങ്കൽപ്പങ്ങളെ തച്ചുതകർത്തേ മതിയാവൂ. പുതിയൊരു സിനിമാഭാഷയ്ക്ക് ഫെമിനിസ്റ്റുകൾ രൂപം നൽകണം: വികാരത്തിന്റെ, ആഗ്രഹത്തിന്റെ വ്യത്യസ്തമായ ഒരു പദാവലിക്ക്.

1978 ൽ ലോറ മൾവിയുടെ മറ്റൊരു പ്രബന്ധം പുറത്തുവന്നു: *Feminism, Film and the Avante-Garde*. മുഖ്യധാരാ സിനിമയുടെ സൗന്ദര്യശാസ്ത്രത്തെ ആൺവാഴ്ച നടത്തുന്ന അടിച്ചമർത്തലുമായി കണ്ണിചേർത്തുകൊണ്ടാണ് അവരീ നിബന്ധത്തിൽ സംസാരിക്കുന്നത്. ഫെമിനിസത്തെ പുരോഗമന സിനിമയുടെ നിഷേധലാവണ്യശാസ്ത്രവുമായി കൂട്ടിവായിക്കുകയും ചെയ്യുന്നു. സ്ത്രീകളിൽ ബോധമുണർത്തുക എന്ന ഉദ്ദേശ്യത്തോടെ ആദ്യകാലത്ത് കുറെ ഫെമിനിസ്റ്റ് ഡോക്യുമെന്ററി ചിത്രങ്ങൾ ഇറക്കിയിരുന്നു. അവയുടെ ഉദ്ദേശ്യശുദ്ധിയെ ബഹുമാനിക്കുന്നതോടൊപ്പം തന്നെ അന്നത്തെ ഫെമിനിസ്റ്റ് നിർമാതാക്കളും സംവിധായകരും സ്വീകരിച്ച റിയലിസ്റ്റ് സങ്കേതങ്ങളെ ലോറ വിമർശിക്കുന്നു; തിരസ്കരിക്കുന്നു. സിനിമ ഒരു സുതാര്യമാധ്യമമാണെന്ന ധാരണയുമായി ഈ സങ്കേത തന്ത്രങ്ങൾ കെട്ടുപിണയുന്നുണ്ടെന്നാണ് അവരുടെ ആക്ഷേപം. അത് പുരുഷാധിപത്യത്തിന്റെ പ്രക്രിയയുമായി ബന്ധപ്പെട്ടതുമാണ്. അർഥം സൃഷ്ടിക്കുക എന്ന ലക്ഷ്യത്തിനുപയോഗിക്കുന്ന മാർഗത്തെത്തന്നെ അട്ടിമറിക്കണം എന്നാണ് ലോറയുടെ അഭിപ്രായം (ഇത് ജൂലിയ ക്രിസ്റ്റേവ പറഞ്ഞ കാര്യമാണ്). അങ്ങനെ അട്ടിമറിക്കുമ്പോൾ മാത്രമാണ് പുതിയൊരു ഫെമിനിസ്റ്റ് സിനിമാ ഭാഷ സാധ്യമാകുന്നത്. രാഷ്ട്രീയവൽകൃത പുരോഗമന ഫെമിനിസ്റ്റ് സിനിമ: അതാണുണ്ടാവേണ്ടത്. ആയതിനാൽ പഴയ ചട്ടവട്ടങ്ങളെ തച്ചുതകർക്കുകതന്നെ വേണം.

1981ൽ മറ്റൊരു ശ്രദ്ധേയമായ പാഠം പുറത്തുവന്നു: *After thoughts on visual pleasures and narrative cinema*. ഇതിൽ ലോറ മൾവി 'female spectator', female central prot aganist' എന്നീ വിഷയങ്ങളെ പരിശോധിക്കുന്നു. ഒരു പ്രേക്ഷകയെന്ന നിലയിൽ സ്ത്രീ എങ്ങനെ പ്രതിസ്പന്ദിക്കുന്നു; മുഖ്യകഥാപാത്രമായി സ്തീ എങ്ങനെ പ്രവർത്തിക്കുന്നു എന്ന്. *Visual pleasure and narrative cinema* എന്ന ആദ്യപാഠത്തിൽ പറയാൻ വിട്ടുപോയ കാര്യങ്ങളാണ്' *After thoughts* ൽ പ്രതിപാദിക്കുന്നത്. പ്രഥമ ലേഖനത്തിൽ, പുരുഷവൽക്കരിക്കപ്പെടുന്ന സിനിമാ പ്രേക്ഷക – എന്നതിനെപ്പറ്റി പരാമർശമുണ്ടെങ്കിലും Female spectator എന്ന പ്രമേയം വിസ്തരിക്കപ്പെടുന്നില്ല. രണ്ടാം പ്രബന്ധത്തിലും ഫ്രോ

യ്ഡിയൻ സിദ്ധാന്തങ്ങളുടെ വിളയാട്ടം കാണാം. മുഖ്യധാരാ സിനിമയിൽ പുല്ലിംഗത്തിന് തന്നെയാണ് സർവാധിപത്യമെന്ന് ലോറ സമർഥിക്കുന്നു. സജീവമായ കാമനയെ, തൃഷ്ണയെ അടിച്ചമർത്താൻ സ്ത്രീയെ നിർബന്ധിക്കുകയും അവളെ ഒരു passive subject ആക്കി മാറ്റുകയും ചെയ്യുന്ന പുരുഷാധീശ സംസ്കാരത്തിന്റെ പ്രസരമാണ് പോപ്പുലർ സിനിമയിൽ കാണുന്നത് എന്ന് ലോറ വാദിക്കുന്നു. പുരുഷവൽക്കരണത്തിന്റെ താൽക്കാലിക വിഭ്രമങ്ങളാണ് സ്ത്രീയിൽ അടിച്ചേൽപ്പിക്കുന്നത്.

Visual pleasure and narrative cinema എന്ന പാഠം ഫെമിനിസ്റ്റ് സിദ്ധാന്തത്തിലും ഫിലിം നിരൂപണത്തിലും കാര്യമായ ആഘാതം സൃഷ്ടിക്കുകയുണ്ടായി. പുരുഷാധീശ റിയലിസ്റ്റ് സിനിമയും റാഡിക്കൽ ഫെമിനിസ്റ്റ് പുരോഗമന സിനിമയും തമ്മിലുള്ള വിടവ് വ്യക്തമായി മനസിലാക്കാൻ ലോറ മൾവിയുടെ എഴുത്ത് ആധുനിക സമൂഹത്തെ സഹായിച്ചു. ഇ അന്ന ക്യാപ്ലാൻ (E Anna Kaplan 1983 ൽ എഴുതിയ *Women and Film* എന്ന പഠനവും ആനറ്റ് കൂണിന്റെ (Annette Kuhn) *Womens pictures* എന്ന പുസ്തകവും ലോറയുടെ പ്രബന്ധങ്ങളിൽനിന്ന് പ്രചോദനമുൾക്കൊണ്ട് പുറത്തുവന്നവയാണ്. *Camera obscura* എന്നൊരു സ്ത്രീപക്ഷ സിനിമാ ജേർണലുമുണ്ടായി. പ്രേക്ഷക പ്രതിസ്പന്ദനത്തെക്കുറിച്ചും ലൈംഗിക വ്യത്യാസത്തെക്കുറിച്ചും ലോറ മൾവി പറഞ്ഞ കാര്യങ്ങൾ പിന്നീട് ചില പെണ്ണെഴുത്തുകാർ വിശദമായ വിശ്ലേഷണത്തിന് വിധേയമാക്കുകയുമുണ്ടായി. മേരി ആൻ ഡോമിന്റെ (Mary Anne Dome) *The Womens film* ലിൻഡ വില്യമിന്റെ (Linda William) *The Honor Film* എന്നീ കൃതികൾ ഉദാഹരണമായെടുക്കാം.

തന്റെ പ്രശസ്ത പ്രബന്ധത്തെ ലോറ മൾവി തർക്കപരം എന്നാണ് അടയാളപ്പെടുത്തിയത്. മുഖ്യമായ സിനിമാറ്റിക് ചിട്ടവട്ടങ്ങളുടെ നേർക്കുള്ള വെല്ലുവിളിയാണ് തന്റെ ലേഖനമെന്നും അവർ നിരീക്ഷിക്കുകയുണ്ടായി. ഈ പാഠത്തിൽ ഫ്രോയ്ഡിയൻ മനോവിശ്ലേഷണത്തിന്റെ മാർഗങ്ങളാണ് ലോറ സ്വീകരിച്ചതെന്ന് മുന്നേ പറഞ്ഞുവല്ലോ. ഇത് ഫെമിനിസ്റ്റ് സിദ്ധാന്തത്തിന് ചില പ്രശ്നങ്ങൾ സമ്മാനിച്ചു. 'സ്ത്രീ അനുഭവം' എന്നതിന്റെ സത്യാവസ്ഥയെക്കുറിച്ചുള്ള വ്യാകുലതകളിൽനിന്ന് പെൺചിന്തയെ വലിയൊരളവിൽ മുക്തമാക്കാൻ മനോവിശ്ലേഷണം ഉപകരിച്ചുവെന്നത് നേര്. പക്ഷേ, ഈ വിശ്ലേഷണപദ്ധതിക്ക് ചില ദൗർബല്യങ്ങളുമുണ്ട്. സ്ത്രീയുടെ മൗനങ്ങൾ, സ്ത്രീയുടെ ഒഴിവാക്കപ്പെടൽ ഇവയെ ആസ്പദമാക്കിയാണ് ലോറയുടെ സിനിമാ സിദ്ധാന്തം പരുവപ്പെടുന്നത്. ഇതിൽ സ്ത്രീ സക്രിയതയ്ക്ക് ഒരു ഇടമില്ല. സംസ്കാരത്തിന്റെ മേൽ, സമൂഹത്തിന്റെ മേൽ സ്ത്രീപക്ഷത്തുനിന്നുള്ള 'action' - പ്രവർത്തനം - ആവശ്യമാണല്ലോ. അതിനെ ലോറ മൾവി അവതരിപ്പിച്ച ഫ്രോയ്ഡിയൻ രീതി ഒട്ടും സഹായിക്കുന്നില്ല.

സക്രിയം/നിഷ്ക്രിയം എന്ന ഫ്രോയ്ഡിയൻ ദ്വന്ദ്വത്തിലൂന്നിക്കൊണ്ടുള്ള ഒരു ചലച്ചിത്ര സിദ്ധാന്തമാണല്ലോ ലോറ മൾവി ആവിഷ്കരിച്ചത്. ഇതിൽ ഉണർന്നുപ്രവർത്തിക്കുന്ന പ്രേക്ഷകയ്ക്ക് സ്ഥാനമില്ലെന്ന് വരുന്നു. ജൻഡർ, വർഗം, വംശം എന്നിവ തമ്മിലുള്ള കെട്ടിമറിച്ചിലും ഈ തിയറി കണക്കിലെടുക്കുന്നില്ല എന്ന ആക്ഷേപമുണ്ട്. സ്ത്രീകാഴ്ചക്കാരിൽത്തന്നെ വർഗത്തിലും വംശത്തിലും അധിഷ്ഠിതമായ വകഭേദങ്ങളുണ്ട്. ഈ വകഭേദങ്ങളെ, വ്യത്യാസങ്ങളെ സ്ത്രീ അനുഭവത്തിന്റെ വിളക്കത്ത് വിചാരണചെയ്യാത്ത ഒരു പെൺസിദ്ധാന്തവും സാധുവാകുന്നില്ല എന്നാണ് വിമർശനം.

ലോറ മൾവിതന്നെ തന്റെ പിന്നീടുള്ള ഉപന്യാസങ്ങളിലും സംവാദങ്ങളിലും ആദ്യലേഖനത്തിന്റെ ചില പരിമിതികൾ അംഗീകരിക്കുന്നുണ്ട്. സ്ഥാപനവിരുദ്ധ സ്ത്രീപക്ഷ സിനിമയുടെ നിഷേധാത്മക സൗന്ദര്യശാസ്ത്രത്തെക്കുറിച്ച് ഒരു രണ്ടാം ചിന്തക്ക് ഈ എഴുത്തുകാരി ഒട്ടും വിമുഖത കാട്ടിയില്ല. തന്റെ കാഴ്ചപ്പാട് അന്നുമിന്നും ശരിയാണെന്ന കടുംപിടുത്തമൊന്നും അവർക്കില്ല. ആഖ്യാനം, മിത്ത്, ചരിത്രപരമായ മാറ്റങ്ങളുടെ പ്രക്രിയ: ഇവ തമ്മിലുള്ള ബന്ധങ്ങളെ സംബന്ധിച്ചാണ് പിൽക്കാല രചനകളിൽ മൾവി ആലോചിക്കുന്നത്. ഫ്രോയ്ഡിയൻ ചിന്തയുടെ തടവുകാരിയല്ല താനെന്ന് അവർ പറയുന്നുമുണ്ട്. ലിംഗ കേന്ദ്രീകരണം – എന്ന ഫ്രോയ്ഡിയൻ ആശയമാണ് തന്റെ പ്രമുഖ പ്രബന്ധമായ *visual pleasures and narrative cinema* യെ വലിയ തോതിൽ സ്വാധീനിച്ചതെന്ന് വരവുവെക്കുമ്പോൾത്തന്നെ, തന്റെ നിഗമനങ്ങൾ പലതും പുനഃപരിശോധനക്ക് വിധേയമാക്കുന്നതിനോട് ഒരെതിർപ്പുമില്ലെന്നും മൾവി വിശദീകരിക്കുന്നു.

1970 കളിലും 1980 കളിലും തന്റെ ഭർത്താവ് പീറ്റർ വോളനുമായി ച്ചേർന്ന് സജീവമായ അവാന്ത്ഗാർദ് ചലച്ചിത്രനിർമിതിയിൽ ലോറ മുഴുകി. 1977 ൽ പുറത്തുവന്ന *Riddles of the Sphinx* ഏറെ ശ്രദ്ധേയമായി. *Crystal gazing* എന്ന ചിത്രത്തിനും ലഭിച്ചു ആഗോള പ്രശസ്തി. മാർക് ലൂയിസുമായി കൂട്ടുചേർന്ന് അവർ 1991 ൽ സംവിധാനം ചെയ്ത ചിത്രമാണ് *Disgraced Movements*. ലണ്ടൻ യുണിവേഴ്സിറ്റിയിൽ ഫിം ആൻഡ് മീഡിയ സ്റ്റഡീസിന്റെ പ്രൊഫസറായ ലോറ മൾവി ഫെമിനിസ്റ്റ് സാംസ്കാരിക പഠനങ്ങളെ തന്റെ എഴുത്തുകളെക്കൊണ്ടും ഇടപെടലുകളെക്കൊണ്ടും സമ്പുഷ്ടമാക്കി.

ഫെമിനിസത്തിന്റെ ഇന്ത്യൻ രുചിഭേദങ്ങൾ...

നമ്മുടെ മുറ്റത്തെ പെൺ പ്രസ്ഥാനം പ്രബുദ്ധ ദേശീയതയുടെ, സ്വാതന്ത്ര്യപ്പോരാട്ടത്തിന്റെ അരികുപറ്റിയാണ് പിച്ചവെച്ചത്. രാജ്യത്തിന് രാഷ്ട്രീയമുക്തി കൈവരുന്നതോടെ സ്ത്രീവിമോചനവും സംഭവിക്കുമെന്ന മൂഢവിശ്വാസം പാവം പെണ്ണുങ്ങൾക്കിടയിൽ പരക്കെ ഉണ്ടായിരുന്നു. പായസച്ചെമ്പ് പൊതുവായി വെക്കുമെന്നും തങ്ങളുടെ വീതം കോരിയെടുക്കാൻ ഉടപ്പിറന്നവന്മാർ തങ്ങളെയും ക്ഷണിക്കുമെന്നും പെങ്ങന്മാർ വ്യാമോഹിച്ചു. വിളിവന്നത് വിരലിലെണ്ണാവുന്നവർക്കായിരുന്നു. വിജയലക്ഷ്മി പണ്ഡിറ്റ് അംബാസിഡറായി; സരോജിനി നായിഡു – ഗവർണർ, രാജ്കുമാരി അമൃത് കൗർ – മന്ത്രി. തീർന്നു, പങ്കുവെപ്പ്.

ലിംഗസമത്വം പുതിയ നാടുവാഴികൾ അംഗീകരിച്ചില്ലെന്ന് പറയാനാവില്ല. കൊടുത്തു വോട്ടവകാശം: ആണിനും പെണ്ണിനും. ഇരുപത്തൊന്നു പിറന്നാളുണ്ടാൽ പോളിങ്ബൂത്തിൽ പോകാം. ഇഷ്ടമുള്ള ചിഹ്നത്തിൽ ചാപ്പകുത്തി ചാരിതാർഥ്യത്തോടെ കുടിപൂകാം. ഇംഗ്ലണ്ടിലും ഫ്രാൻസിലും ജർമനിയിലും അമേരിക്കയിലുമൊക്കെ സമ്മതിദാനാവകാശത്തിനുവേണ്ടി പെണ്ണുങ്ങൾക്ക് പട നടത്തേണ്ടി വന്നിരുന്നു. എന്നാൽ ഇന്ത്യാ മഹാരാജ്യത്ത് അംബേദ്കർ എഴുതിയുണ്ടാക്കിയതും കോൺസ്റ്റിറ്റ്യുവന്റ് അസംബ്ലി അംഗീകരിച്ചതുമായ ഭരണഘടന ഈ അവകാശം എല്ലാ പൗരന്മാർക്കും പൗരകൾക്കും കനിഞ്ഞുനൽകുകയായിരുന്നു. അതിന്റെ പേരിൽ തെരുവിലിറങ്ങാനോ തല്ലുകൊള്ളാനോ ഭാരതസ്ത്രീക്ക് അവസരമുണ്ടായില്ല എന്ന് സാരം. വോട്ട് എന്ന തോട്ട കൈയിൽ കിട്ടിയതുകൊണ്ട് മാത്രം കാര്യമായില്ലല്ലോ. സാമൂഹ്യവും സാമ്പത്തികവും സാംസ്കാരികവുമായ ഒരുപാട് അവശതകൾ, അവഗണനകൾ, പക്ഷഭേദങ്ങൾ ഇന്ത്യൻ സ്ത്രീക്ക് അനുഭവിക്കേണ്ടിവന്നിരുന്നു. സ്ത്രീ

ധനസമ്പ്രദായം, വിദ്യാഭ്യാസപരമായ പിന്നോക്കാവസ്ഥ, സാമ്പത്തിക പരാധീനത, പൊതുവേദികളിൽനിന്നുള്ള ഒഴിവാക്കൽ, തൊഴിൽ നിഷേധം, ഗാർഹികപീഡനം: ഇവയൊക്കെ സ്വാതന്ത്ര്യാനന്തര കാലത്തും നിലനിന്നു. സംഘം ചേർന്നും ശക്തിനേടിയും ഈ ദുരവസ്ഥയെ ദുരീകരിക്കണമെന്ന ആശയം പ്രബലമായത് അക്കാലത്താണ്. അരുണ അസഫലിയെപ്പോലുള്ള ഇടതുപക്ഷ പ്രവർത്തകർ സ്ത്രീസംഘടനാരംഗത്ത് സജീവമായതോടെ പുതിയൊരുണർവ് കാണായി.

1920 മുതൽക്കാണ് വനിതാ കൂട്ടായ്മകൾ പലേടത്തും സാന്നിധ്യമറിയിച്ചത്. ഇവക്കൊക്കെ ഒരു ഉപരിമധ്യവർഗസ്വഭാവവും സ്വരവുമായിരുന്നു. നേരത്തെ സൂചിപ്പിച്ചതുപോലെ രാഷ്ട്രീയ സ്വാതന്ത്ര്യത്തിനുവേണ്ടിയുള്ള അധ്വാനങ്ങളുടെ ഭാഗമായാണ് ഈ പെൺ പ്ലാറ്റ്ഫോമുകൾ പ്രവർത്തിച്ചത്. ദേശീയ ബൂർഷ്വാസിയുടെ സാംസ്കാരിക മൂല്യങ്ങൾതന്നെയാണ് അവയെ ഭരിച്ചത്. കാലം ചെന്നാറെ വനിതാ ക്ലബുകൾ എന്ന നിലയിൽനിന്ന് പെൺകൂട്ടായ്മകൾ കൂടുതൽ ജനകീയമായ സംഘടനാരൂപങ്ങളിലേക്ക് നീങ്ങിത്തുടങ്ങി. രാഷ്ട്രീയവൽക്കരണത്തിന് വേഗം കൂടി. സ്ത്രീ ആരെന്ന അന്വേഷണവും വളരെ മിതമായ തോതിലാണെങ്കിലും, ആരംഭിച്ചു. പോയ നൂറ്റാണ്ടിന്റെ മുപ്പതുകളിലും നാൽപ്പതുകളിലും സമത്വവാദത്തിന്റെ സിദ്ധാന്തപാഠങ്ങളും റാഡിക്കൽ സംവാദങ്ങളും ശക്തിപ്പെട്ടതോടെ സ്ത്രീപക്ഷ ചിന്തയും പുതിയൊരു സ്വത്വബോധത്തോടെ സഞ്ചരിച്ചുതുടങ്ങി. പെണ്ണിന് സ്വന്തമായ ഒരിടം എന്ന ആശയം ശീലാവതിയുടെ അനുജത്തിമാരെ ആകർഷിക്കുന്ന അവസ്ഥവന്നു. അഹല്യയെ, രേണുകയെ, സീതയെ, ദ്രൗപദിയെ, കൈകേയിയെ, സ്ത്രീപക്ഷത്തുനിന്നുകൊണ്ട് വ്യത്യസ്തമായി വായിക്കാമെന്ന് മനസ്സുതുറന്നുവച്ച മഹിളകൾക്ക് ബോധ്യപ്പെട്ടു. പൂർണഗർഭിണിയായ ഭാര്യയെ കൊടുംകാട്ടിലുപേക്ഷിച്ച ഭർത്താവോ മാതൃകാപുരുഷൻ എന്ന ചോദ്യം ചില പെൺചുണ്ടുകളിൽ ചൂളംകുത്തി. പെൺകൊടികൾ പൈലറ്റായാലും വിമാനം പറക്കുമെന്ന് മാഡം ചിയാങ് കൈഷേക് തെളിയിച്ചപ്പോൾ ഇന്ത്യൻ വനിതയും പുളകിതഗാത്രയായി.

ഇതൊക്കെ വലിയ മാറ്റങ്ങളായിരുന്നു. ഭർത്താവ്, കുട്ടികൾ, കുടുംബം എന്നീ വൃത്തങ്ങൾക്ക് പുറത്ത് കടന്ന്, വിശാലമായ ലോകത്തെയും അതിനെ ഉത്തേജിപ്പിക്കുകയും പ്രകമ്പനംകൊള്ളിക്കുകയും ചെയ്യുന്ന മനുഷ്യാവേഗങ്ങളെയും കുറിച്ച് ആലോചിക്കാനുള്ള പ്രേരണകൾ നമ്മുടെ പെൺസമൂഹത്തിൽ അങ്ങിങ്ങ് തലപൊക്കി. യാഥാസ്ഥിതികമായ ഘടനകളോടും ചിട്ടവട്ടങ്ങളോടും മൂല്യവിചാരങ്ങളോടും കലഹിക്കാനുള്ള വാസന, രാഷ്ട്രീയവൽക്കരണം കാര്യമായി നടന്ന ചില പ്രദേശങ്ങളിലെ സ്ത്രീവിഭാഗങ്ങളിലെങ്കിലും പ്രകടമായി. ഈ ഉണർവിന് നന്ദിപറയേണ്ടത് നമ്മുടെ നാട്ടിലെ വിപ്ലവപ്രസ്ഥാനത്തോടും അതിന്റെ സാർഥവാഹക സംഘത്തോടുമാണ്. കമ്യൂണിസ്റ്റ് ആശയങ്ങളുടെ തോളത്ത് കൈവെച്ചുനിന്ന കാലത്ത് ഒ വി വിജയൻ കൃത്യമായി

നിരീക്ഷിച്ചതുപോലെ ''അച്ചിയോർക്കും ഉണ്ണിയോർക്കും അനുസരണ ക്കേടിന്റെ സുവിശേഷം എത്തിച്ചുകൊടുത്തത് അവരാണ്.''

പടിഞ്ഞാറൻ നാടുകളിലെ ഫെമിനിസ്റ്റ് ആശയവേദാന്തവുമായി, അവിടത്തെ പോരാട്ടചരിത്രങ്ങളുമായി, ഇന്ത്യൻ ഫെമിനിസ്റ്റ് അനുഭവങ്ങളെയും അധ്വാനങ്ങളെയും കാഴ്ചപ്പാടുകളെയും 'ബ്രാക്കറ്റ്' ചെയ്യാൻ പുറപ്പെടുന്നത് അവതാളത്തിലേ കലാശിക്കൂ. ഭാരതീയ നാരീ സങ്കൽപ്പമെന്നത് പ്രത്യേകമായ പരിശോധനയും അപഗ്രഥനവും ആവശ്യപ്പെടുന്നുണ്ട്. പെണ്ണ് കെട്ടിയാടുന്ന രണ്ടു തെയ്യങ്ങളെ - ഭാര്യ, അമ്മ - ആദർശവൽക്കരിക്കാനും ഉദാത്തവൽക്കരിക്കാനും പുരുഷാധിപത്യം വേദകാലം മുതൽക്കേ ശ്രമിച്ചുപോന്നിട്ടുണ്ട്. സ്ത്രീയുടെ അയഥാർഥമായ ബിംബങ്ങളാണ് ആണൊരുക്കിയ കൊലുവുകളിൽ പ്രത്യക്ഷപ്പെട്ടത്. നീ ശക്തിയാണ്, പ്രകൃതിയാണ്, സർവംസഹയാണ്, വരപ്രദയാണ്, സ്വയംപ്രഭയാണ്, പ്രപഞ്ചരഹസ്യമാണ് എന്നൊക്കെ ഗീർവാണം പറഞ്ഞ് പെണ്ണിനെ സുഖിപ്പിക്കുകയും കബളിപ്പിക്കുകയുമായിരുന്നു ആണും അവന്റെ കോയ്മക്ക് കുഴലൂതിയ ജടയുടെ സംസ്കാരവും ചെയ്തുപോന്നത്. ഒരു കുലസ്ത്രീയുടെ, ധർമപത്നിയുടെ, ഗുണഗണങ്ങളെന്തെന്ന് ശ്ലോകത്തിൽ ചിട്ടപ്പെടുത്തുകയും ചെയ്തു. കാര്യക്ഷമതയിൽ മന്ത്രിയെപ്പോലെ, സേവനത്തിൽ ദാസിയെപ്പോലെ, ലാവണ്യത്തിൽ ലക്ഷ്മിയെപ്പോലെ, ക്ഷമയിൽ ഭൂമീദേവിയെപ്പോലെ, സ്നേഹവാത്സല്യങ്ങളിൽ അമ്മയെപ്പോലെ, കിടപ്പറയിൽ വേശ്യയെപ്പോലെ.

ഗാർഗി, മൈത്രേയി എന്നീ ബുദ്ധിരാക്ഷസികളെ ചൂണ്ടിക്കാട്ടിക്കൊണ്ട് പ്രാചീനഭാരതത്തിൽ പെണ്ണിന് പുരുഷനുതുല്യമായ പദവിയും പത്രാസും അനുവദിച്ചിരുന്നുവെന്ന് ചിലർ വാദിക്കുന്നു. വേദകാലത്ത് ഇഷ്ടമുള്ള ജീവിതപങ്കാളിയെ തെരഞ്ഞെടുക്കാനുള്ള അവകാശം അവൾക്കുണ്ടായിരുന്നുവെന്നും ഇക്കൂട്ടർ പറയുന്നു. ഇതൊക്കെ ഒരുതരം കാൽപ്പനീകരണത്തിന്റെ ഭാഗമാണ്. ചരിത്രസത്യത്തിന്റെ അടിയാധാരം ഇവയ്ക്കില്ല. പരിമിതമായ ചില അവകാശങ്ങൾ അക്കാലത്ത് സ്ത്രീക്ക് നൽകപ്പെട്ടിരുന്നുവെന്ന് വരാം. അത്രതന്നെ.

സ്മൃതികളുടെ കാലത്താണ് അതായത് ബി സി 500 ൽ, ഇന്ത്യയിൽ പെൺവർഗത്തിന്റെ താഴ്ത്തിക്കെട്ടൽ തുടങ്ങിയത്. സ്ത്രീയുടെ, ക്ലിപ്തപ്പെട്ട സ്വാതന്ത്ര്യത്തിനുപോലും കോടാലിയായത് മനുമൂപ്പനും ടിയാന്റെ കുപ്രസിദ്ധമായ സ്മൃതിയുമത്രെ. 'നഃ സ്ത്രീ സ്വാതന്ത്ര്യമർഹതി' എന്ന് കാർന്നോപ്പാട് വിധിച്ചു. കൗമാരത്തിൽ കഞ്ഞിയും പുഴുക്കും ഇടക്ക് പപ്പടം ചുട്ടതും തരാൻ തന്തയുണ്ട്; താരുണ്യത്തിന്റെ ചങ്ങമ്പുഴക്കാലത്ത് അരയ്ക്ക് മുണ്ടും തലയ്ക്ക് എണ്ണയും തരാൻ സംബന്ധക്കാരനുണ്ട്; പല്ലുകൊഴിയും കാലത്ത് കുഴമ്പ് വാങ്ങിത്തരാൻ നൊന്തുപെറ്റ മകനുണ്ട്. പിന്നെന്തിനാണ് തത്തമ്മേ, നിങ്ങൾക്ക് സ്വാതന്ത്ര്യം? എന്നാണ് മനുത്തമ്പ്രാക്കൾ ചോദിച്ചത്. ഒന്നും ഉരിയാടാതെ ഭാരതസ്ത്രീ മുളംകൂട്ടിൽ കയറി. 'കൂടേ നമുക്ക് ഗതി' എന്ന് മെല്ലെയൊന്ന് മൂളിയോ? തീർച്ചയില്ല.

പേട്രിയാർക്കി പിടിമുറുക്കിയതോടെ സമൂഹം, സെക്സ്, വിവാഹം, കുടുംബം, ദാമ്പത്യം, സ്വത്തവകാശം എന്നിവയൊക്കെ പുരുഷനു പ്രയോജനപ്പെടുംവിധം പുനർനിർവചനത്തിന്, പുനർനിർണയത്തിന് വിധേയമായി. സദാചാരമെന്ന് വ്യവഹരിക്കപ്പെടുന്ന ഏർപ്പാടിന് ഒരാൺപക്ഷ വ്യാകരണമുണ്ടായി. ഇന്ത്യൻ സ്ത്രീപ്രശ്നത്തെ കൂടുതൽ സങ്കീർണമാക്കിച്ചെയ്തത് വംശീയ വഴക്കങ്ങളും ജാതി വ്യവസ്ഥയുമായിരുന്നു. ജാതികൾക്കും ഉപജാതികൾക്കും വ്യത്യസ്തമായ ജൻഡർ സമീപനങ്ങളാണ് രൂപപ്പെട്ടത്.

പുരുഷമേധാവിത്വത്തിന് ധർമശാസ്ത്രപരമായ സാധ്യതയും അപ്രമാദിത്വവും കൽപ്പിച്ചു നൽകിയത് പൂണൂലിന്റെ സംസ്കാരമാണ്. തന്തയുടെ തീരുമാനം എന്തായാലും ശരി, അത് അന്തിമമെന്ന് വന്നു. അതുകൊണ്ടാണല്ലോ അമ്മയുടെ കഴുത്തുവെട്ടാൻ അച്ഛൻ ആജ്ഞാപിച്ചപ്പോൾ ഭാർഗവരാമന്റെ വെൺമഴുവേന്തിയ വലംകൈ ഒട്ടും വിറയ്ക്കാതിരുന്നത്. പുരുഷോത്തമന്മാരുടെ ഗ്യാലറിയിൽ തായാരെക്കൊന്ന താപസന്റെ ചിത്രവും ആരോ അനാച്ഛാദനം ചെയ്തു. താലിയറ്റ പെണ്ണിന്റെ തല മുണ്ഡനംചെയ്യുന്ന, അവളെ വെള്ള വസ്ത്രവും ഭസ്മക്കുറിയുമായി ശിഷ്ടകാലം ഗോവിന്ദനാമ സങ്കീർത്തനങ്ങളിൽ കഴിയാൻ വിധിക്കുന്ന, അമംഗളകാരിയായി, അപശകുനമായി അവളെ കരിപൂശുന്ന, ആചാര വൈകൃതങ്ങൾക്ക് ബ്രാഹ്മണിസമാണ് ആഢ്യത്വം നൽകിയത്.

സതി അഥവാ ഉടന്തടിച്ചാട്ടം, പുരുഷാധീശ സമൂഹം അവതരിപ്പിക്കുകയും ആദർശവൽക്കരിക്കുകയും ചെയ്ത ഒരനുഷ്ഠാനമായിരുന്നു. പരലോകത്തെത്തുന്ന കണവനെ പരിചരിക്കാൻ പതിവ്രതയായ പൊണ്ടാട്ടിയും പോകണ്ടേ? ആയതിനാൽ മിന്നുകെട്ടിയവന്റെ പട്ടടയിൽ ഒരു വധുവിന്റെ എല്ലാ വേഷവിധാനങ്ങളോടുംകൂടി ചാടി മരിക്കാൻ സമൂഹം ഭാര്യയെ പ്രേരിപ്പിക്കുന്നു. ഈ പ്രേരണ ഫലംചെയ്തില്ലെങ്കിൽ അതൊരു നിർബന്ധമായി മാറും. വലിയൊരു ഘോഷയാത്രയോടുകൂടിയാണ് പെണ്ണിനെ തീച്ചാട്ടത്തിന് കൊണ്ടുവന്നിരുന്നത്. കൊമ്പും കുഴലും ആനയും അമ്പാരിയുമൊക്കെ അകമ്പടി സേവിക്കും. കത്തിത്തീരുന്നതോടെ കുലസ്ത്രീ ഒരു രണ്ടാം ഗ്രേഡ് ഭഗവതിയായി മാറുമായിരുന്നു. അവൾക്ക് അമ്പലം കെട്ടാൻ ഒട്ടും വൈകില്ല. രാജസ്ഥാനിലെ രജപുത്രർക്കിടയിൽ ഏറെക്കാലം നിലനിന്നിരുന്ന ഒരേർപ്പാടായിരുന്നു 'ജൗഹർ.' അവരുടെ മൂപ്പന്മാർ യുദ്ധത്തിൽ തോൽക്കുകയും വീരസ്വർഗംപ്രാപിക്കുകയും ചെയ്താൽ അന്തഃപുര നാരിമാർ കൂട്ടത്തോടെ അഗ്നിപ്രവേശം ചെയ്യുന്ന അനുഷ്ഠാനത്തെയാണ് ഈ പദംകൊണ്ട് സൂചിപ്പിക്കുന്നത്. ഈ സമ്പ്രദായങ്ങളൊക്കെ ആൺകോയ്മ സ്ത്രീകളുടെ മേൽ അടിച്ചേൽപ്പിച്ചവയായിരുന്നു. പെണ്ണിനെ ഒരു commodity (ചരക്ക്) ആയി കാണുന്നതുകൊണ്ടാണ് ആ വസ്തു അന്യാധീനമാവാതിരിക്കാൻ അതിനെ നശിപ്പിക്കുക എന്ന രീതിയുണ്ടായത്. പല മാർക്സിസ്റ്റ് സാമൂഹ്യശാസ്ത്രജ്ഞന്മാരും ഇക്കാര്യം എടുത്തുപറഞ്ഞിട്ടുണ്ട്.

ദൈവത്തിന്റെ നാമത്തിൽ പെണ്ണിന്റെ ചൂഷണവും കമ്പോളവൽക്കരണവും ചന്തമായി നടത്താമെന്ന് ആണാധിപത്യവും അതിന് ശിങ്കിടി പാടുന്ന പൗരോഹിത്യവും മനസിലാക്കി. അങ്ങനെയാണ് ദേവദാസി സമ്പ്രദായം ചിട്ടപ്പെട്ടത്. പണ്ട് യവന - റോമൻ സമൂഹങ്ങളിൽ, ദേവതാമണ്ഡപങ്ങളെ ചുറ്റിപ്പറ്റി 'Vestal Virgins' - വിശുദ്ധകന്യകകൾ - എന്നൊരു വിഭാഗമുണ്ടായിരുന്നു. (Vesta ചാരിത്ര്യത്തിന്റെ ഇഷ്ടദേവതയായിരുന്നു) വ്രതശുദ്ധിയോടെ ഭഗവൽ സേവ നടത്തുക എന്നതായിരുന്നു ഇവരുടെ ജോലി. ഏതാണ്ടതേ രൂപത്തിലായിരിക്കണം ദേവദാസി സമ്പ്രദായവും സംവിധാനം ചെയ്തത്. തേവരെ ആട്ടമാടി, പാട്ടുപാടി പ്രീതിപ്പെടുത്തി, കോവിൽക്കെട്ടിൽ നേദ്യച്ചോറുണ്ട് കഴിയുക. ആൺചൂര് തട്ടരുത്- ഇതൊക്കെ ആയിരുന്നു 'തിയറി.' എന്നാൽ അമ്പലങ്ങളിലെ ശാന്തിക്കാരും കാര്യസ്ഥന്മാരും നാട്ടുപ്രമാണികളും ദൈവത്തിന്റെ ദാസിമാരെ വെപ്പാട്ടികളും വാരനാരികളുമാക്കി വെച്ചു. ഈശ്വരനെ താലികെട്ടുന്ന ദേവദാസിക്ക് മറ്റൊരു ഭർത്താവ് പാടില്ല. പക്ഷേ, ആരുമായും സഹശയനമാവാം. ആരിൽനിന്നും ഗർഭവും ധരിക്കാം. അങ്ങനെ പല മഹാക്ഷേത്രങ്ങൾക്കു ചുറ്റും ചുകന്ന തെരുവുകൾ ഉണ്ടായി. സവർണപുരുഷമേധാവിത്വം വ്യഭിചാരത്തെ ഒരു കുലത്തൊഴിലാക്കി. വൈശികതന്ത്രവും കുട്ടിനീമതവും എഴുതപ്പെട്ടു. സ്ത്രീയെ വാണിയായി, വരദയായി, മഹിഷാസുരമർദിനിയായി, പരാശക്തിയായി സ്തുതിച്ചവർ ആവശ്യം വന്നപ്പോൾ സങ്കോചലേശമെന്യേ അവളെ പീഠത്തിൽനിന്ന് വലിച്ച് ഓവുചാലിലേക്കിട്ടു. ആവുംവിധം അപമാനിച്ചു. അവളെ വാണിജ്യവൽക്കരിച്ചു. ഇതാണ് ആൺകോയ്മയുടെയും അതിന്റെ അവിഹിതസന്തതിയായ മുതലാളിത്ത വ്യവസ്ഥയുടെയും സ്വഭാവം. ഇന്ത്യയിൽ സ്ത്രീയുടെ അധോഗതിക്ക്, അഭിമാന ക്ഷയത്തിന് ജാതിവ്യവസ്ഥയും വർണവർഗീകരണവും കൂട്ടുനിന്നു.

ഹിന്ദുമതത്തിൽ പരിഷ്കരണപ്രസ്ഥാനങ്ങളായി പൊട്ടിവിടർന്ന ജൈനിസവും ബുദ്ധിസവുമാണ് വലിയ ഒരളവിൽ, സ്ത്രീക്ക് നഷ്ടപ്പെട്ട അന്തസ്സും ബഹുമാനവും പുനരാനയിക്കാൻ പരിശ്രമിച്ചത്. അറിവുകളുടെയും ആശയങ്ങളുടെയും അക്ഷരങ്ങളുടെയും ലോകങ്ങളിൽനിന്ന് തന്ത്രപൂർവം മാറ്റിനിർത്തപ്പെട്ട വനിതയെ ആ ദീപ്ത മേഖലകളിലേക്ക് വീണ്ടും വിളിച്ചുകയറ്റാൻ തയാറായത് ഈ പുരോഗമനസ്വഭാവമുള്ള വിശ്വാസപദ്ധതികളത്രെ.

ക്ലൈവും അയാളുടെ കൊടിയും ഇന്ത്യയിലെത്തിയതോടെ നാടിന്റെ അഷ്ടൈശ്വര്യങ്ങളും നഷ്ടപ്പെട്ടുവെന്ന് ചില ആർഷന്മാർ ഇന്നും വിലപിക്കാറുണ്ടെങ്കിലും സത്യമതല്ല. ഇന്ത്യൻ സമൂഹത്തിൽ ദുർഗന്ധം പരത്തിയിരുന്ന പല ജീർണിപ്പുകളും കരിച്ചൊടുക്കിയത് ആംഗ്ലോ - സാക്സൺ ദൊരയാണ്. പല ദുരാചാരങ്ങളും വെള്ളക്കാരൻ പിഴുതെറിഞ്ഞു. വെള്ള ഏമാന്റെ നടപടികളിൽ പലതും സ്ത്രീ സമൂഹത്തെ നേരിട്ട് ബാധിക്കുന്നതുമായിരുന്നു. സതി കർശനമായി നിരോധിച്ചു; ബാലികാ വിവാഹം നിയമവിരുദ്ധമായി; പെൺകുട്ടികൾക്ക് പള്ളിക്കൂടങ്ങളുണ്ടാക്കി; വിദ്യാഭ്യാ

സരംഗത്തും തൊഴിൽരംഗത്തും താത്വികമായെങ്കിലും പെണ്ണിന് തുല്യത അനുവദിച്ചു.

പടിഞ്ഞാറുനിന്നുവന്ന ആശയങ്ങളുടെ കാറ്റുകൾ ഉൾക്കൊണ്ടുകൊണ്ടാണ് ബംഗാളിലും മറ്റും വിചാരവിപ്ലവങ്ങൾ സംഭവിച്ചത്. രാജാറാം മോഹൻറായ്, കേശബ്ചന്ദ്രസെൻ, മഹർഷി ദേവേന്ദ്രനാഥ് ടാഗോർ എന്നീ പ്രബുദ്ധതയുടെ പ്രചാരകന്മാർ സാമൂഹ്യപരിഷ്കരണത്തിൽ സ്ത്രീവിമോചനത്തിനും സ്ത്രീ വിദ്യാഭ്യാസത്തിനുമുള്ള സ്ഥാനം വ്യക്തമായി അടയാളപ്പെടുത്തുകയുണ്ടായി. മഹർഷി കാർവെ, മഹാത്മാ ഫൂലേ എന്നീ സാമൂഹ്യപരിഷ്കർത്താക്കളും സ്ത്രീ – പുരുഷസമത്വം എന്ന ആശയത്തെ ഉയർത്തിപ്പിടിക്കുകയും വിദ്യാഭ്യാസത്തിൽക്കൂടി മാത്രമേ വനിതാ വിമോചനം സാധ്യമാകൂ എന്ന് പ്രചരിപ്പിക്കുകയും ചെയ്തവരാണ്.

രാഷ്ട്രീയ സ്വഭാവമുള്ള മഹിളാ സംഘടനകൾ പലതും ഇവിടെ വേര് പിടിച്ചുവെങ്കിലും സ്ത്രീപക്ഷ സൈദ്ധാന്തിക വാദങ്ങൾക്കുവേണ്ട പ്ലാറ്റ്ഫോമുകൾ എന്തുകൊണ്ടോ സ്വാതന്ത്ര്യാനന്തര ഇന്ത്യയിൽ അക്കാദമിക് തലങ്ങളിൽപ്പോലും ഉണ്ടായില്ല. ആൺവാഴ്ചയുടെ ശർക്കര പുരട്ടിയ പെൺനിർവചനങ്ങളെ, കപടമായ സദാചാരവിചാരങ്ങളെ, ആഭാസമായ ശീലങ്ങളെ, പെണ്ണടിമത്തം അരക്കിട്ടുറപ്പിക്കുന്ന ഘടനകളെ, മൊത്തത്തിൽ അംഗീകരിക്കുകയോ, അവയോട് ചെറിയൊരു പരിഭവത്തിന്റെ കവിൾച്ചുവപ്പോടെ ഒത്തുപോവുകയോ ചെയ്യുന്ന അതിദുർബലമായ നിലപാടാണ് സ്ത്രീസമാജങ്ങൾ ഇതഃപര്യന്തം സ്വീകരിച്ചുപോന്നത്. confrontational – സംഘട്ടനാത്മകം – എന്ന് വ്യവഹരിക്കാവുന്ന സമീപനങ്ങളിൽനിന്ന് അവ സൗകര്യപൂർവം ഒഴിഞ്ഞുമാറി. അലംഭാവത്തിൽ, സ്വയം സംതൃപ്തിയിൽ ഊഞ്ഞാലാടുന്ന സ്ത്രീസംഘങ്ങളുടെ സ്വരം സ്വാഭാവികമായും അനുരഞ്ജനത്തിന്റേതും നീക്കുപോക്കിന്റേതും ആയിരുന്നു. സ്ത്രീ എന്ന വിഷയത്തെക്കുറിച്ച് താതകേന്ദ്രിത സമൂഹം കാലങ്ങളായി കൃഷിചെയ്തുവരുന്ന മിത്തുകളുണ്ടല്ലോ, അവയുടെ മരതക കാന്തിയിൽ നമ്മുടെ അംഗനാവർഗം ഇപ്പോഴും മുങ്ങി നിൽക്കുകയാണ്. ചന്ദ്രേട്ടൻ അനുവദിക്കുന്ന അളവിൽ മാത്രമേ ചന്ദ്രമതിച്ചേച്ചി സമരോത്സുകത ഉൾക്കൊള്ളുന്നുള്ളൂ.

മറ്റിടങ്ങളിലെന്നപോലെ ഇന്ത്യയിലും പെണ്ണെഴുത്തിനെ പിൻബെഞ്ചിലിരുത്താൻ വിജയകരമായ പരിശ്രമങ്ങളുണ്ടായി. ആണനുഭവമാണ് ശ്രേഷ്ഠതരമെന്ന വാദത്തിന്റെ വ്യാപനവുമുണ്ടായി. ആണെഴുത്തിന്റെ വിഷയങ്ങൾക്ക് ആഴവും കനവും കൂടുമെന്നും പെണ്ണെഴുത്തിന്റെ പരിധി തുലോം പരിമിതമാണെന്നും പറഞ്ഞുണ്ടാക്കി. നിരുത്സാഹപ്പെടുത്തുന്ന ഒരുപാട് സാഹചര്യങ്ങളോട് പൊരുതിക്കൊണ്ടും പരാധീനതകളെ വകഞ്ഞുമാറ്റിയുമാണ് ഇന്ത്യൻ പ്രാദേശിക ഭാഷകളിലെ സ്ത്രീരചന പുരോഗമിച്ചത്.

ഇന്തോ – ആംഗ്ലിയൻ സാഹിത്യത്തിൽ കമലാദാസ് (നമ്മുടെ സ്വന്തം മാധവിക്കുട്ടി) സുനിതി നാം ജോഷി, ചിത്ര നരേന്ദ്രൻ, ഗൗരിദേശ്പാ

ണ്ഡെ, മീന അലക്സാണ്ടർ, താരാപട്ടേൽ, അരുന്ധതി റോയ്, അനിതാ നായർ, ഗീത ഹരിഹരൻ, ജുംപലഹ്രി, അനിതാദേശായ്, കിരൺദേശായ്, ഭാരതി മുഖർജി, ഉമപരമേശ്വരൻ എന്നീ പ്രതിഭകൾ സ്ത്രീ അനുഭവത്തിന്റെ, പെൺത്വരകളുടെ സാഹസികമായ ആഖ്യാനമാണ് സാധിച്ചത്. നിശ്ശബ്ദതയെന്നത് അടിച്ചമർത്തലിന്റെ അംഗീകാരമാകുന്നു. അത് കീഴാളന്റെ ജിഹ്വാനഷ്ടമാകുന്നു. ആ നിശ്ശബ്ദതയിൽനിന്ന് പെണ്ണിനെ മോചിപ്പിക്കാനാണ് ഈ എഴുത്തുകാരികൾ ഉദ്യമിച്ചത്. വിവസ്ത്രമാവുന്ന പെണ്ണനുഭവത്തിന്റെ കവിതയും കഥയും അവർ കണ്ടെത്തി.

മാഡം ബിക്കാജികാമയും സരോജിനി നായിഡുവും അരുണ ആസഫലിയും ക്യാപ്റ്റൻ ലക്ഷ്മിയും അഹല്യരങ്കനേക്കറും ഗോദാവരി പരുലേക്കറും ഇന്ദിരാഗാന്ധിയും അക്കാമ്മ ചെറിയാനും കെ ആർ ഗൗരിയും സുശീലാഗോപാലനും വന്ദനാശിവയുമൊക്കെ ഇവിടെയുണ്ടായി. എണ്ണം പറഞ്ഞ പെണ്ണെഴുത്താളർ അരങ്ങത്ത് വന്നു. എന്നിട്ടും സ്ത്രീപക്ഷ വിചാരവിപ്ലവത്തിന് സിദ്ധാന്തപരമായ സംഭാവനകൾ: അതുണ്ടായില്ല. നമുക്ക് കാത്തിരിക്കാം.

അപനിർമാണവും ഫെമിനിസവും: ഗായത്രി ചക്രബൊർതി സ്പൈവാക്

ഗായത്രി ചക്രബൊർതി സ്പൈവാക് എന്ന ഇന്ത്യനമേരിക്കൻ പണ്ഡിതയെ ഫെമിനിസ്റ്റ് എന്ന് വിളിക്കാമോ? മറ്റു പല വിഷയങ്ങളുടെയും കൂട്ടത്തിൽ പെൺപക്ഷ വിചാരത്തിന്റെ പ്രേരണകളെക്കുറിച്ചും സ്വഭാവങ്ങളെക്കുറിച്ചും അവർ പറയുകയും എഴുതുകയും ചെയ്തിട്ടുണ്ടെന്നത് വാസ്തവമാണ്; പക്ഷേ, ഒരു ഫെമിനിസ്റ്റ് സമീപനത്തിന്റെ അഭിഭാഷകയായി ഗായത്രി സ്പൈവാക് സംവാദത്തിന്റെ അന്യോന്യങ്ങളിൽ ഹാജരാകുന്നില്ല. ഒരു മൾട്ടി - ഡിസിപ്ലിനറി (വിവിധ വിജ്ഞാനശാഖാബന്ധിതമായ) സമീക്ഷയുടെ ബൗദ്ധിക തലത്തിൽ നിർഭയം, നിർവിശങ്കം വിഹരിക്കാനാണ് ഈ സൈദ്ധാന്തിക പ്രതിഭക്ക് താൽപ്പര്യം. അപനിർമാണത്തിന്റെ ആയുധങ്ങളെടുത്ത് ആശയലോകത്തു പെരുമാറുന്നതിനിടയ്ക്കു ഫെമിനിസവും അവർ ആലോചനക്കെടുക്കുന്നുവെന്നു മാത്രം.

അറുപത്തെട്ടു കഴിഞ്ഞ ഗായത്രി കൊൽക്കത്തയിലാണ് പിറന്നതും വളർന്നതും. നഗരാധിഷ്ഠിത മധ്യവർഗത്തിന്റെ സംസ്കാരമാണ് താൻ ഉൾക്കൊണ്ടതെന്ന് അവർതന്നെ എഴുതിയിട്ടുണ്ട്. മിത ശീതോഷ്ണമായ ഒരു കാലാവസ്ഥയിലാണ് ബംഗാളിലെ മിഡിൽ ക്ലാസ് ധൈഷണിക പന്തലിച്ചിരുന്നതെന്നും അവർ നിരീക്ഷിക്കുന്നു. ഏതായാലും സ്വാതന്ത്ര്യാനന്തര ഇന്ത്യൻ ധിഷണാ ജീവിതത്തിനു ബംഗാൾ നൽകിയ സംഭാവനയിൽ ഗായത്രി സ്പൈവാക് തീർച്ചയായും പെടും.

1959ൽ കൊൽക്കത്തെ യൂണിവേഴ്സിറ്റിയിൽനിന്ന് ഇംഗ്ലീഷ് സാഹിത്യത്തിൽ ബിരുദം നേടിയശേഷം ഗായത്രി പോയത് അമേരിക്കയിലേക്കാണ്. കോർണെൽ യൂണിവേഴ്സിറ്റിയിൽ ഉപരിപഠനത്തിന് അവസരമുണ്ടായി. അവിടെ നിന്നാണ് എംഎ ബിരുദം സമ്പാദിച്ചത്. പിഎച്ച്ഡിക്കു തയാറെടുത്തപ്പോൾ ഗൈഡായി കിട്ടിയത് പോൾഡിമ്യാൻ എന്ന ലോക

പ്രശസ്ത സാഹിത്യ സൈദ്ധാന്തികനെ ആയിരുന്നു. അക്കാലത്തുതന്നെയാണ് കഥാനായിക ടാൽബട്ട് സ്പൈവാക് എന്ന അമേരിക്കൻ എഴുത്തുകാരനെ വരിക്കുന്നത്. അവരുടെ ദാമ്പത്യം പെട്ടെന്ന് അവസാനിക്കുകയും ചെയ്തു.

അപനിർമാണ സിദ്ധാന്തത്തിന്റെ വേദവ്യാസനായ ജേക്സ് ദെരിദയുടെ *Of Grammatology* എന്ന ക്ലിഷ്ടപാഠം ഇംഗ്ലീഷിലേക്ക് മൊഴിമാറ്റിയതോടുകൂടിയാണ് ഗായത്രി ചക്രബൊർതി സ്പൈവാക് ഒരു സാഹിത്യ നക്ഷത്രത്തിന്റെ തിളക്കം നേടിയത്. ചുമ്മാതങ്ങു തർജമ ചെയ്യുകയല്ല അവർ ചെയ്തത്. പുസ്തകത്തിനു ഉജ്ജ്വലവും സാരവത്തുമായ ഒരു മുഖവുരയുമെഴുതി. മുഖവുരകളുടെ ചരിത്രത്തിൽ ഗായത്രിയുടെ അവതാരിക ഒരു വേറിട്ട സംഭവമാണെന്നു വിമർശകന്മാർ സർട്ടിഫിക്കറ്റും നൽകി. പിന്നീട് ഈ വംഗവനിത തിരിഞ്ഞുനോക്കിയിട്ടില്ല. ഉത്തരഘടനാ സാഹിത്യനിരൂപണം, മാർക്സിസം, ഫെമിനിസം, പോസ്റ്റ് കൊളോണിയൽ എഴുത്ത്, കീഴാള പഠനങ്ങൾ... ഈ മേഖലകളിലൊക്കെ അവർ ഉത്സാഹപൂർവം സഞ്ചരിച്ചു. അപനിർമാണത്തിന്റെ ഉപകരണങ്ങളെ പരമാവധി പ്രയോജനപ്പെടുത്തി. ഒരുപാടെഴുതി. സംസ്കാരവിചാരത്തിന്റെ വേദികളിൽ നിറഞ്ഞുനിന്നു. അവലോൺ ഫൗണ്ടേഷൻ പ്രൊഫസർഷിപ്പു നൽകി കൊളംബിയ യൂണിവേഴ്സിറ്റി ഈ ഇന്ത്യക്കാരിയെ ബഹുമാനിക്കുകയുമുണ്ടായി. *Displacement and the Discourse of Women, Can the Subaltern Speak?, Outside in the Teaching Machine, A Critique of Post Colonial Reason, Death of Discipline* എന്നീ ഗ്രന്ഥങ്ങൾ വർത്തമാന ധൈഷണിക ജീവിതത്തിനും സാഹിത്യസിദ്ധാന്ത സമാലോചനയ്ക്കും വലിയ മുതൽക്കൂട്ടായി.

ഒരു ഉപന്യാസത്തിന്റെയോ അഭിമുഖത്തിന്റെയോ രൂപമാണ് എഴുത്തിൽ ഗായത്രിക്കിഷ്ടം; പുസ്തകരൂപത്തിലുള്ള പ്രോജക്റ്റുകളല്ല. അവരുടെ ആദ്യ പുസ്തകം *In Other Worlds: Essays on Cultural Politics* (1987) മൂന്നു ഭാഗങ്ങളായി വിഭജിക്കപ്പെടുന്നു. (1) കാനോനിക്കൽ പാഠങ്ങളുടെ അതായത് പ്രകൃഷ്ട പുസ്തകങ്ങളുടെ ഘടനാനന്തര വായന. വെർജീനിയ വുൾഫിന്റെ *To The Light House* എന്ന നോവൽ മുതൽ ദാന്തെയുടെ *Vita Nova*യും വേഡ്സ്വർത്തിന്റെ *Prelude* ഉം വരെ ഈ സെക്ഷനിൽ പുനർവായിക്കപ്പെടുന്നുണ്ട്. രണ്ടാം ഭാഗം ഫെമിനിസം, മാർക്സിസം, അപനിർമാണം എന്നിവയെക്കുറിച്ചുള്ള സൈദ്ധാന്തിക ലേഖനങ്ങളത്രെ. മൂന്നാം ഭാഗത്തിൽ മഹാശ്വേതാദേവിയുടെ ചില ചെറുകഥകളുടെ ഭാഷാന്തരം വായിക്കാം. കൂടാതെ രണ്ടു കനപ്പെട്ട നിബന്ധങ്ങളുമുണ്ട്: ഒന്ന് പോസ്റ്റ് കൊളോണിയൽ ചരിത്രപഠനത്തെക്കുറിച്ച് - അടിയാള പാഠങ്ങളെക്കുറിച്ച് - (Subaltern studies); രണ്ട് *A Literary Representation of the Subaltern : A Woman's Text from the Third World*. ഈ പ്രബന്ധത്തിൽ മഹാശ്വേതാദേവിയുടെ കഥാപ്രപഞ്ചത്തെ ഗായത്രി സ്പൈവാക് സൂക്ഷ്മമായി പുനർവായിക്കുന്നു.

1990 ൽ പുറത്തുവന്ന *The Post-Colonial Critic* എന്ന പുസ്തകം ആസ്ത്രേലിയയിലും കനഡയിലും ഇന്ത്യയിലുമായി അവർ നൽകിയ അഭിമുഖങ്ങളുടെ സമാഹാരമാണ്. ചിലതൊക്കെ പ്രക്ഷേപണം ചെയ്യപ്പെട്ടവയുമാണ്. ഈ ഇന്റർവ്യൂകളിൽ ഉപയോഗിക്കുന്ന സംഭാഷണ മാതൃകയുണ്ടല്ലോ, അതിനോട് ഗായത്രി സ്പൈവാക്കിന് വലിയ താൽപ്പര്യമാണ്. ഇത്തരം അഭിമുഖങ്ങൾക്കിടയിൽ ചിലപ്പോൾ ഒന്ന് അന്ധാളിച്ചുവെന്നു വരാം; ഒന്നു പാളിയെന്നുവരാം. അതിനൊരു പ്രത്യേക രസമുണ്ട് എന്നാണ് ഈ എഴുത്തുകാരി പറയുന്നത്. സ്വന്തം വഴുക്കലുകൾ കാണുന്നത് രസകരമാണ് എന്നാണ് ഗായത്രിയുടെ അഭിപ്രായം.

Outside in the Teaching Machine (OTM) എന്ന പുസ്തകം വിപുലമായി പ്രചരിച്ചു. അമേരിക്കയിലെ യൂണിവേഴ്സിറ്റികളിൽ നടക്കുന്ന 'മാർജിനാലിറ്റി' പഠനങ്ങളുടെ സ്ഫോടനത്തെക്കുറിച്ചാണ് ഗായത്രി സ്പൈവാക് ഈ കൃതിയിൽ മുഖ്യമായും പ്രതിപാദിക്കുന്നത്. 1980 കൾക്കുശേഷമാണ് മാർജിനൽ പഠനങ്ങൾ പ്രബലമായത്. അതോടൊപ്പംതന്നെ തന്റെ ഇഷ്ടവിഷയങ്ങളിലേക്ക് ഈ എഴുത്തുകാരി തിരിച്ചുവരുന്നുമുണ്ട്; മാർക്സിസം, ഫെമിനിസം, ദെരിദ, ഫ്യൂക്കോ, മഹാശ്വേതാദേവി. പോസ്റ്റ് കൊളോണിയൽ പാഠങ്ങളിലും അവരുടെ ശ്രദ്ധ പതിയുന്നുണ്ട്. ഖുറേശിയുടെ *Sammry and Rosie Get Laid*; സൽമാൻ റുഷ്ദിയുടെ *Satanic Verses* എന്നീ കൃതികൾ ഈ വിമർശക വിചാരണ ചെയ്യുന്നുണ്ട്. സാംസ്കാരിക പഠനങ്ങളെ വിമർശനബുദ്ധ്യാ അവലോകനം ചെയ്യാൻ ഗായത്രി ശ്രമിക്കുന്നു. ഗ്രന്ഥത്തിന്റെ ശീർഷകമുണ്ടല്ലോ 'Outside in the Teaching Machine': അതിനുതന്നെ പല അർഥതലങ്ങളുമുണ്ട്. എഴുത്തുകാരിയുടെ വിരോധാഭാസപരമെന്നു പറയാവുന്ന നിലപാടുകളെ ഈ തലക്കെട്ട് സൂചിപ്പിക്കുന്നു. ടീച്ചിങ്മെഷിൻ എന്ന സംവിധാനത്തിനു പുറത്തുനിന്നുകൊണ്ട് അവർ സാംസ്കാരത്തിന്റെ രാഷ്ട്രീയത്തെ ചോദ്യം ചെയ്യുന്നു. അതേസമയം ഈ വ്യവസ്ഥയുടെ അകത്തുനിന്നുകൊണ്ട്, അതിന്റെ രീതിശാസ്ത്രം സ്വീകരിച്ചുകൊണ്ട് അധ്യാപനം നടത്തുകയും ചെയ്യുന്നു. ഇത് ഒരു 'Paradoxical Practice'- വിരോധാഭാസ പ്രവർത്തനം - ആണെന്ന് ഗായത്രി സ്പൈവാക് തിരിച്ചറിയുന്നുണ്ട്.

സ്പൈവാക് ഒരു ഫെമിനിസ്റ്റ് എന്നും മാർക്സിസ്റ്റ് എന്നും ഡീകൺസ്ട്രക്ഷണിസ്റ്റ് എന്നും വർഗീകരിക്കപ്പെട്ടിട്ടുണ്ട്. അവർ ഈ വർഗീകരണത്തെ എതിർക്കാറുമില്ല. അവരുടെ സിദ്ധാന്തപരമായ നിലപാടുകളുമായി ഈ ആശയരീതികളെയൊക്കെ ഇണക്കിച്ചേർക്കാൻ കഴിയുമെന്നു സ്പൈവാക് കരുതുന്നു. ഇവയൊക്കെയും പരസ്പര ബന്ധിതമാണെന്ന ധാരണയും അവർക്കുണ്ട്. അവരുടെ സിദ്ധാന്ത രൂപവൽക്കരണങ്ങളെ സ്വാധീനിച്ചത് അമേരിക്കൻ അക്കാദമിക് ജീവിതമാണെന്നതിൽ സംശയമില്ല. അപനിർമിതിയുടെ കണ്ണാടിയിൽക്കൂടിയല്ലാതെ ഒരു സിദ്ധാന്ത പദ്ധതിയെയും അവർക്കു നിരീക്ഷിക്കാനാവില്ല. മാർക്സിസമാവട്ടെ, ഫ്രഞ്ച് ഫെമിനിസമാവട്ടെ, പോസ്റ്റ് കൊളോണിയൽ സിദ്ധാന്ത

മാവട്ടെ, ചരിത്രവാദമാകട്ടെ, കീഴാള പഠനമാവട്ടെ: എല്ലാം ഗായത്രി അപനിർമാണകാചത്തിനു കീഴിൽ കൊണ്ടുവരുന്നു. ആയതിനാൽ ഈ സൈദ്ധാന്തികയെ തങ്ങളുടേതെന്നു വിളിക്കാൻ മാർക്സിസ്റ്റുകളോ ഫെമിനിസ്റ്റുകളോ പോസ്റ്റ് – കൊളോണിയൽ തിയൊറിസ്റ്റുകളോ തയാറല്ല. താനിങ്ങനെ ഒരു കള്ളിക്കും പാകമാകാതെ, ആർക്കുംവേണ്ടാതെ നിൽക്കുന്നതിൽ ഗായത്രി സ്പൈവാക് അതീവ സന്തുഷ്ടയുമാണ്.

അപനിർമാണമെന്നോ വിനിർമാണമെന്നോ വിവർത്തനം ചെയ്യാവുന്ന deconstruction ഭാഷാ ശാസ്ത്രത്തിൽ, ഘടനാനന്തര സാഹിത്യവിമർശനത്തിൽ, ചരിത്രചിന്തയിൽ കുറച്ചൊന്നുമല്ല ഇളക്കങ്ങൾ സൃഷ്ടിച്ചത്. പൂവേറും കല്ലേറും അതിന് ഒരുപോലെ കിട്ടി. പോൾ ഡി മ്യാന്റെ ഗവേഷണ വിദ്യാർഥിയായിക്കഴിയുന്ന കാലത്ത് ഗായത്രി സ്പൈവാക്കിന് ദെരിദയുടെ ചിന്താപദ്ധതിയെക്കുറിച്ചു വിശേഷിച്ചൊരറിവും ഉണ്ടായിരുന്നില്ല. അവരുടെ നിർദേശകനായിരുന്ന പോൾ ഡി മ്യാനുപോലും ദെരിദയുടെ സിദ്ധാന്തവുമായി പരിചയമുണ്ടായിരുന്നില്ലെന്ന് അവർതന്നെ രേഖപ്പെടുത്തിയിട്ടുണ്ട്. എന്തിനധികം? അമേരിക്കയിൽ അധ്യാപികയായി ജോലി ചെയ്യുമ്പോൾ ലൈബ്രറി ലിസ്റ്റിൽനിന്ന് *De la Grammatologie* നീക്കം ചെയ്യാൻ ഗായത്രി സ്പൈവാക് ശുപാർശ ചെയ്യുകപോലുമുണ്ടായി. പിന്നീട് ഈ പുസ്തകം വായിക്കാൻ സംഗതി വന്നപ്പോഴാണ് അവർ അതിനു പൂർണമായി കീഴ്പ്പെട്ടത്. എന്നാലീ ഉഗ്രൻ ഗ്രന്ഥം ഒന്നു തർജമ ചെയ്തുനോക്കിയാലോ എന്നായി മനോരാജ്യം. വെറും വിവർത്തനം മാത്രം പോര, പഠനാത്മകമായ ഒരു മുഖവുരയും ആവശ്യമാണെന്ന് ഗായത്രിക്ക് ബോധ്യപ്പെട്ടു. ദെരിദയുടെ വിചാരപദ്ധതിയെ ഇംഗ്ലീഷുവായനക്കാർക്കായി വിശദീകരിക്കുന്നതിൽ അവരെഴുതിയ ആമുഖലേഖനം തീർത്തും വിജയിച്ചുവെന്നു പറയാം. പുസ്തകത്തിലേക്കുള്ള നല്ല വഴികാട്ടിയായി ആ 'പ്രിഫെസ്' പ്രവർത്തിച്ചു. ഫിലോസഫിയിൽ തനിക്കുള്ള അവഗാഹം ഗായത്രി സ്പൈവാക് വെളിവാക്കുന്നുണ്ട്; പക്ഷേ, അവർ സ്വയം പരിചയപ്പെടുത്തുന്നത് ഒരു സാഹിത്യ നിരൂപക എന്ന വേഷത്തിലാണ്. ഗായത്രി എഴുതി: ആദ്യമായി *ഓഫ് ഗ്രമറ്റോളജി* വായിച്ചപ്പോൾ അത് എന്താണ് പറയുന്നതെന്ന് മനസിലായതായി എനിക്ക് തോന്നി. ഞാൻ എന്തു ചെയ്യാൻ പരിശ്രമിക്കുന്നുവോ, അതിനെ കൂടുതൽ നന്നായി വിവരിക്കുന്ന മാർഗമാണ് ഈ പുസ്തകത്തിന്റേതെന്നു ബോധ്യമാവുകയും ചെയ്തു. എന്നിരിക്കിലും അപനിർമാണം എന്ന ആശയരൂപത്തോട് വിമർശനാത്മകമല്ലാത്ത ഒരു സമീപനമല്ല അവർ സ്വീകരിച്ചതെന്ന് തിരിച്ചറിയണം. വിനിർമാണ പദ്ധതിയുടെ പ്രചാരകരെന്ന് സ്വയം പ്രഖ്യാപിച്ച ചില അമേരിക്കൻ വിമർശകരിൽനിന്നു തികച്ചും വ്യത്യസ്തമായിരുന്നു ഈ സമീപനം. ഡീകൺസ്ട്രക്ഷന്റെ രീതികളെ ഉപയോഗിക്കുന്നുണ്ടെങ്കിലും താനൊരു അപനിർമാണവാദി അല്ലെന്നു ഗായത്രി പറയുകയുണ്ടായി. ഒരു രാഷ്ട്രീയ പരിപാടിയുടെ അടിസ്ഥാനമായി അപ

നിർമാണത്തെ ഉപയോഗിക്കാമോ എന്ന കാര്യത്തിൽ അവർക്ക് സന്ദേഹ മുണ്ടായിരുന്നു.

ഫെമിനിസ്റ്റ് സംവാദങ്ങളിൽ ഇടയ്ക്കും തലയ്ക്കും ഗായത്രി ഇട പെട്ടിട്ടുണ്ട്. രണ്ടു മുഖ്യ പ്രബന്ധങ്ങൾ അവർ രചിച്ചു: (1) *French Feminism in an International Frame* (1981); (2) *Displacement and Discourse of Women* (1983). 1977ൽ ജൂലിയ ക്രിസ്റ്റേവ രചിച്ച *About Chinese Women* എന്ന ഗ്രന്ഥത്തിന്റെ വിമർശപാഠമാണ് ആദ്യത്തെ ലേഖനം. പടിഞ്ഞാറൻ ഫെമിനിസ്റ്റ് ചിന്തക്ക് ഭാഷ നൽകുന്ന തിരക്കിൽ ക്രിസ്റ്റേവ തന്റെ സാംസ്കാരിക പരിപ്രേക്ഷ്യത്തിന്റെ പരിമിതി മറന്നു പോകുന്നുവെന്നാണ് ഗായത്രിയുടെ പരാതി. പാശ്ചാത്യ മാനദണ്ഡംകൊണ്ടു ചൈനീസ് സ്ത്രീ പരിസരങ്ങളെ അളക്കുന്നത് തെറ്റാണ്. ക്രിസ്റ്റേവയെ മാത്രമല്ല സിക്സൂസിനെയും ഗായത്രി കുടയുന്നുണ്ട്. ഇവർ രണ്ടുപേരും അവാന്ത് - ഗാർഡ് (avante- guarde: പുരോഗമനാത്മക പ്രസ്ഥാനം) എന്നതിനു വിപ്ലവപരമായ ഒരുള്ളടക്കമുണ്ടെന്നു ധരിച്ചുവശാവുന്നു. ഫ്രഞ്ച് ഫെമിനിസം ഒരു റാഡിക്കൽ ചിന്താപദ്ധതിയാണെന്ന മൗഢ്യവും അവർക്കുണ്ട്. ഈ ബോധങ്ങളെയാണ് ഗായത്രി ചോദ്യം ചെയ്യുന്നത്. *Displacement and Discourse of Women* എന്ന പ്രബന്ധവും ഇരുത്തിച്ചിന്തിപ്പിക്കുന്ന ഒന്നാണ്. ചില സ്ത്രീരൂപകങ്ങൾ ഉൽപ്പാദിപ്പിക്കുന്ന സംവാദങ്ങൾ എങ്ങനെ പുരുഷ സംവാദങ്ങളായി മാറ്റപ്പെടുന്നു എന്നു തുറന്നുകാട്ടുകയാണ് ഗായത്രി സ്പൈവാക് ചെയ്യുന്നത്. സാഹിത്യത്തിൽനിന്നും തത്വചിന്തയിൽനിന്നും ഉദാഹരണങ്ങൾ നിരത്തിക്കൊണ്ട് ഇക്കാര്യം വിശദീകരിക്കാമെന്ന് അവർ തെളിയിക്കുന്നു. ലിംഗവൈജാത്യത്തിന്റെ ഭൗതിക മാനങ്ങൾക്കകത്തുനിന്നുകൊണ്ട് അപനിർമാതാക്കൾ- deconstructivists - സ്ത്രീയുടെ തിരസ്കൃതാവസ്ഥയെ അവരുടേതാക്കി മാറ്റാൻ ആഗ്രഹിക്കുകയാണെന്നു സ്പൈവാക് വാദിക്കുന്നുണ്ട്. ആ തിരസ്കൃതാവസ്ഥ (displacement) ഏറ്റെടുക്കുന്നതോടെ, അവൻ - പുരുഷൻ - സ്ത്രീ സത്വത്തെ വീണ്ടും പുറം തള്ളുകയാണ്. 1986 ൽ പ്രസിദ്ധീകരിച്ച *Feminism and Critical Thought* എന്ന പാഠത്തിലും ഫെമിനിസവും അപനിർമാണവും തമ്മിലുള്ള വേഴ്ചയും സംഘർഷവും സ്പൈവാക് ചർച്ച ചെയ്യുന്നുണ്ട്. സ്ത്രീപക്ഷ വാദത്തിനു ഗുണപരമായ സംഭാവനകൾ അപനിർമാണ വേദാന്തം നൽകുന്നുണ്ട്; അതോടൊപ്പം ചില അപകടങ്ങളും സമ്മാനിക്കുന്നുണ്ട്: ഇതാണ് സ്പൈവാക്കിന്റെ കണ്ടെത്തൽ. ഫെമിനിസത്തിന്റെ ഒരാഗോള സിദ്ധാന്തം രൂപപ്പെടുത്താൻ അപനിർമാണം അനുവദിക്കുന്നില്ല. ദെരിദയുടെ ആദ്യ പാഠങ്ങളിൽ ഫ്രോയ്ഡിന്റെ 'Phallo Centrism - ധ്വജകേന്ദ്രീകരണം - എന്ന ആശയത്തിന്റെ വിമർശനാത്മകമായ വിനിർമിതി നടക്കുന്നുണ്ട്. അത് ഫെമിനിസ്റ്റ് സിദ്ധാന്തത്തിന് ഉപയോഗപ്രദമാണ്. ഫെമിനിസത്തോടും മാർക്സിസത്തോടും അനുഭാവമുള്ള

ഒരു സാമൂഹ്യ വിമർശന പദ്ധതിക്കു ദെരിദയുടെ അപനിർമ്മിത സമീപനം തീർച്ചയായും പ്രയോജനപ്പെടും.

'സബാൾടേൺ' പഠനങ്ങളോട് വലിയ പ്രതിപത്തിയാണ് സ്പൈവാക് പ്രദർശിപ്പിക്കുന്നത്. രഞ്ജിത് ഗുഹയുടെ ആഭിമുഖ്യത്തിലുള്ള കീഴാള പാഠസമ്പ്രദായത്തെ അപനിർമ്മിത ചരിത്ര പഠനത്തിന്റെ-ഒന്നാംതരം ഉദാഹരണമായാണ് ഗായത്രി സ്പൈവാക് വിലയിരുത്തിയത്. Subaltern എന്നത് ഒരു ബ്രിട്ടീഷ് സൈനിക പദമത്രെ. ക്യാപ്റ്റനുതാഴെയുള്ള കീഴുദ്യോഗസ്ഥനെയാണ് ഈ പദംകൊണ്ടു വ്യവഹരിക്കുന്നത് (പ്രൈവറ്റ്, കോർപ്പൊറൽ ഇത്യാദി). എന്നാൽ സാഹിത്യ സിദ്ധാന്തത്തിൽ, വിമർശനത്തിൽ, സാമൂഹ്യപാഠത്തിൽ ഈ വാക്കിനു ഒരു ഗ്രാംഷിയൻ അർഥമാണ്: കീഴാളൻ, അധഃകൃതൻ, പ്രോലിറ്റേറിയൻ. *Can the Subaltern Speak?* എന്നൊരു വിലപ്പെട്ട സിദ്ധാന്തപാഠം 1983 ൽ ഗായത്രി സ്പൈവാക് നമുക്കു നൽകി. ഫ്യൂക്കോയുടെയും മറ്റും എഴുത്തുകളിൽ കാണുന്ന ചരിത്ര രീതി ശാസ്ത്രത്തെ ഈ പാഠത്തിൽ അവർ വിചാരണ ചെയ്യുന്നുണ്ട്. കൊളോണിയൽ കീഴാള വിഷയത്തെ എങ്ങനെ പ്രതിനിധാനം ചെയ്യാമെന്ന ആലോചന ഇവിടെ മുഖ്യമാകുന്നു. സബാൾടേൺ സൗത്ത് ഏഷ്യൻ സ്ത്രീ: അവളുടെ സ്വരൂപത്തിലാണ് ഗായത്രി ഊന്നുന്നത്. ഈ സ്വരൂപം ചിട്ടപ്പെടുത്തിയത് ആൺകോയ്മയാണ്; അതിന്റെ പാരമ്പര്യമാണ്. ചരിത്രത്തെത്തന്നെ ഒരു പുനരെഴുത്തിനു വിധേയമാക്കണമെന്നു ഗായത്രി സ്പൈവാക്കും ആവശ്യപ്പെടുന്നു. പഴയ പോസിറ്റിവിസ്റ്റ് പദാർഥവാദപരമായ ചരിത്രനിർമാണത്തിന്റെ സങ്കേതങ്ങളും ശൈലികളുമാണ് പോസ്റ്റ് കൊളോണിയൽ-കീഴാള ചരിത്ര നിർമിതിയിലും പുരുഷാധീശപാണ്ഡിത്യം ഉപയോഗിച്ചു കാണുന്നത്. ഇവിടെ സ്ത്രീയുടെ ഉദാത്തവൽക്കരണം എന്ന കള്ളക്കളി നടക്കുന്നു. ഇതിനെ തുറന്നുകാട്ടണമെന്നാണ് ഗായത്രി സ്പൈവാക് വാദിക്കുന്നത്. ഒരു (തീവ്രസ്വഭാവമുള്ള രണ്ടാംവിചാരം) ചരിത്രപഠനത്തിലും സബാൾടേൺ പാഠങ്ങളിലും അനിവാര്യമാകുന്നു.

അപനിർമിതിയുടെ വിഘടന ശാസ്ത്രമുപയോഗിച്ച് മാർക്സിസത്തെയും പോസ്റ്റ് - കൊളോണിയലിസത്തെയും ഫെമിനിസത്തെയും വായിക്കാൻ ശ്രമിക്കുകയാണ് ഗായത്രി സ്പൈവാക് ചെയ്യുന്നത്. ആധുനിക സിദ്ധാന്ത വിചാര സംവാദങ്ങൾക്ക് അവരുടെ ആശയപരമായ സംഭാവന ഒട്ടും ചെറുതല്ല. വംശം, വർഗം, ജെൻഡർ എന്നിവയെ അവ ആവശ്യപ്പെടുന്ന പ്രാധാന്യത്തോടെ പരിശോധിച്ചുകൊണ്ടാണ് ഗായത്രി സിദ്ധാന്ത സംവിധാനം സാധിക്കുന്നത്. മൂന്നാംലോകത്തിന്റെ സാഹിത്യപാഠങ്ങളിൽ ഈ മൂന്നും എങ്ങനെ പ്രവർത്തിക്കുന്നുവെന്ന് അവർ വിലയിരുത്തുന്നു. വർത്തമാന വിചാര സൈദ്ധാന്തിക സംവാദത്തിൽ ഗായത്രി സ്പൈവാക് എന്ന വംഗവനിതയുടെ സ്ഥാനം ഒത്ത നടുവിൽത്തന്നെയാണ്.

ഫെമിനിസവും ഇൻഡിംഗ്ലീഷ് നോവലും

ഇത് ഒരനുബന്ധമാകുന്നു. പ്രബുദ്ധമായ ഫെമിനിസ്റ്റ് വിചാരങ്ങൾ എഴുത്തിലൂടെ അവതരിപ്പിച്ച വനിതാപ്രതിഭകൾ ഇന്ത്യൻ സാഹിത്യത്തിൽ ഒരുപാടുണ്ടായി. അവരിൽ പലരും തായ്മൊഴികളിലെഴുതിയവരാണ്. ഹിന്ദിയിൽ ഉറുദുവിൽ പഞ്ചാബിയിൽ, ബങ്കളയിൽ, ഒറിയയിൽ, മറാഠിയിൽ, കാശ്മീരിയിൽ, സിന്ധിയിൽ, ഗുജറാത്തിയിൽ, ഡോഗ്രിയിൽ, തെലുങ്കിൽ, തമിഴിൽ, മലയാളത്തിൽ. ആഗോളമായ ഒരനുവാചകമണ്ഡലത്തെ മുന്നിൽ കണ്ടുകൊണ്ട് ചില എഴുത്തുകാരികൾ ശീമത്തമ്പുരാനിൽ നിന്ന് വീണുകിട്ടിയ ആംഗലത്തിലും കഥയും കവിതയും നോവലുമെഴുതി. അവരിൽ ചിലരെക്കുറിച്ചാണ് ഇവിടെ ചെറുതായി നിരൂപിക്കുന്നത്.

Anglicised bourgeoisie (ആംഗലവൽകൃത ബൂർഷ്വാസി) എന്ന് സാമാന്യമായി വ്യവഹരിക്കാവുന്ന ഒരു ത്രിശങ്കുവർഗത്തിന്റെ സന്താനങ്ങളായിരുന്നു ഇന്തോ-ആംഗ്ലിയൻ അഥവാ ഇൻഡിംഗ്ലീഷ് നോവലിസ്റ്റുകളിൽ മുക്കാലെ മുണ്ടാണിയും: പാശ്ചാത്യ നാഗരികതയുടെ നിഴൽപറ്റി നടന്ന സമ്പന്ന കുടുംബങ്ങളിൽനിന്ന് വന്നവർ; കോൺവെന്റുകളിൽ, സ്നോബിഷ് പള്ളിക്കൂടങ്ങളിൽ പഠിച്ചവർ; clipped accent ഓടെ – ചിട്ടപ്പെടുത്തിയ സ്വരഭാരത്തോടെ – സംസാരിക്കുന്നവർ; സീമന്ത സിന്ദൂരവുമായി അടുക്കളയിലൊതുങ്ങുന്ന ഭാരതീയ നാരിയിൽനിന്ന് തികച്ചും വ്യത്യസ്തമായ ജീവിതവീക്ഷണം പുലർത്തുന്നവർ; താലിച്ചരടിന്റെ കെട്ടുപൊട്ടിച്ചാൽ ആകാശം വീഴുമെന്നും ഭൂമി പിണരുമെന്നും വിശ്വസിക്കാൻ തയാറാകാത്തവർ. ഉപരി മധ്യവർഗ സദാചാര സംഹിതയുടെ തടവറകളിൽനിന്ന് സാഹസികമായി മതിൽ ചാടി പുറത്തുവന്നു സ്വത്വസ്വാതന്ത്ര്യം പ്രഖ്യാപിക്കാൻ അവരിൽ പലർക്കും സാധിച്ചു. അമ്പരപ്പി

ക്കുന്ന ഒരു ധിക്കാരം, നിർഭയമായ ഒരു നിഷേധം അവരുടെ എഴുത്തിൽ അത്യുഷ്ണമായി വർത്തിച്ചു. പടിഞ്ഞാറുനിന്ന് തിരമാലകളുടെ ഉപ്പും കൊണ്ടുവരുന്ന കാറ്റുകളെ അവർ ഉൾക്കൊണ്ടു. കൂടു തകർക്കാൻ പോരിമയുള്ള കിളികളുടെ പക്ഷവിക്ഷേപമാണ് അവരുടെ നോവലുകളിൽ വലിയ അന്ധാളിപ്പോടെ ആൺകോയ്മ കേട്ടത്. തകർക്കൽ എന്നത് നിർമാണത്തിന്റെ സ്വാഭാവികമായ ആരംഭമാണെന്ന അവബോധം. അതും ഈ പെണ്ണെഴുത്തുകാർക്കുണ്ടായി. ഇൻഡിംഗ്ലീഷ് പെൺനോവലിസ്റ്റുകളെല്ലാവരും നാഗപുറത്തങ്ങാടിയിൽ ഉറുമി വീശിയ ഉണ്ണിയാർച്ചകളായിരുന്നു എന്ന വിവക്ഷ ഇവിടെയില്ല. മൈലാഞ്ചിയെക്കാൾ മനോഹരം അങ്കംവെട്ടുമ്പോൾ പെൺകൊടിയുടെ കൈവെള്ളക്കുണ്ടാകുന്ന ചുകപ്പാണ് എന്ന വിശ്വാസം പല കാരണങ്ങളാലും പങ്കുവയ്ക്കാൻ ധൈര്യമില്ലാത്ത എഴുത്തുകാരികളുമുണ്ടായിരുന്നു. മൊത്തത്തിൽ ഇന്ത്യനെഴുത്തുകാരികളുടെ ഇംഗ്ലീഷ് നോവൽ വ്യായാമം സോദ്ദേശ്യവും സമരോത്സുകവും സ്വത്വാന്വേഷണപരവുമായിരുന്നു എന്നാണ് പറഞ്ഞു വന്നത്. അപവാദങ്ങളില്ലാത്ത അവലോകനമില്ലല്ലോ.

അനിത ദേശായ് എന്ന അർധ ഇന്ത്യൻ നോവലിസ്റ്റിൽനിന്ന് തുടങ്ങിയാലോ? (അവരുടെ അമ്മ ജർമൻ വംശജയായതുകൊണ്ടാണ് അർധ ഇന്ത്യൻ എന്ന് വിശേഷിപ്പിച്ചത്. ദുരുദ്ദേശ്യം ഒന്നുമല്ല) 1937ൽ ഡി എൻ മജുംദാർ എന്നൊരു ബംഗാളി വർത്തക പ്രമാണിയുടെ മകളായി മുസ്സോറിയിൽ ജനിച്ച അനിത തന്റെ ആദ്യ കഥ ഒമ്പതാം വയസിൽ ഇംഗ്ലീഷിലെഴുതി പ്രസിദ്ധീകരിച്ച കേമിയത്രെ. നേരത്തെ പറഞ്ഞില്ലേ, ആംഗലവൽകൃത ഇന്ത്യൻ ബൂർഷ്വാസിയെപ്പറ്റി. ആ വർഗത്തിന്റെ അസൽ പ്രതിനിധിയാണ് ഈ കൃതഹസ്തയായ നോവലിസ്റ്റ്. ഒന്നാം തരം സ്കൂളുകളിൽ പഠിച്ച്, ഡൽഹിയിലെ പ്രഖ്യാതമായ മിറാൻഡ ഹൗസിൽ ഉപരിപഠനം നടത്തി; ഇംഗ്ലീഷ് സാഹിത്യത്തിൽ ബിരുദം സമ്പാദിച്ചു. വൻകിട വ്യവസായിയായ അശ്വിൻ ദേശായിയെ വിവാഹം ചെയ്തു. നാലു മക്കളുണ്ട്.

എഴുത്തിന്റെ തച്ചുശാസ്ത്രത്തിൽ പ്രത്യേകം ശ്രദ്ധിക്കുകയും പ്ലോട്ട് തേച്ചുമിനുക്കാൻ മെനക്കെടുകയും ചെയ്യുന്ന നോവലിസ്റ്റത്രെ അനിത താനവതരിപ്പിക്കുന്ന സ്വഭാവങ്ങളുടെ, കഥാപാത്രങ്ങളുടെ അന്തരാളങ്ങളിലേക്കിറങ്ങിച്ചെല്ലാൻ ഈ എഴുത്തുകാരി ശ്രദ്ധിക്കുന്നു. സ്ത്രീപാത്രങ്ങളുടെ വികാര കാലാവസ്ഥ വിശ്ലേഷിക്കാൻ അനിത ദേശായിക്ക് സാധിക്കുന്നു. ഉപരിതല സഞ്ചാരമാണ് അവർക്ക് പഥ്യമെന്ന ഒരു നിരീക്ഷണം ചില നിരൂപകന്മാർ നടത്തുന്നുണ്ടെങ്കിലും സൂക്ഷ്മപരിശോധനയിൽ ഇത് ശരിയല്ലെന്ന് ബോധ്യപ്പെടും.

ഇന്ത്യൻ സമൂഹത്തിന്റെ വിചിത്രചിത്രങ്ങളെ, ജീവിതാവസ്ഥകളെ, ഭാരതീയമെന്ന് വിളിക്കാവുന്ന അന്തരീക്ഷത്തെ, ഇന്ത്യൻ ലാൻഡ്സ്കേപ്പിനെ അസൂയാവഹമായ സാമർഥ്യത്തോടെയും യാഥാർഥ്യബോധത്തോ

ടെയുമാണ് അനിത ദേശായ് നോവലിന്റെ ക്യാൻവാസിൽ പകർത്തുന്നതെന്ന് എനിക്ക് തോന്നിയിട്ടുണ്ട്.

വിവാഹത്തിന് മുമ്പുതന്നെ അനിത കഥയിൽ കൈവച്ചിരുന്നു. കോമൺവെൽത്ത് സാഹിത്യത്തിന്റെ പ്രചാരണത്തിന് വലിയ പ്രയത്നം നടത്തിയ പീറ്റർ ഒവൻ (Peter Owen) എന്ന പ്രസാധകനാണ് അവരുടെ കന്നി കൃതി *The Peacock* ലണ്ടനിൽ പ്രസിദ്ധീകരിച്ചത്. പിന്നെ അനിത തിരിഞ്ഞുനോക്കിയിട്ടില്ല. *Voices of the City, Fire on the Mountains, Clear Light of the Day, Where shall we go This summer? The Zigzag way, In custody, Baumgartner's Bombay, Fasting, Festing, Journery to I thaca* തുടങ്ങിയ ഗുണമേന്മയിൽ മികച്ച പുസ്തകങ്ങൾ പുറത്തുവന്നു. മറക്കാനാവാത്ത ഒരുപാട് സ്വഭാവങ്ങളെ അനിത നമുക്ക് പരിചയപ്പെടുത്തി. സ്ത്രീമോചനവും പെണ്ണിന്റെ സ്വയം നിർണയാവകാശവുമൊക്കെ വിശദമായി ചർച്ച ചെയ്തു. ഇന്ത്യൻ മനോഭാവങ്ങളും പടിഞ്ഞാറൻ ജീവിതശൈലികളും തമ്മിലുള്ള അനിവാര്യമായ സംഘർഷത്തെ അവർ ശക്തമായി ആവിഷ്കരിക്കുകയും ചെയ്തു. വിസ്തരഭയത്താലാണ് അനിത ദേശായിയുടെ നോവലുകളുടെ അപഗ്രഥനത്തിന് മുതിരാത്തത്.

ഒന്നിലേറെ തവണ മാൻബുക്കർ പ്രൈസിന് അവരുടെ നോവലുകൾ നിർദേശിക്കപ്പെടുകയുണ്ടായെങ്കിലും അത് നേടാനുള്ള ഭാഗ്യം അനിതയുടെ മകൾ കിരൺദേശായിക്കാണുണ്ടായത്. കിരൺ എഴുതിയ *Loss of Inheritance* എന്ന ശ്രദ്ധേയമായ നോവലിന് ബുക്കർ സമ്മാനം മാത്രമല്ല ആഗോളമായ പ്രശസ്തിയും കൈവന്നു.

അനിതയുടെ 1984 ൽ എഴുതിയ *In custody* എന്ന വിഖ്യാത നോവൽ 1993ൽ ഇസ്മയിൽ മർച്ചന്റ് സിനിമയാക്കി. ഓംപുരിയും ശശികപൂറും ശബ്നാ ആസ്മിയും അഭിനയിച്ച ഈ പടം ഏറെ ശ്രദ്ധിക്കപ്പെട്ടു.

നയൻതാര സൈഗൾ (Nayantara Sahgal) – വിജയലക്ഷ്മി പണ്ഡിറ്റിന്റെ മകൾ, ജവഹർലാൽ നെഹ്റുവിന്റെ നേരനന്തരവൾ – പെണ്ണനുഭവങ്ങളെയും ജന്റർ പ്രശ്നങ്ങളെയും വിചാരണയ്ക്കെടുത്ത ഇന്തോ–ആംഗ്ലിയൻ നോവലിസ്റ്റാണ്. മംഗത്റായ് എന്ന സിവിൽ സർവീസ് ഉദ്യോഗസ്ഥനുമായി വിവാഹത്തിന്റെ ഔപചാരികതക്ക് വഴങ്ങാതെ ഒന്നിച്ച് ജീവിക്കാൻ നയൻതാര എന്ന ഫെമിനിസ്റ്റ് തന്റേടം കാട്ടി.

അവരും ഒരു പശ്ചിമവൽകൃത ബൂർഷ്വാ സംസ്കാരത്തിന്റെ സന്താനമാണ്. യു എസിലെ വെല്ലസ്ലി കോളേജിലായിരുന്നു വിദ്യാഭ്യാസം. നെഹ്റുവിന്റെ മരുമകളെന്ന നിലയിൽ ഇന്ത്യൻ രാഷ്ട്രീയത്തിന്റെ അന്തർനാടകങ്ങൾ പലതും അവർ സ്റ്റേജിനോട് ചേർന്നുനിന്ന് വീക്ഷിച്ചിരുന്നു. ഗാന്ധിയൻ ആദർശവാദത്തോടും സോഷ്യലിസ്റ്റ് ദർശനത്തോടും ഒരേ സമയം വൈകാരികമായി പ്രതിസ്പന്ദിച്ചിരുന്ന വിശ്വപൗരനായ അമ്മാവന്റെ നിഴൽ പറ്റി ബഹുദൂരം നടക്കാൻ നയൻതാരക്ക്

കഴിഞ്ഞില്ല. ഇന്ദിരാഗാന്ധിയുടെ കടുത്ത വിമർശകയായി പിൽക്കാലത്ത് ഈ എഴുത്തുകാരി മാറി.

ആകാരസൗഷ്ഠവമുള്ള ആഖ്യായികകളാണ് നയൻതാര രചിച്ചത്. Elegant - സുഭഗം - എന്ന് വിളിക്കാവുന്ന സൃഷ്ടികൾ. *A time to be happy, This time of morning Storm in Chandigarh, The day in shadow, A situation in New Delhi, Rich Lake us* എന്നീ നോവലുകളിൽ വ്യക്തമായ ഒരു ഫെമിനിസ്റ്റ് കാഴ്ചപ്പാടുണ്ട്. *Plans for Departure, Prison and Chocolate Cake, From Fear set free* എന്നീ പുസ്തകങ്ങൾ ആത്മകഥാംശങ്ങൾ ധാരാളമുൾക്കൊള്ളുന്നു.

ജയശ്രീ മിശ്ര മലയാളിയാണ്, തകഴിയുടെ അടുത്ത ബന്ധു ഒരു പട്ടാള ഓഫീസറായിരുന്ന അച്ഛനോടൊപ്പം ഡൽഹിയിലും ബംഗളൂരുവിലുമൊക്കെയായിരുന്നു പഠിത്തവും വളർച്ചയും. ഇടയ്ക്ക് ഒഴിവുകാലത്ത് ദൈവത്തിന്റെ നാട്ടിൽ വിരുന്നുവരുന്നതിന്റെ രോമാഞ്ചത്തെക്കുറിച്ച് അവർ എഴുതിയിട്ടുണ്ട്. അവരും ഏതാണ്ട് ആംഗലവത്കൃതമായ നാഗരിക മധ്യവർഗത്തിന്റെ ഉൽപ്പന്നമാകുന്നു.

ഹൈസ്കൂളിൽ പഠിക്കുമ്പോൾ ജയശ്രീ നായർ, കൗമാരകൗതുകം മൂലമാവാം അയലത്തെ പയ്യനുമായി ഇഷ്ടത്തിലായി. പട്ടാളക്കാരനായ അച്ഛനുണ്ടോ ഈടാർന്നു വായ്ക്കുന്ന അനുരാഗനദിക്ക് വിഘ്നം കൂടാതൊഴുക്ക് അനുവദിക്കുന്നു? മൂപ്പർ മകളെ പതിനെട്ടാം വയസിൽ നല്ലൊരു നായരുടെ കൂടെ കെട്ടിച്ചയച്ചു. കേരളത്തിലേക്ക്. ചെക്കനാണെങ്കിൽ ചൊങ്കൻ. ബിസിനസുകാരൻ. തറവാടി. കൂട്ടുകുടുംബമാണ് അയാളുടേത്. ദൈവത്തിന്റെ നാട്ടിൽ വളർന്നിട്ടില്ലാത്ത ജയശ്രീക്ക് ഭർതൃഗൃഹത്തിലെ അകത്തളവുമായി പൊരുത്തപ്പെടാൻ നന്നെ പ്രയാസമുണ്ടായി. അമ്മായിഅമ്മയുടെ ആധിപത്യമായിരുന്നു സർവത്ര. ഭർത്താവിനാണെങ്കിൽ അമ്മപ്പേടി കലശൽ. ഡൽഹിയിൽ വളർന്നുവലുതായ പെൺകുട്ടിക്ക് ശ്വാസംമുട്ടി. നിരുന്മേഷമായ ആ ദാമ്പത്യത്തിൽ ഒരു പെൺകുട്ടി പിറന്നു. അവൾക്കാണെങ്കിൽ ഒരു മാനസികപ്രശ്നം. ഡിസ്ലെക്സിയ - പഠനവൈകല്യം - എന്ന് ഇംഗ്ലീഷിൽ പറയും. പത്തുകൊല്ലത്തെ നരകയാതനക്കു ശേഷം ജയശ്രീ വിവാഹമോചനം നേടി. ഇതിനിടയ്ക്ക് കേരള യൂണിവേഴ്സിറ്റിയിൽനിന്ന് എം എ ബിരുദവും സമ്പാദിച്ചിരുന്നു. ഒരു സ്കോളർഷിപ്പ് നേടി നേരെ പോയത് ലണ്ടനിലേക്കാണ്. തന്റെ മകളെ ചികിത്സിക്കാനും പരിചരിക്കാനും വേണ്ടപോലെ വളർത്താനുമുള്ള സാഹചര്യം വിദേശത്തുണ്ടാകുമെന്ന അവരുടെ കണക്കുകൂട്ടൽ തെറ്റിയില്ല.

ലണ്ടനിൽവെച്ച് ജയശ്രീ തന്റെ പഴയ കളിത്തോഴനെ യദൃച്ഛയാ കണ്ടുമുട്ടുന്നു. അയാൾ വിവാഹിതനായിരുന്നില്ല. അവർ ഒന്നിക്കുന്നു. മനംപോലെ മംഗല്യം.

തന്റെ സ്വന്തം കഥ തന്നെയാണ് *Ancient Promises* എന്ന 2000 ൽ വെളിച്ചത്തുവന്ന നോവലിൽ ജയശ്രീ അൽപ്പസ്വൽപ്പ വ്യത്യാസങ്ങളോടെ കുശലമായി പറഞ്ഞത്. മുഖ്യപാത്രമായ ജാനകി നോവലിസ്റ്റ് തന്നെ.

ലണ്ടനിൽ വെച്ചെഴുതിയ ഈ നോവൽ പെൻഗ്വിൻ ആണ് പ്രകാശിപ്പിച്ചത്. തന്റെ ആഖ്യായിക ഭാഗികമായി ആത്മകഥാപരമാണെന്ന് എഴുത്തുകാരിതന്നെ രേഖപ്പെടുത്തുന്നു. മറക്കാനാവാത്ത ഒരുവായനാനുഭവമായി ഈ പുസ്തകം മാറുന്നുണ്ട്. പുകഴ്ത്തിക്കൊണ്ടുള്ള ഗ്രന്ഥനിരൂപണങ്ങളാണ് പത്രമാസികകളിൽ പ്രത്യക്ഷപ്പെട്ടത്. പിന്നീട് വന്ന *Accidents like love and Marriage Afterwards* എന്നീ സുഘടിതമായ നോവലുകൾ ആഗോളമായിത്തന്നെ ചർച്ചചെയ്യപ്പെട്ടു. *Afterwards* എന്ന നോവലിൽ തണലും താങ്ങും തേടിയുള്ള പെണ്ണിന്റെ തെരച്ചിൽ അതിഭാവുകതയുടെ കടുംനിറങ്ങൾ കലരാതെ ജയശ്രീ മിശ്ര ചിത്രണം ചെയ്യുന്നുണ്ട്.

റാണീലക്ഷ്മീഭായ് അഥവാ ഝാൻസി റാണി ഇന്നൊരു 'ഐക്കൺ' (വിഗ്രഹം) ആയി മാറിയിരിക്കുന്നു. ആ ചരിത്ര കഥാപാത്രത്തിന്റെ ജീവിതത്തിലൂന്നിക്കൊണ്ട് ജയശ്രീ മിശ്ര രചിച്ച നോവൽ ആവശ്യമില്ലാത്ത വിവാദകോലാഹലങ്ങൾക്കാണ് വഴിതുറന്നത്. ഉത്തർപ്രദേശ് സർക്കാർ പുസ്തകം നിരോധിക്കുകയും ചെയ്തു. ദേശീയ വികാരങ്ങളെ- അതെന്താണെന്ന് ആർക്കും പിടിയില്ല - വ്രണപ്പെടുത്തുന്നു എന്നായിരുന്നു ആരോപണം. കഴിഞ്ഞതെല്ലാം പുറത്തുവന്ന ജയശ്രീ മിശ്രയുടെ *Secrets and Lies* എന്ന പുസ്തകം ബ്രിട്ടീഷ് ബുക്ക് ക്ലബിന്റെ ബെസ്റ്റ്-സെല്ലർ ലിസ്റ്റിൽ ഇടം നേടുകയുണ്ടായി. ഇക്കൊല്ലം ഇറങ്ങാനിരിക്കുന്ന *Secrets and Sinners* എന്ന പുസ്തകം വലിയ പ്രതീക്ഷയോടെയാണ് വായനാ സമൂഹം കാത്തിരിക്കുന്നത്.

ജയശ്രീയുടെ മിക്ക നോവലുകളിലും; പെണ്ണനുഭവത്തിന്റെ (Female experience) തീക്ഷ്ണത നിറഞ്ഞു നിൽക്കുന്നുണ്ട്. പെണ്ണിന്റെ സ്വയം കണ്ടെത്തൽ, സ്വത്വ പുനഃസ്ഥാപനം. സ്ത്രീ പുരുഷബന്ധങ്ങളുടെ അവ്യവസ്ഥ, ഒറ്റപ്പെടൽ, ഓടിയൊളിക്കൽ ഇവയൊക്കെ അവരുടെ പ്രമേയങ്ങളിൽ കുമിളയ്ക്കുന്നു.

അരുന്ധതി റോയ് ഒരൊറ്റ നോവലേ എഴുതിയതായറിവുള്ളൂ. മാൻബുക്കർ സമ്മാനം നേടിയ *The God of small things.* അമ്പരപ്പിക്കുന്ന വിറ്റുവരവാണ് ഈ അയ്മനം കഥയ്ക്കുണ്ടായത്. ഈ നോവലിനെ "a beautifull book of a hundred rebellions" ഒരു നൂറു പോരാട്ടങ്ങളുടെ മനോഹര പുസ്തകം - എന്ന് ഒരു അമേരിക്കൻ നിരൂപകൻ വാഴ്ത്തുകയുണ്ടായി. ക്രിസ്ത്യൻ പിൻതുടർച്ചാവകാശനിയമത്തിനെതിരായി, സുറിയാനിപ്പെണ്ണിന്റെ സ്വത്തവകാശത്തിനുവേണ്ടി, ഒറ്റയ്ക്ക് പൊരുതിയ മേരിറോയിയുടെ മകൾ ഒരു 'റിബൽ' ആയതിൽ, തുറന്നെഴുത്തിന്റെ സുവിശേഷം പ്രചരിപ്പിച്ചതിൽ, വ്യവസ്ഥിതിയുടെ എതിർദിശയിൽ നീങ്ങുന്നതിൽ ഒരത്ഭുതവുമില്ല.

ഒരു ഫെമിനിസ്റ്റായി അറിയപ്പെടാൻ അരുന്ധതി എപ്പോഴെങ്കിലും ആഗ്രഹിച്ചിട്ടുണ്ടോ എന്നറിയില്ല. അത് ഒരു പരിമിതപ്പെടുത്തലാണെന്ന അഭിപ്രായവും അവർക്കുണ്ടാകാം. പക്ഷേ ഫെമിനിസ്റ്റ് ചിന്തയ്ക്ക് പ്രിയ

പ്പെട്ട പ്രമേയങ്ങൾ തന്റെ നോവലിൽ ഈ എഴുത്തുകാരി ചർച്ചയ്ക്കെടുക്കുന്നുണ്ട്. ലൈംഗികത എന്നത്, ലൈംഗികത്വര എന്നത് അശ്ലീലമല്ലേ എന്ന ഉദ്ബുദ്ധ സ്ത്രീപക്ഷനിലപാട് തന്നെയാണ് അവർക്കുമുള്ളത്. *The God of Small Things* എന്ന നോവലിൽ ഡി എച്ച് ലോറൻസിന് സമാനമായ ഒരാഖ്യാന ധൈര്യം അരുന്ധതി പ്രദർശിപ്പിക്കുന്നുണ്ട്. Taboo- നിഷിദ്ധം/വർജിക്കപ്പെടേണ്ടത് - എന്ന രീതിയിൽ മധ്യവർഗ സദാചാരവും അതിന്റെ ഭാഷയും കാർപ്പറ്റിന്നടിയിലേക്ക് തള്ളിയ കാര്യങ്ങളെ ഒരു ചളിപ്പുമില്ലാതെ ആലോചനയ്ക്കെടുക്കാൻ ഈ നോവലിസ്റ്റ് മടിക്കുന്നില്ല. മഹത്തായ ഒരു നോവലാണ് അരുന്ധതി റോയ് എഴുതിയതെന്ന അഭിപ്രായം എനിക്കില്ല. ആത്മകഥാസ്വഭാവമുള്ള ഈ പാഠത്തിൽ അപാകതകളേറെയുണ്ട് എന്നിരിക്കിലും കേറ്റ്മില്ലറ്റും ഡേൽസ്പെൻഡറുമൊക്കെ ആവശ്യപ്പെടുന്ന തുറന്നെഴുത്തുണ്ടല്ലോ. അതിന്റെ പ്രകാശവും പ്രസാദവും ഈ പുസ്തകത്തിനുണ്ട്.

കഴിഞ്ഞ രണ്ടുമൂന്നു പതിറ്റാണ്ടുകളിലായി. ഇംഗ്ലീഷിലെഴുതുന്ന ഇന്ത്യൻ സ്ത്രീകളുടെ എണ്ണം സാരമായി വർധിച്ചിട്ടുണ്ടെന്ന് സാഹിത്യ സർവേകൾ സൂചിപ്പിക്കുന്നു. കഥകളും നോവലുകളും ധാരാളമുണ്ടാകുന്നുണ്ട്. അവയിൽ പലതും ഉന്നത നിലവാരം പുലർത്തുന്നുമുണ്ട്. വാക്കു മരിക്കുന്നില്ല. അത് വളരുകയും തളിർക്കുകയുമാണ്.

ഫെമിനിസം
ദൈവത്തിന്റെ സ്വന്തം നാട്ടിൽ

ഭാർഗവരാമ ക്ഷേത്രത്തിൽ പണ്ടുപണ്ട് ചില ഗോത്രസമൂഹങ്ങളിലെങ്കിലും പെൺമൂപ്പ് നിലനിന്നിരുന്നു. തള്ളവാഴ്ചയും തായ്‌വഴിച്ചിട്ടയും നായർഗോത്രത്തിന്റെ സവിശേഷതയായിരുന്നു. മണ്ണിന്റെ ഉടമസ്ഥത മൂപ്പിലമ്മയ്ക്കും നാലാമിട സന്തതികൾക്കുമായിരുന്നതിനാൽ നായർപെണ്ണിന് സാമ്പത്തിക സ്വാതന്ത്ര്യവും സ്വയംവരാവകാശവും സ്വാഭാവികമായും കൈവന്നു. മനസിനിണങ്ങാത്ത സംബന്ധക്കാരൻ കണ്ടുണ്ണ്യാരോട് നാളെ മുതൽ വരേണ്ടെന്നു പറയാനുള്ള അധികാരം നാണിക്കുട്ടിയമ്മക്കുണ്ടായിരുന്നു. മോന്തിക്കെപ്പോഴെങ്കിലും കയറിവരുമ്പോൾ ഉമ്മറക്കോലായിൽ, അല്ലെങ്കിൽ പടിപ്പുരത്തിണ്ണയിൽ മെത്തപ്പായയും തലേണയും കണ്ടാൽ സംബന്ധക്കാരന് സംഗതി പിടികിട്ടും. ആ തറവാടി, ഒരു പ്രതിഷേധവും കൂടാതെ, പടിപ്പുരയിറങ്ങും; ഏതെങ്കിലുമൊരു സാക്ഷ തനിക്കായി തുറക്കാതിരിക്കില്ല എന്ന ശുഭപ്രതീക്ഷയോടെ; 'അഴിക്കുളത്തി, ഒരു വഴി കാട്ടണേ' എന്ന പ്രാർഥനയോടെ. മരുമക്കത്തായത്തറവാട്ടിലെ എല്ലാ ചടങ്ങുകളും സ്ത്രീകേന്ദ്രിതമായിരുന്നു. താക്കോൽക്കൂട്ടം തറവാട്ടിലമ്മയുടെ മടിക്കുത്തിലായിരുന്നു. മട്ടിപ്പാലിന്റെ മണം ചുരത്തുന്ന പിച്ചള കെട്ടിയ കരിവീട്ടിപ്പെട്ടകങ്ങളിൽ അവർ നാഗപടത്താലിയും കട്ടിക്കസവുമുണ്ടും ആധാരക്കെട്ടും കുതിരപ്പവനും ഭദ്രമായി സൂക്ഷിച്ചുപോന്നു. തള്ളയെ തളയ്ക്കുന്ന തന്ത ചിത്രത്തിലുണ്ടായിരുന്നില്ല. ഈ പെണ്ണരശ് കാലത്തിന്റെ ഗതിയിൽ വെറുമൊരോർമയായി, മുത്തശ്ശിക്കഥയായി. സൂത്രക്കാരനായ ആങ്ങള തക്കാരം പറഞ്ഞ് ഓപ്പോളെ പറ്റിച്ച് മുക്ത്യാർ കാര്യസ്ഥത കൈക്കലാക്കുകയായിരുന്നു. കുലത്തിൽനിന്ന് കുടുംബത്തിലേക്കു ചുരുങ്ങിയതോടെ പെൺനായകത്വം അവസാനിക്കുകയും ആണിന്റെ കത്തിവേഷം ആരംഭിക്കുകയും ചെയ്തു. 'അടച്ചു

വേവിച്ച കറിയും അടിച്ചുവളർത്തിയ പെണ്ണും' എന്ന പ്രമാണം, കഷണ്ടിയും കുംഭയും മുതുകത്തു രോമവും കഞ്ഞിപിഴിഞ്ഞ മുണ്ടുമുള്ള ഏതോ ഇന്ദ്രശ്ശമാൻ ചതുരമായിച്ചമച്ചു. അമ്മാളുവമ്മയെ അടുക്കള വിഴുങ്ങി. അമ്മാമൻപെരുമയും അമ്മായിപ്പഞ്ചതന്ത്രവും സംഭവിച്ചു.

കേരളീയ സമൂഹത്തിന്റെ തലപ്പത്ത് പരശുരാമൻ പോറ്റി കുടിയിരുത്തിയ ആറും നാലുമറിയുന്ന പുണൂൽക്കാർക്കിടയിൽ ആദ്യംമുതലേ മക്കത്തായവും ആൺകോയ്മയും തന്നെയാണ് പുലർന്നുപോന്നത്. അതായിരുന്നു വിന്ധ്യനു വടക്കുനിന്നുവന്ന എല്ലാ ആര്യസമൂഹങ്ങളുടെയും സ്ഥിതി. മണ്ണിനും പെണ്ണിനും ഉടയോൻ ആണാണെന്ന അവസ്ഥ. തൊട്ടുകൂടാത്തവരും തീണ്ടിക്കൂടാത്തവരും ദൃഷ്ടിയിൽപ്പെട്ടാലും ദോഷമുള്ളവരും കെട്ടില്ലാത്തവരും തമ്മിലുണ്ണാത്തവരുമായ ഒട്ടേറെ ജാതിക്കോമരങ്ങൾ ദൈവത്തിന്റെ സ്വന്തംനാട്ടിൽ വെളിച്ചപ്പെട്ടിരുന്നുവല്ലോ. അവർക്കെല്ലാം അഭിമതമായത് ആണരശായിരുന്നു.

സ്ത്രീയെ അന്തർജനമാക്കി മറക്കുടയ്ക്കുള്ളിലൊതുക്കിയ സനാതന പുരുഷാധിപത്യ സംസ്കാരത്തിന്റെ അനാചാരാഭാസങ്ങൾക്കെതിരായി – അധിവേദനം, വിദ്യാഭ്യാസ നിഷേധം, വിജാതീയ വിവാഹം, മുത്തയാളുടെ സർവാധിപത്യം എന്നിവക്കെതിരായി – ഉൽപ്പതിഷ്ണുക്കളായ ഉണ്ണിനമ്പൂതിരിമാർ അകത്തും പുറത്തും ആഞ്ഞടിച്ചു: വി ടി ഭട്ടതിരിപ്പാട്, ഇ എം എസ്, എം ആർ ബി, എം പി (പ്രേംജി), ഐ സി പി, മുത്തിരിങ്ങോട് ഭവത്രാതൻ നമ്പൂതിരിപ്പാട്, മോഴിക്കുന്നത്ത് ബ്രഹ്മദത്തൻ നമ്പൂതിരിപ്പാട് മുതൽപ്പേർ. വലിയ ഭൂകമ്പങ്ങളാണ് യാഥാസ്ഥിതിക ബ്രാഹ്മണസമൂഹത്തിൽ ഇവർ സൃഷ്ടിച്ചത്. സുശിക്ഷിതമായ സംഘബോധത്തോടെ, അസുലഭമായ ആശയസ്ഥൈര്യത്തോടെ ഈ സാമൂഹിക വിപ്ലവകാരികൾ ആചാരങ്ങളുടെ അട്ടിമറികൾക്കൊരുങ്ങി. അകത്തുള്ളാളെ അടുക്കളയിൽനിന്ന് അരങ്ങത്തേക്കു കൊണ്ടുവരിക എന്നതായിരുന്നു ആ സാഹസികരുടെ സാമൂഹിക ദൗത്യം. കേരളത്തിലെ സ്ത്രീവിമോചന പ്രസ്ഥാനത്തിനു വിപ്ലവസ്വഭാവം സമ്മാനിച്ചത് അവരാണ്. ആ ഉശിരന്മാരായ പരിവർത്തനവാദികൾക്കൊപ്പം ആര്യാപള്ളത്തിന്റെ ആദ്യവസാനത്തിൽ ഒരുകൂട്ടം അന്തർജനങ്ങളും കോരിത്തരിപ്പിക്കുന്ന സമരോത്സുകതയോടെ വ്യവസ്ഥിതിയുടെ ദുഷിപ്പുകൾക്കെതിരായി അങ്കം കുറിച്ചു. തന്റെ സമൂഹത്തിലെ ലൈംഗികമായ അസമത്വത്തെക്കുറിച്ച് വി ടി വാചാലനായി. ഒരേ ഗർഭപാത്രത്തിൽനിന്നു വന്ന ആൺകുട്ടിയും പെൺകുട്ടിയും ജീവിതത്തിന്റെ മേച്ചിൽ സ്ഥലത്ത് പ്രവേശിക്കുന്നു. അവിടെയാകട്ടെ, പെൺകുട്ടി തടുത്തു നിർത്തപ്പെടുന്നു. അവളുടെ കുടപ്പിറപ്പായ ആൺകുട്ടിയോ? അയാൾക്ക് യഥേഷ്ടം വിഹരിക്കാം. വേലി ചാടാം. ഈ പക്ഷഭേദം അവസാനിപ്പിക്കാതെ സ്ത്രീക്കു മുക്തിയില്ല, മോചനമില്ല. പാർവതി നെന്മേനിമംഗലം യോഗക്ഷേമ സഭയുടെ ഒരു വേദിയിൽവെച്ച് നമ്പൂതിരി യുവാക്കളുടെ നേർക്ക് ഒരു ഇടിവെട്ട് ചോദ്യം

നീട്ടി: ''നിങ്ങളുടെ കൂട്ടത്തിൽ ഒരു വിധവയെ വിവാഹം ചെയ്യാൻ ആരാണ് തയാറാവുക?'' ഒരു ചെറുപ്പക്കാരനായ ധിക്കാരി എഴുന്നേറ്റുനിന്നു ഉറക്കെപ്പറഞ്ഞു: ''ഞാൻ തയാർ.'' അത് മുല്ലനേഴി രാമൻ ഭട്ടതിരിപ്പാട് ആയിരുന്നു: സാക്ഷാൽ എം ആർ ബി. വിധവയായ നങ്ങേമയെ – വിടിയുടെ പത്നീസഹോദരിയെ – അദ്ദേഹം സന്തോഷപൂർവം വേട്ടു. നാലപ്പാടും മന്നത്തു പത്മനാഭനും ഇ എം എസും സഹോദരൻ അയ്യപ്പനും കുട്ടികൃഷ്ണമാരാരും ആര്യാപള്ളവും ഈ വിപ്ലവ വിവാഹത്തിനു സാക്ഷികളായി.

കേരളത്തിലെ നവോത്ഥാന പ്രസ്ഥാനം സാമൂഹികവും രാഷ്ട്രീയവും സാംസ്കാരികവും ആത്മീയവും വിശ്വാസപരവുമായ പുനർവിചാരങ്ങൾക്കും പൊളിച്ചെഴുതലുകൾക്കും പുതുനിർമാണങ്ങൾക്കും മാത്രമല്ല കാരണമായത്. സ്ത്രീയുടെ വിമോചനവും സ്ത്രീസ്വത്വ വിചാരത്തിന്റെ പുനഃപരിശോധനയും ലിംഗസമത്വവും നവോത്ഥാനത്തിന്റെ അന്വേഷണ വഴികളിൽ സ്ഥലം പിടിച്ചു. നാരായണഗുരു, ചട്ടമ്പിസ്വാമികൾ, അയ്യങ്കാളി, ബ്രഹ്മാനന്ദ ശിവയോഗി എന്നിവരൊക്കെ സ്ത്രീയോട് സമൂഹം നീതിപുലർത്തണമെന്നു വാദിച്ചവരാണ്. ജാതിവ്യവസ്ഥ അതീവ കലുഷമാക്കിയ കേരള സാമൂഹിക – സാംസ്കാരിക പരിസരങ്ങളിൽ സ്ത്രീമോചന സങ്കൽപ്പങ്ങൾക്കുപോലും ഒരു സവർണ സ്വഭാവം വന്നുകൂടിയിരുന്നുവെന്നു പറയാതെ വയ്യ. അടിയാട്ടിയുടെ മോചനം: അതാരും കാര്യമായി എടുത്തില്ല. ''മൂടില്ലാത്തൊരു മുണ്ടുകൊണ്ടു തലയിൽ കെട്ടീട്ടു വൻ കറ്റയും ചൂടിക്കൊണ്ട് അരിവാൾ പുറത്തു തിരുകി പ്രാഞ്ചിക്കിതച്ച് നാടൻ കച്ചയുടുത്ത്, മേനിമുഴുവൻ മണ്ണുപുരണ്ട്'' പാടത്തൂന്നു വരുന്ന പുലക്കള്ളിയുടെ വരവുകണ്ട് തമ്പ്രാൻ കവിക്കു തോന്നണത് രോഷമല്ല, സഹതാപമല്ല, കുറ്റബോധമല്ല, കൊതിയാണ്. പെൺതീനി മൃഗത്തിന്റെ പെരുംകൊതി. അയാളുടെ കണ്ണിൽക്കത്തുന്നത് കനിവല്ല, കാമമാണ് – കീചകന്റെ കാമം.

പെൺപക്ഷത്തുനിന്നു ചിന്തിക്കാൻ തയാറായ കവികൾ, എഴുത്തുകാർ ഉണ്ടായില്ലേ? ഉണ്ടായി. ഒരു കുമാരനാശാൻ, ഒരു ചന്തുമേനോൻ. നാരായണഗുരുപാദരിൽ നിന്നും ബുദ്ധദർശനങ്ങളിൽനിന്നും ചൂടും വെളിച്ചവുമുൾക്കൊണ്ട ആശാൻ എഴുതിയത് 'പട്ടിൽ പൊതിഞ്ഞ തീക്കൊള്ളി'യല്ല, ദുരവസ്ഥയാണ്. ചാത്തന്റെ ചാളയിൽ ചാരിത്രഭംഗഭയം തെല്ലുമില്ലാതെ കഴിയുന്ന താത്രിക്കുട്ടി, ഒരു രാത്രിയിൽ തന്റെ തുണ്ടുപായിന്റെ പാതിയിലേക്ക് ആ ചെറുമത്തരുണനെ അകംനിറഞ്ഞു ക്ഷണിക്കുന്ന മുഹൂർത്തമുണ്ടല്ലോ, ജാതിദേവത മിഴിയടയ്ക്കുന്ന അനർഘ മുഹൂർത്തം, അത് പെണ്ണിന്റെ സ്വയംവരാവകാശത്തിന്റെ വിപ്ലവ പ്രഖ്യാപനം കേട്ടു കോരിത്തരിക്കുന്ന മുഹൂർത്തംകൂടിയാണ്. എല്ലാ വിലക്കുകളെയും വലിച്ചെറിഞ്ഞുകൊണ്ട്, പഞ്ജരത്തിൽനിന്നു പുറത്തുവന്ന പെണ്ണു വിളിച്ചുപറയുന്നു: ''ഇവൻ എന്റെ പങ്കാളി.'' ഇതിൽ മോചനമുണ്ട്.

നായികാ പ്രാധാന്യമുള്ള നോവലുകളെഴുതുകയും പെൺപക്ഷത്തുനിന്നു സാമൂഹിക വിമർശനം നടത്തുകയും ചെയ്ത നവോത്ഥാന സാഹിത്യകാരനായിരുന്നു ഒയ്യാരത്തു ചന്തുമേനോൻ. കീഴ്വഴക്കങ്ങളോടു കലഹിക്കുകയും തികഞ്ഞ നർമബോധത്തോടും തനിക്കുതാൻപോരിമയോടുംകൂടി തന്റെ സ്വത്വസ്വാതന്ത്ര്യം, നിർണയാവകാശം പ്രഖ്യാപിക്കുകയും ചെയ്യുന്ന ഒരു കേന്ദ്ര സ്ത്രീപാത്രത്തെ അദ്ദേഹം അവതരിപ്പിച്ചു; ഇന്ദുലേഖയെ നമ്പൂരിസ്സംബന്ധം എന്ന പേട്രിയാർക്കൽ സംസ്കാരം പാകപ്പെടുത്തിയ അസംബന്ധമുണ്ടല്ലോ, അതിനെയാണ് ഈ പെൺകുട്ടി വെല്ലുവിളിക്കുന്നത്. സൂരിനമ്പൂതിരിപ്പാടിനെയും അയാളുടെ മഞ്ചലിനെയും തന്റെ മുറ്റത്തുനിന്ന് മടക്കിയയക്കുകവഴി സ്ത്രീവിമോചനത്തിന്റെ വിളംബരമാണ് ഇന്ദുലേഖ വായിച്ചത്. ആ മഞ്ചലിന്റെ മുളക്കം പിന്നെയും ചില പടിപ്പുരകളിൽ കേട്ടിരിക്കാം. പക്ഷേ, അതിന്റെ ആവർത്തനം വളരെ കുറഞ്ഞു. ഗ്രന്ഥകാരന്റെ പെട്ടെന്നുള്ള മരണം 'ശാരദ'യെ പാതിവഴിയിൽ നിർത്തിയില്ലായിരുന്നെങ്കിൽ സ്ത്രീപക്ഷപരമായ ഒരു മോചന പ്രസ്താവംകൂടി നമുക്കു ലഭിച്ചേനെ. സ്ത്രീക്ക് മൂലത്രികോണ സ്ഥിതി കൽപ്പിച്ചുകൊണ്ടുള്ള ഒരുപാട് ആഖ്യായികകൾ പലരും എഴുതി: *കമലം*, *നരിമ* അഥവാ *പുത്തൻ ബംഗ്ലാവിലെ ദമയന്തി* തുടങ്ങിയവ. പേട്രിയാർക്കൽ സങ്കേതങ്ങളിൽനിന്നു ഇവയൊന്നും സ്വതന്ത്രമായിരുന്നില്ല. വി ടിയുടെ സാമൂഹിക പരിഷ്കരണ പരിശ്രമങ്ങളിൽ പങ്കാളിയായി പ്രവർത്തിച്ച മുത്തിരിങ്ങോട്ട് ഭവത്രാതൻ നമ്പൂതിരിപ്പാട് ഒന്നാംതരമൊരു പെൺപക്ഷ നോവൽ രചിക്കുകയുണ്ടായി – *അപ്ഫന്റെ മകൾ*.

സ്ത്രീപക്ഷ വിചാരത്തിന്റെ രംഗപാഠങ്ങളായി ഏതാനും കൃതികൾ വെളിച്ചം കണ്ടു: വി ടിയുടെ *അടുക്കളയിൽനിന്ന് അരങ്ങത്തേക്ക്*, എം ആർബിയുടെ *മറക്കുടയ്ക്കുള്ളിലെ മഹാനരകം*, എംപിയുടെ *ഋതുമതി*. ഇവയൊക്കെ സോദ്ദേശ, പ്രചാരണാത്മക നാടകങ്ങളായിരുന്നു. ഇല്ലത്തിന്റെ ഇരുട്ടറകളിൽനിന്ന് അന്തർജനങ്ങളെ പ്രകാശത്തിന്റെ പൂമുഖത്തെത്തിക്കാൻ ഈ നാടകങ്ങൾ വലിയ തോതിൽ സഹായിച്ചു. ആണുങ്ങളായിപ്പോയി അവയുടെ കർത്താക്കൾ എന്നതുകൊണ്ട് ഈ കൃതികളെ ഫെമിനിസ്റ്റ് ഷെൽഫുകളിൽനിന്നു ഒഴിച്ചുനിർത്തേണ്ട ഒരു കാര്യവുമില്ല. ആണെഴുതുന്ന പെണ്ണെഴുത്തിലെല്ലാംതന്നെ അസുഖകരമായ ഒരു രക്ഷാകർതൃ മനോഭാവം കിടന്നുകളിക്കുന്നുണ്ടെന്നു എലൈൻഷോവാൾട്ടർ പറയുകയുണ്ടായി. അത് കുറെയൊക്കെ ശരിയാണുതാനും. എന്നാലും ഉദ്ദേശ്യശുദ്ധി എന്നൊന്നുണ്ടല്ലോ. അതിനെ ബഹുമാനിക്കുന്നതല്ലേ ഭംഗി? ഉദാഹരണത്തിന് സ്ത്രീപക്ഷ സാഹിത്യത്തിന്റെ സർവേയിൽനിന്ന് എസ് കെ പൊറ്റെക്കാടിനെ, ചെറുകാടിനെ, ഉറൂബിനെ, എ പി കളയ്ക്കാടിനെ മാറ്റിനിർത്തുന്നതിനു വല്ല നീതിവൽക്കരണവുമുണ്ടോ? *ഉമ്മാച്ചു*വിനെയും *മുത്തശ്ശി*യെയും *സ്വതന്ത്ര*യെയും കണക്കിലെടുക്കാതെ ഫെമിനിസ്റ്റ് ക്രിട്ടിസിസത്തിനു മുന്നോട്ടു പോകാൻ കഴിയുമോ? സൂസാൻ വുൾഫ് നിരീക്ഷിച്ചതുപോലെ repentant male (പശ്ചാ

ത്തപിക്കുന്ന പുരുഷൻ), repentant bourgeois (പശ്ചാത്താപ വിവശനായ ബൂർഷ്വ)യെപ്പോലെ, പരിഗണന അർഹിക്കുന്നു.

കേരളത്തിലെ സവിശേഷ സാമൂഹ്യ–സാംസ്കാരികാവസ്ഥകളിൽ സ്ത്രീവിദ്യാഭ്യാസത്തിന്റെ തോത് പണ്ടേ ഇന്ത്യൻ ശരാശരിയിൽനിന്നുയർന്നുനിൽക്കുന്നതുകൊണ്ടാവാം, ആദ്യം മുതലേ ഇവിടെ എഴുത്തുകാരികളുണ്ടായത്. ബി കല്യാണിയമ്മ, തറവത്ത് അമ്മാളുവമ്മ, തറവത്ത് അമ്മിണിയമ്മ, സി കെ രേവതിയമ്മ, അക്കാമ്മവർക്കി, ദേവകിയമ്മ, സി പി കല്യാണിയമ്മ, തോട്ടക്കാട്ട് മാധവിയമ്മ, അമ്പാടി കാർത്യായനിഅമ്മ, അമ്പാടി ഇക്കാവമ്മ, ജാനകിയമ്മ, മുതുകുളം പാർവതിയമ്മ, റെബേക്ക ജോസഫ്.... ഈ പട്ടിക വളരെ നീണ്ടതാണ്. ബി കല്യാണിയമ്മ എഴുതിയ *വ്യാഴവട്ട സ്മരണകൾ* ഒരു ക്ലാസിക്കായി. സ്വദേശാഭിമാനി രാമകൃഷ്ണപിള്ളയുടെ പത്നിയായ കല്യാണിയമ്മ നാടുകടത്തലിന്റെയും പറിച്ചുനടലിന്റെയും അനുഭവങ്ങളാണ് ഹൃദയസ്പൃക്കായി വിവരിക്കുന്നത്. പല കാലങ്ങളിലായി ശ്രദ്ധേയമായ പെൺ പ്രസിദ്ധീകരണങ്ങളും കേരളത്തിലുണ്ടായി, *വനിത*യും *ഗൃഹലക്ഷ്മി*യും *വനിതാരത്ന*വുമൊക്കെ ആവിർഭവിക്കുന്നതിനു എത്രയോ മുമ്പ് *മഹിള*, *സഹോദരി*, *ലക്ഷ്മിഭായ്*, *ശാരദ*, *വനിതാ കുസുമം*, *ലക്ഷ്മീവിലാസം* തുടങ്ങിയ നിരവധി പെൺമാസികകൾ ഉദിക്കുകയും അസ്തമിക്കുകയും ചെയ്തു. ഇവയുടെ താളുകളിൽ പെൺ രചനകൾ–കഥ, കവിത, ഉപന്യാസം – മഷിപുരണ്ടുവന്നു. പലതിലും പൊന്തിക്കേട്ടത് മിതവാദത്തിന്റെയും ഒത്തുതീർപ്പിന്റെയും ചിലപ്പോൾ കീഴടങ്ങലിന്റെയും സ്വരമായിരുന്നുവെങ്കിലും പൊട്ടിത്തെറിയുടെയും പ്രതിഷേധത്തിന്റെയും ശബ്ദവും ഇടയ്ക്കും തലയ്ക്കും കേട്ടിരുന്നു. പൊതുവെ പുരുഷാധിപത്യത്തിന്റെ പെരുമാറ്റച്ചട്ടങ്ങളിലൊതുങ്ങിനിന്നുകൊണ്ട് ഭർതൃപൂജ, ത്യാഗം, ചാരിത്ര്യം, ഈശ്വരഭക്തി തുടങ്ങിയ അറുബോറൻ വിഷയങ്ങളെക്കുറിച്ച് ഉപന്യസിക്കാനാണ് അന്നത്തെ പെണ്ണെഴുത്തുകാർ ഉത്സാഹിച്ചത്. അളമുട്ടുമ്പോൾ മാത്രം ചിലപ്പോൾ പെൺചേര കടിക്കാൻ മുതിർന്നു. പുരുഷ സൂകരങ്ങൾ പരിഹാസം ചൊരിയുമ്പോഴും നാണിച്ചുനാണിച്ച് കാൽനഖം കൊണ്ടൊരു വരവരച്ചു നിൽക്കാനാണ് ഉപദേശം കിട്ടിയതെങ്കിലും തോട്ടെക്കാട്ട് ഇക്കാവമ്മ ഒരിക്കൽ പൊട്ടിത്തെറിക്കുകതന്നെ ചെയ്തു. അസഭ്യം പറഞ്ഞ ആണിനു അതേ നാണയത്തിൽത്തന്നെ ഈ പദ്യകാരി മറുപടി കൊടുത്തു. ഉരുളക്കുപ്പേരി. അല്ല പിന്നെ!

ഒരു സ്ത്രീ വിദ്വേഷ സ്വഭാവം ചില ആണെഴുത്തുകാരിലും സാഹിത്യ വിമർശകരിലും ഒളിഞ്ഞും തെളിഞ്ഞും കണ്ടിരുന്നു. പെൺ രചനകളെ താഴ്ത്തിക്കെട്ടുക, എഴുത്തുകാരികളെ നുള്ളിനോവിക്കുക എന്നതൊക്കെ പുരുഷധർമമായി ചിലർ കണക്കാക്കിയിരുന്നുവോ എന്നു സംശയമുണ്ട്. കാൽപ്പനികതയുടെ സമസ്ത ലാവണ്യങ്ങളും ദൗർബല്യങ്ങളും സ്വന്തമാക്കിയ ചങ്ങമ്പുഴ: അദ്ദേഹമാണ് സ്റ്റ്രിൻഡ്ബെർഗിനെ വെല്ലുന്ന സ്ത്രീവിരോധം മലയാള കവിതയിൽ ഒരു പരിഷ്കാരമാക്കി

യത്. ഇടപ്പള്ളി രാഘവൻപിള്ളയുടെ മണിനാദം ആകസ്മികമായി അവസാനിച്ചപ്പോൾ വിഷാദഗ്രസ്തനായ കവി, ഒരു ഗ്രാമീണ നാടകീയ വിലാപകാവ്യമെഴുതി. മധുരനാരങ്ങപോലെ വിറ്റഴിയുകയും ചെറുപ്പക്കാരുടെ ചുണ്ടുകളിൽ തത്തിക്കളിക്കുകയുംചെയ്ത *രമണൻ*. നായികയായ ചന്ദ്രികയെ ചങ്ങമ്പുഴ പ്രതിക്കൂട്ടിൽ കയറ്റി വിസ്തരിച്ചു. Frailty, thy name is Woman എന്ന ഷേക്സ്പിയർ വാചകത്തെ

"അങ്കുശമില്ലാത്ത
ചാപല്യമേ, മന്നി-
ലംഗനയെന്നു വിളിക്കുന്നു
നിന്നെ ഞാൻ"

എന്നു മധുരമായി മലയാളീകരിക്കുകയും ചെയ്തു. എന്നിട്ടും മതി വരാതെ

"നാരികൾ, നാരികൾ
നാനാവിപത്തിന്റെ
നാരായ വേരുകൾ,
നാരകീയാഗ്നികൾ"

എന്നു പെരുമ്പറ കൊട്ടി വിശ്വം മയക്കുന്ന സ്ത്രീയാംമൃഗത്തിനെ ഒരിക്കലും വിശ്വസിച്ചുപോകരുതെന്ന് മറ്റാണുങ്ങളെ താക്കീത് ചെയ്തു. വാസ്തവത്തിൽ ഈ ഗന്ധർവ ഗായകന്റെ സ്ത്രീവിദ്വേഷം ചർമബാഹ്യമായിരുന്നു; ഒരു 'പോസ്' ആയിരുന്നു; ഒരു നാട്യമായിരുന്നു. അല്ലെങ്കിൽ ഈ മഹാകവി *മനസ്വിനി* എഴുതുമായിരുന്നില്ല. മധുരസ്വപ്ന ശതാവലി പൂക്കുന്ന ഒരു മായാലോകം അദ്ദേഹത്തിന്റെ മനസിൽ വിടരുമായിരുന്നില്ല. ഈ 'മിസോജിനി' എന്ന സരോജിനീവിരോധം ആണെഴുത്തിന്റെ മറ്റു ശാഖകളെയും ഒരു ശീലായ്മയായി ബാധിക്കുകയുണ്ടായി. തിക്കുറിശ്ശി സുകുമാരൻനായർ *സ്ത്രീ* എന്നൊരു നാടകമെഴുതി. 'സ്ത്രീ ഒരു മരീചികയാണ്, ആകാശത്തോളം ഉയരുവാനും പാതാളത്തോളം താഴുവാനും അവൾക്കു കഴിയും' എന്ന് അദ്ദേഹം സത്യവാങ്മൂലം ഹാജരാക്കി.

സ്ത്രീയോട് അഗാധമായ ആദരവ് പുലർത്തിയിരുന്നുവെങ്കിലും പെൺപക്ഷ വാദത്തെയും സ്ത്രീകൂട്ടായ്മകളുടെ നിലപാടുകളെയും കണക്കിനു കളിയാക്കാൻ തന്റെ തൂലികയും നർമവാസനയും സമൃദ്ധമായി ഉപയോഗിച്ച ഹാസ്യസമ്രാട്ടായിരുന്നു സഞ്ജയൻ. ഡോക്ടർ പാറപ്പുറം പ്രിൻസിപ്പലായി ഒരു ബി എം കോളേജ് അദ്ദേഹം സ്വന്തം സാമ്രാജ്യമായ ചങ്ങലംപരണ്ടയിൽ സ്ഥാപിച്ചു; ബാച്ചലർ ഓഫ് മാട്രിമണി കോളേജ്, ഭർതൃ പരിശീലനക്കളരി. പെണ്ണിനു പടച്ചവൻ കൽപ്പിച്ചു നൽകിയതെന്ന് ആണുങ്ങൾ കരുതുന്ന പൊങ്ങച്ചം, പരദൂഷണം, ആഭരണഭ്രമം തുടങ്ങിയതൊക്കെ മേളിക്കുന്ന *കമലത്തിന്റെ കത്ത്* സഞ്ജയന്റെ സ്ത്രീ വായനക്കാരെ ഒരേ സമയം രസിപ്പിക്കുകയും ചൊടിപ്പിക്കുകയും ചെയ്തു. അദ്ദേഹത്തിന്റെ പരിഹാസോക്തി ഒരിക്കലും വിഷലിപ്തമ

ല്ലായിരുന്നു. മിസോജിനി സഞ്ജയനിൽ ആരോപിക്കുന്നത് തീർത്തും അന്യായമാണ്.

സ്ത്രീപക്ഷം ഗൗരവമായി പരിശോധിക്കേണ്ട രണ്ടു കഥാകാരന്മാർ എസ് കെയും ഉറൂബുമാണെന്നു ഞാൻ കരുതുന്നു. *ഉമ്മാച്ചു*വും *മിണ്ടാപ്പെണ്ണും രാച്ചിയമ്മ*യും ഫെമിനിസ്റ്റ് വായനയെ നിരാശപ്പെടുത്തുകയില്ല. പൊറ്റെക്കാട്ട് പറഞ്ഞ നാണിമിസ്ട്രസിന്റെ കഥ തീർച്ചയായും ഒരു പെൺപക്ഷ പുനർനിർണയം ആവശ്യപ്പെടുന്നുണ്ട് (*പെണ്ണുങ്ങൾ, പാവങ്ങൾ*). പ്രകൃതിയുടെയും പെണ്ണിന്റെയും മാദകവും മാരകവുമായ സൗന്ദര്യം ഒരഭൗമ പശ്ചാത്തലം തീർക്കുന്ന അദ്ദേഹത്തിന്റെ കുടിയേറ്റ പുരാവൃത്തം – *വിഷകന്യക* – ഫെമിനിസ്റ്റ് വിമർശനം വിചാരണക്കെടുക്കേണ്ടതാണ്.

നൂൽനൂൽപ്പ്, അയിത്തോച്ചാടനം, മദ്യവർജനം, ക്ഷേത്രപ്രവേശം, ഖാദി പ്രചരണം തുടങ്ങിയ ഗാന്ധിയൻ കർമപരിപാടികൾ സ്വാതന്ത്ര്യപ്പോരാട്ടത്തിന്റെ സാമൂഹ്യ ഭാഗമായി ഇവിടെ പരീക്ഷിക്കപ്പെട്ടപ്പോൾ കേരളത്തിലെ പെൺസമൂഹം അതിനോട് ആവേശപൂർവം പ്രതിസ്പന്ദിക്കുകയുണ്ടായി. ഒരുപാടു കോലായകളിൽ കൈറാട്ട കറങ്ങിത്തുടങ്ങി. ഒരു സ്വയാവലംബന ബോധം സ്ത്രീകൾക്കിടയിൽ പ്രചരിച്ചു. മദ്യഷാപ്പു പിക്കറ്റിങ്ങിനും പന്തിഭോജനത്തിനും രാഷ്ട്രീയ ജാഥയ്ക്കും മിശ്രവിവാഹങ്ങൾക്കുമൊക്കെ കൈക്കുഞ്ഞുങ്ങളുമായി അമ്മപെങ്ങന്മാർ എത്തി. കാർത്യായനിയമ്മക്കും കുട്ടിമാളുവമ്മക്കുമൊപ്പം ഗ്രേസി ആറോണും ഇമൽഡാ കല്ലനും മിസിസ് പാവമണിയും സമരവേദികളിലെത്തി. പാലിയം സത്യഗ്രഹത്തിന്റെ മുൻനിരയിൽ മുദ്രാവാക്യം മുഴക്കിനിന്നവരിൽ കൊടുങ്ങല്ലൂർ കോവിലകത്തെ തമ്പുരാട്ടിമാരുമുണ്ടായിരുന്നു.

കേരളത്തിലെ മഹിളാക്കൂട്ടായ്മകൾക്ക് ശരിയായ ജനകീയ സ്വഭാവവും സമരോൽസുകതയും കൈവന്നത് കമ്യൂണിസ്റ്റുപ്രസ്ഥാനം ശക്തമായതോടെയാണ്. ചുറ്റുമതിലുകൾക്കപ്പുറത്തുള്ള, അതിവിപുലവും സംഘർഷഭരിതവും വിപ്ലവകരവുമായ മാറ്റങ്ങൾ അനുനിമിഷവും സംഭവിച്ചുകൊണ്ടിരിക്കുന്ന ഒരു ലോകത്തെക്കുറിച്ച് സ്ത്രീയെ ബോധവൽക്കരിച്ചത് കമ്യൂണിസ്റ്റുപാർട്ടിയും അതിന്റെ വർഗ–ബഹുജന സംഘടനകളുമായിരുന്നു. മഹിളാ സംഘങ്ങൾ നാടെങ്ങും സജീവമായി. ജനകീയ പോരാട്ട മുഖങ്ങളിൽ അങ്കംവെട്ടുന്ന പെൺകൊടിമാരെ കാണായി : അക്കമ്മ ചെറിയാൻ, സുഭദ്രാമ്മ, റോസമ്മ പുന്നൂസ്, ശാരദാമ്മ, കെ ആർ ഗൗരി, സുശീലാഗോപാലൻ, കെ ഒ ആയിഷഭായ്, ദേവകി വാരിയർ, പ്രിയദത്ത.

കേരളത്തിലെ സ്ത്രീപക്ഷ ആഖ്യാനത്തിന്റെ വിചാരണയിൽ ലളിതാംബിക അന്തർജനവും കെ സരസ്വതിഅമ്മയും ഒരിക്കലും വിസ്മരിക്കപ്പെടരുത്. അവരുടെ സംഭാവന അത്രയ്ക്കു കനപ്പെട്ടതത്രെ. സ്ത്രീസ്വത്വാന്വേഷണത്തിന്റെ ദീപ്തമായ ദാർശനിക മാനങ്ങളിലേക്കാണ് അന്തർജനം അവരറിയാതെതന്നെ കയറിപ്പോയത്. സ്ത്രീ അനുഭവത്തിന്റെ നിറംപിടിപ്പിക്കാത്ത നിവേദനത്തിലാണ് സരസ്വതിഅമ്മ ശ്രദ്ധിച്ചത്.

പെണ്ണെഴുത്തിന്റെ പുഷ്പകാലം പ്രോത്ഘാടനം ചെയ്തത് മലയാളത്തിന്റെ സ്വന്തം മാധവിക്കുട്ടിയാണെന്ന പൊതുസമ്മതിയുണ്ട്. കപട സദാചാരം ലോക്കപ്പിലാക്കിയ തുറന്നെഴുത്തിനെ ഒരു ജാമ്യാപേക്ഷയും സമർപ്പിക്കാതെ മോചിപ്പിക്കുകയാണ് മാധവിക്കുട്ടി ചെയ്തത്. പെൺത്വരകളെ, ആസക്തികളെ, കാമനകളെ അതേപടി ആവിഷ്കരിക്കാൻ കാട്ടിയ ആർജവമുണ്ടല്ലോ, അതാണ് ഈ എഴുത്തുകാരിയെ വ്യത്യസ്തമാക്കുന്നത്. ലിംഗ സ്വാതന്ത്ര്യത്തിനു സ്വന്തമായൊരു ഗ്രാമർ മാധവിക്കുട്ടി സമ്മാനിച്ചു.

പെണ്ണനുഭവം എന്നതിനെ ഒച്ചയും ബഹളവുമില്ലാതെ അർഥപൂർണമായ ആലോചനക്കെടുത്ത വലിയൊരു കഥാകാരിയുണ്ട്; പി വത്സല. വർത്തമാന മനുഷ്യാവസ്ഥയുടെയും സാമൂഹ്യ സത്യങ്ങളുടെയും വർഗ സംഘർഷങ്ങളുടെയും കീഴാളപക്ഷ കാഴ്ചപ്പാടുകളുടെയും ക്യാൻവാസിൽ കൃത്യമായി ഒതുക്കിക്കൊണ്ടാണ് ഈ പ്രതിബദ്ധയായ ഇടതുപക്ഷ എഴുത്തുകാരി പെണ്ണ് എന്ന അതിസങ്കീർണ പ്രമേയത്തെ വിശകലനം ചെയ്യുന്നത്. ഒരു ഫെമിനിസ്റ്റ് സിദ്ധാന്തത്തിന്റെയും വെളിച്ചം സ്ത്രീജീവിത വിമർശനത്തിൽ വത്സല കടം വാങ്ങുന്നില്ല. ഫെമിനിസമെന്നത് അവർക്കൊരു ബാധ ആകുന്നില്ല.

ഫെമിനിസ്റ്റ് വിചാര പദ്ധതികളുമായി ഇഴചേർന്നുപോകുന്ന പെണ്ണെഴുത്താളരുടെ എണ്ണം നമ്മുടെ അക്ഷരമുറ്റത്ത് ഏറിവരികയാണ്. ഫെമിനിസ്റ്റ് പരിപ്രേക്ഷ്യങ്ങളെ കുശലമായി അവതരിപ്പിക്കുകയും സാമൂഹിക - സാംസ്കാരിക കാലാവസ്ഥയോട് ആശയവ്യക്തതയോടെ സംവദിക്കുകയും ചെയ്യുന്ന പെണ്ണെഴുത്തുകാർ ധാരാളമുണ്ട്. സാറാ ജോസഫ്, ചന്ദ്രിക, പി ഗീത, സാവിത്രി രാജീവൻ, റോസ്മേരി, ലളിത ലെനിൻ, വിജയലക്ഷ്മി, സാറാ തോമസ്, ജാനമ്മ കുഞ്ഞുണ്ണി, ആര്യ ഗോപി, ജയശ്രീ കിശോർ, കുമുദം, സുശീലദേവി, കെ ആർ മല്ലിക, കെ പി സുധീര തുടങ്ങിയവർ.

അക്കാദമിക് തലങ്ങളിലാണ് ഫെമിനിസ്റ്റ് സിദ്ധാന്ത വിചാരം മുഖ്യമായും നടക്കുന്നത്. ഫെമിനിസത്തെ സംബന്ധിച്ച ഗവേഷണപ്രബന്ധങ്ങൾ പുറത്തുവരുന്നുണ്ട്. പക്ഷേ, അതൊക്കെ ഒരു പണ്ഡിത സമൂഹത്തിന്റെ ബുദ്ധിപ്രവർത്തനമായിച്ചുരുങ്ങുന്നു. ഫെമിനിസ്റ്റ് സിദ്ധാന്ത വിചാരം പൊതുവേദികളിലേക്കു വരണം. അതിന്റെ ജനകീയ അടിത്തറ നിർമിക്കപ്പെടണം. ഒരു നവഫെമിനിസ്റ്റ് വിചാരത്തിനു ദൈവത്തിന്റെ നാട്ടിൽനിന്ന് ഒരു സിദ്ധാന്ത സംഭാവനയുമുണ്ടായിട്ടില്ല എന്നതാണ് സത്യം. ചൂഷണാത്മക സാമ്പത്തിക വ്യവസ്ഥയുമായി, ആഗോള ക്യാപ്പിറ്റലിസത്തിന്റെ രാഷ്ട്രീയ-സാംസ്കാരിക ഘടനകളുമായി കലഹിക്കുകയല്ല, ഉടമ്പടിയിൽ ഏർപ്പെടുകയാണ് പുതിയ പെൺ തലമുറ ചെയ്യുന്നത്. സ്ത്രീയുടെ ചരക്കാക്കി മാറ്റൽ നിർബാധം നടക്കുമ്പോൾ സ്ത്രീബോധം ഫാഷൻ ഷോകളിൽ, റിയാലിറ്റി ഷോകളിൽ അഭിരമിക്കുന്നു. ഉണർച്ച! അതാണ് ആവശ്യം.

കറുത്ത കത്രീനയുടെ സംഘകഥ

ബ്ലാക് ഫെമിനിസമെന്ന് (Black Feminism) വ്യവഹരിക്കപ്പെടുന്ന പെൺ പ്രസ്ഥാനവും അതിന്റെ കീഴാള പ്രത്യയശാസ്ത്രവും ഫെമിനിസ്റ്റ് വിചാരത്തെക്കുറിച്ചുള്ള പൊതുവായ സമാലോചനയിൽ പ്രത്യേകമായ പരിശോധന ആവശ്യപ്പെടുന്നുണ്ട്. കൃഷ്ണവർണയായ ആഫ്രോ -അമേരിക്കൻ അംഗനയുടെ സ്വത്വ പ്രശ്നങ്ങളുമായി, സമതാവാദവുമായി, വിപ്ലവവ്യാകരണവുമായി, സാമൂഹ്യ-രാഷ്ട്രീയ പരിതോവസ്ഥകളുമായി, ലൈംഗികാഭിരുചികളുമായി ഇതു കെട്ടുപിണഞ്ഞു കിടക്കുന്നു. ബ്ലാക് ഫെമിനിസത്തിന്റെ ആശയതലം അതീവ കലുഷവും സങ്കീർണവുമാണെന്നു സാരം. അടിമത്തം (Slavery), അടിച്ചമർത്തൽ (Suppression), അവസരനിഷേധം, ലിംഗ വിവേചനം, ലൈംഗിക ചൂഷണം, പ്രാന്തവൽക്കരണം, ആഭാസവൽക്കരണം എന്നീ അവസ്ഥകളെയൊക്കെത്തന്നെ, പെൺകൂട്ടായ്മ എന്ന നിലയിലും ഒരു ആശയ ശാസ്ത്രവേദി എന്ന നിലയിലും ബ്ലാക് ഫെമിനിസം അഭിസംബോധന ചെയ്യുന്നുണ്ട്. സ്വന്തമായൊരു ആഖ്യാനഭാഷയുടെ ആവശ്യവും ഈ സമരോത്സുകമുന്നേറ്റം ഏറ്റെടുക്കുന്നുണ്ട്.

ഇരുണ്ട ഭൂഖണ്ഡത്തിന്റെ പടിഞ്ഞാറൻ തീരങ്ങളിൽനിന്ന് ഐക്യനാടുകളിലേക്ക് അടിമവേലക്ക് ആട്ടിത്തെളിച്ചുകൊണ്ടുപോയ പരശ്ശതം കറുത്ത മനുഷ്യരുടെ സന്താനപരമ്പരയാണ് അമേരിക്കൻ സമൂഹത്തിൽ തുല്യാവകാശങ്ങൾക്കും തുല്യാവസരങ്ങൾക്കുംവേണ്ടി തലമുറകളായി പോരാടുന്നത്. നിരന്തരമായ പൗരാവകാശ സമരങ്ങളുടെ ഫലമായി രാഷ്ട്രീയതലത്തിൽ തിണ്ണ നേടാൻ കരുമാടിക്കുട്ടന്മാർക്കു കഴിഞ്ഞിട്ടുണ്ടെങ്കിലും സാമൂഹ്യ-സാമ്പത്തിക വിതാനങ്ങളിൽ പരോക്ഷമായ വിവേചനം, തന്ത്രപരമായ ഒഴിവാക്കൽ, ശബ്ദമില്ലാത്ത പുറംതള്ളൽ ഇപ്പോഴും തുടരുന്നു.

യു എസിലെ തെക്കൻ സ്റ്റേറ്റുകളിൽ വർണവെറി പല രൂപങ്ങളിൽ നില നിൽക്കുന്നു. ഒരു ബറാക് ഒബാമ വൈറ്റ്ഹൗസിലെത്തിയതുകൊണ്ടു മാത്രം അവസാനിക്കുന്നതല്ല അവിടത്തെ അടിസ്ഥാനപരമായ വംശീയ സംഘർഷം. വെള്ളത്തൊലിയുടെ അസഹിഷ്ണുത പുതിയ വേഷങ്ങളിൽ പ്രത്യക്ഷപ്പെടുന്നു. കറുപ്പിന് ഏഴഴക് - എന്ന് സായ്പിന് ബോധ്യം വന്നിട്ടില്ല. 'നീഗ്രോ' എന്ന പദം നിത്യോപയോഗത്തിൽനിന്നു നീക്കപ്പെട്ടുവെങ്കിലും വെള്ളക്കാരന്റെ സ്വകാര്യ ഭാഷണത്തിൽ കരുമൻ ഇപ്പോഴും നാറുന്ന നിഗ്ഗർ ആകുന്നു.

കറുത്ത അടിമയുടെ തുടലഴിക്കാൻ മനുഷ്യസ്നേഹിയായൊരു അമേരിക്കൻ പ്രസിഡന്റ് മുതിർന്നപ്പോഴാണല്ലോ ഒരാഭ്യന്തര യുദ്ധം പൊട്ടിപ്പുറപ്പെട്ടത്. ഏതായാലും അടിമത്തത്തെ നിയമവിരുദ്ധമാക്കിച്ചെയ്യാൻ എബ്രഹാംലിങ്കന് കഴിഞ്ഞു. അന്നുമുതലാണ് പൗരജീവിതത്തിന്റെ മുഖ്യധാരയിലേക്ക് കറുത്ത കീഴാളനു പ്രവേശം കിട്ടിയത്. ഐക്യനാടുകളിൽ ബ്ലാക് പ്രസ്ഥാനങ്ങൾ പലതുണ്ടായി: Civil Rights Movement, Students' Non- Violent Coordinating Committee, Black Panthers. മാർട്ടിൻ ലൂതർ കിങ്, സ്റ്റോക്ലി കാർ മൈക്കേൽ, ജെസ്സി ജാക്സൺ തുടങ്ങിയ നേതാക്കന്മാർ അവരുടേതായ ദർശനങ്ങളുമായി പ്രത്യക്ഷപ്പെട്ടു. കറുത്ത കൂട്ടായ്മകൾക്ക് പ്രത്യയശാസ്ത്രപരമായ ഒരാരൂഢം നിർമിക്കാൻ, നിരോധിക്കപ്പെട്ട അമേരിക്കൻ കമ്യൂണിസ്റ്റുപാർട്ടി വളരെ സഹായിച്ചിട്ടുണ്ട്. പല ബ്ലാക് ആക്റ്റിവിസ്റ്റുകളും കമ്യൂണിസ്റ്റുകാരുമായിരുന്നു. സെനറ്റർ മക്കാർത്തിയുടെ മേലധ്യക്ഷതയിൽ 1950കളിൽ നടന്ന കുപ്രസിദ്ധമായ കമ്യൂണിസ്റ്റു വേട്ടക്ക് ഇരകളായവരിൽ വലിയൊരു ശതമാനം കറുത്തവരായ ബുദ്ധിജീവികളും കലാകാരന്മാരും സാമൂഹ്യ പ്രവർത്തകരുമായിരുന്നു. വിപ്ലവ ഗായകനായിരുന്ന പോൾറോബ്സൺ ഒരുദാഹരണമാണ്.

കറുത്ത വർഗത്തിന്റെ രണാങ്കണങ്ങളിൽ വലിയ തോതിൽ സ്ത്രീ പങ്കാളിത്തമുണ്ടായിരുന്നു. മികവുറ്റ സംഘാടകരും സൈദ്ധാന്തികരും പെൺപക്ഷത്തുനിന്ന് അരങ്ങത്തുവന്നു. എങ്കിലും പേട്രിയാർക്കിയുടെ പുതലിച്ച ഘടനകൾക്കു വിധേയത്വം പുലർത്തുന്ന ഒരു വിമോചനപ്രസ്ഥാനമാണ് അമേരിക്കയിൽ പ്രവർത്തിക്കുന്നത് എന്ന തിരിച്ചറിവ് കറുത്ത സ്ത്രീക്കുണ്ടായതോടെ ഫെമിനിസ്റ്റ് കാഴ്ചപ്പാടുകൾ അവതരിപ്പിക്കുന്ന, പെൺശബ്ദത്തിനു പൊങ്ങാൻ പറ്റുന്ന, ഒരു റാഡിക്കൽ പ്ലാറ്റ്ഫോം അത്യാവശ്യമാണെന്ന അവബോധം പ്രചരിച്ചു. മാത്രമല്ല, ജൻഡർ വിവേചനവും ലിംഗ ചൂഷണവും രഹസ്യമായും പരസ്യമായും പ്രോത്സാഹിപ്പിക്കുന്നത് മേലാളരായ വെള്ളക്കാർ മാത്രമല്ലെന്ന് കറുത്ത കത്രീന കണ്ടു. തൊലി കറുത്ത ആണുങ്ങളും സ്ത്രീ ധ്വംസനത്തിൽ പങ്കാളികളാണെന്നും അവൾ കൃത്യമായി വിലയിരുത്തി. ആയതിനാൽ രണ്ടു അങ്കത്തട്ടുകൾ തുറക്കേണ്ടതിന്റെ ആവശ്യം കറുത്ത പെണ്ണിനു ബോധ്യപ്പെട്ടു. ഒന്ന്, പൊതുവായ വംശീയ - വർഗചൂഷണത്തിനെതി

രായി; രണ്ട്, സ്വന്തം തറവാട്ടിലും അതിന്റെ പരിസരങ്ങളിലും നടക്കുന്ന സ്ത്രീ ചൂഷണത്തിനും പുരുഷമുഷ്കിനും എതിരായി.

മറ്റൊരു പ്രശ്നംകൂടി കറുത്തവർക്കുണ്ട് എന്ന് ബ്ലാക് ഫെമിനിസ്റ്റു കൾ മനസിലാക്കി. പടിഞ്ഞാറൻ സ്ത്രീപക്ഷ വിചാരം മുഴുവനും ബഹിർ ഗമിച്ചത് വെളുത്ത കത്രീനകളിൽനിന്നാണ്. ആ ചിന്തകളുടെ കേന്ദ്രസ്ഥാ നത്ത് നിൽക്കുന്നത് മദാമ്മയാണ്, തമ്പുരാട്ടിയാണ്. വംശീയതയെ ഗൗ രവമായി കണക്കിലെടുക്കാൻ പടിഞ്ഞാറൻ ഫെമിനിസത്തിനു താൽപ്പര്യ മുണ്ടായിരുന്നില്ല. കറുത്ത പെണ്ണിന്റെ ലൈംഗികതയും ധവളാംഗനകൾ സിദ്ധാന്ത ചർച്ചകളിൽ പരിഗണിച്ചില്ല. വെളുത്ത കത്രീനക്കും കറുത്ത കത്രീനക്കും ഒരേ രുചികളല്ലെന്ന്, അവരുടെ നെഞ്ചളവ് ഒന്നല്ലെന്ന് ആംഗ്ലോ – അമേരിക്കൻ ഫെമിനിസ്റ്റുകൾ മനഃപൂർവം മറന്നുപോയി; ഫ്രഞ്ച് ഫെമിനിസ്റ്റുകളും. സെക്സിസത്തെയും ലിംഗവിവേചനത്തെയും തുറന്നുകാട്ടുമ്പോൾ വംശീയ വിവേചനത്തെയുംകൂടി വിസ്തരി ക്കണമെന്ന് അവർക്കു തോന്നിയില്ല. ഇതൊക്കെക്കൊണ്ടാണ് തങ്ങളു ടേതായ ഒരു റാഡിക്കൽ ഫെമിനിസ്റ്റ് കളരി ആവശ്യമാണെന്ന് ആലിസ് വാക്കറെപ്പോലുള്ളവർ വാദിച്ചത്. മൂന്നാം ലോക ഫെമിനിസവുമായി തങ്ങൾക്കു കൂടുതൽ ഇഴയടുപ്പമുണ്ടെന്നും ബ്ലാക് ഫെമിനിസ്റ്റുകൾ ക ണ്ടെത്തി. സെക്സിസവും അടിയാളന്റെ അടിച്ചമർത്തലും വംശീയത യും അഴിച്ചെടുക്കാൻ എളുപ്പമല്ലാത്തവിധം കുരുങ്ങിക്കിടക്കുകയാണെ ന്നും ബ്ലാക് ഫെമിനിസ്റ്റ് സൈദ്ധാന്തികർ വിലയിരുത്തി. വർഗസമരമെ ന്ന മാർക്സിയൻ ആശയത്തെ ഈ പ്രസ്ഥാനം അർഥപൂർണമെന്നു ക ണ്ടു. കീഴാള സമൂഹത്തിന്റെ നിർവചനത്തിൽ നിരന്തരമായി ചൂഷണം ചെയ്യപ്പെടുന്ന പെൺവർഗത്തെയും ഉൾപ്പെടുത്തുന്ന മാർക്സിസ്റ്റ് രീതി അവർക്കു സ്വീകാര്യമായി. യൂറോപ്യൻ ഫെമിനിസ്റ്റു പ്രസ്ഥാനം സാമാ ന്യമായി മധ്യവർഗ വനിതയുടെ മാത്രം തട്ടകമാണ്. ആ നില മാറണ മെന്ന് ബ്ലാക് ഫെമിനിസ്റ്റുകൾ വാദിച്ചു. പെൺ പ്രസ്ഥാനം താഴെത്തട്ടു കളിലേക്കിറങ്ങിവരണം. തൊഴിലിടങ്ങളിൽ വിയർപ്പൊഴുക്കുന്നവളെ, തെ രുവിൽ അപ്പം തേടി അലയുന്നവളെ, ഒരു നേരത്തെ ആഹാരത്തിന് ശ രീരം വിൽക്കാൻ നിർബന്ധിക്കപ്പെടുന്നവളെ, ജാമ്യത്തിലിറക്കാനാളില്ലാ തെ തടവറയിൽകഴിയുന്നവളെ സ്ത്രീമോചന പ്രസ്ഥാനം ഉൾക്കൊള്ളു കതന്നെ വേണം.

ബ്ലാക് ഫെമിനിസം പുരോഗമനാത്മകവും സമരോന്മുഖവുമാണ്. ഈ പ്രസ്ഥാനത്തിന്റെ പ്രചാരകരെ പടവെട്ടിത്തളർന്ന യോദ്ധാക്കൾ എന്നു പലരും പരിഹസിച്ചു. കറുത്ത പെണ്ണിന്റെ മോചനമെന്നത് എല്ലാ അടിമവർഗങ്ങളുടെയും മോചനത്തിനു വഴിവെക്കുമെന്ന് ബ്ലാക് ഫെമി നിസ്റ്റുകൾ വാദിക്കുന്നു. വംശീയ വിധ്വംസനം അവസാനിക്കുമ്പോൾ, വർഗചൂഷണം ഇല്ലാതാവുമ്പോൾ, സെക്സിസമെന്നത് കർശനമായി നി യന്ത്രിക്കപ്പെടുമ്പോൾ സംഭവിക്കുക എല്ലാ അടിയാളന്മാരുടെയും അധഃ സ്ഥിതരുടെയും മുക്തിയാണ്. ആലിസ്‌വാക്കർ സ്ത്രീ പ്രസ്ഥാനത്തിനു

പുതിയൊരു പേരുതന്നെ നിർദേശിക്കുകയുണ്ടായി: Womanism. സകല തല സ്പർശിയായ ഒരു പേരാണ് അതെന്നും അതാണ് Feminism എന്നതിനെക്കാൾ അർഥവത്തെന്നും അവർ കരുതുന്നു.

In Search of our Mother's Garden: Womanist Prose എന്ന ഗ്രന്ഥത്തിലാണ് 'Womanism' എന്ന പദം ആലിസ്വാക്കർ ഉപയോഗിച്ചത്. പിന്നീടത് പല ഫെമിനിസ്റ്റ് ഗ്രൂപ്പുകളും ഏറ്റെടുത്തു. അമേരിക്കയിലെ കറുത്ത പെണ്ണിന്റെ അനുഭവങ്ങളെ, വീക്ഷണങ്ങളെ വിസ്തരിക്കുന്നതിനാണ് ആലിസ് വാക്കർ 'വുമണിസം' എന്ന വാക്ക് സൃഷ്ടിച്ചത്. മൂന്നാം ലോക ഫെമിനിസ്റ്റുകളും ഈ പ്രയോഗത്തെ താൽപ്പര്യപൂർവം സ്വീകരിച്ചു. ബ്ലാക് ഫെമിനിസവും വുമണിസവും മാറി മാറി ഉപയോഗിക്കാവുന്ന പദങ്ങളാണെന്ന തെറ്റിദ്ധാരണവരെ പലർക്കുമുണ്ട്. ഒരു വുമണിസ്റ്റ് പെൺകാര്യം മാത്രമല്ല, ആൺകാര്യവും പ്രധാനമായി കാണുന്നു. ആൺവർഗത്തോടുള്ള അവരുടെ സമീപനം കൂടുതൽ ഉദാരമാണ്. White Feminism എന്നൊന്നുണ്ടെന്ന കാര്യത്തിൽ വുമണിസവും ബ്ലാക് ഫെമിനിസവും കൈകോർക്കുന്നുണ്ട്. പുരുഷ കേന്ദ്രിത വ്യവസ്ഥയെക്കുറിച്ചുള്ള സ്ത്രീവിമർശത്തിൽ വുമണിസം വെള്ളം ചേർക്കുന്നുവെന്ന ആരോപണം യൂറോപ്യൻ ഫെമിനിസ്റ്റ് ചിന്തകരിൽനിന്നുമുയരുകയുണ്ടായി.

സെക്സിസവും വംശീയ വെറിയും പരസ്പര ബന്ധിതമാണെന്നതാണ് ബ്ലാക്ഫെമിനിസത്തിന്റെ അടിസ്ഥാനപരമായ കാഴ്ചപ്പാട്. ഈ സത്യം അംഗീകരിക്കാത്ത ഒരു പെൺവിമോചന ചിന്തയും സാധുവല്ലതന്നെ. വർഗപരവും വംശീയവുമായ അടിച്ചമർത്തലിനെ അവഗണിക്കുന്ന ഒരു ഫെമിനിസ്റ്റ് സിദ്ധാന്തത്തിനും സത്യസന്ധതയില്ലെന്ന് ബ്ലാക് ഫെമിനിസം പ്രഖ്യാപിക്കുന്നു.

റാഡിക്കൽ ഫെമിനിസവും ബ്ലാക് ഫെമിനിസവും തമ്മിൽ ചില അകൽച്ചകളുണ്ടെങ്കിലും ഒരുപാട് സമാനതകളും ചേർച്ചകളുമുണ്ട്. രണ്ടു പ്രസ്ഥാനങ്ങൾക്കും പൊതുവായുള്ള വിപ്ലവ സ്വഭാവത്തെ, സമരതൽപ്പരതയെ എടുത്തുപറയേണ്ടതുണ്ട്. ലൈംഗികതയോടൊപ്പം വർഗ - വംശീയ ചൂഷണവും പരിഗണിക്കപ്പെടണമെന്ന ബ്ലാക്ഫെമിനിസ്റ്റ് നിലപാടിനോട് റാഡിക്കൽ പെൺവാദവും പൂർണമായി യോജിക്കുന്നു. റാഡിക്കൽ ഫെമിനിസ്റ്റിനെ സംബന്ധിച്ചിടത്തോളം അടവുകളും ആശയശാസ്ത്രവും വേർപിരിക്കാനാവാത്തവയാണ്. ഇതേ സമീപനമാണ് ബ്ലാക് ഫെമിനിസിന്റേതും.

കറുത്ത പെൺപക്ഷം, ബ്ലാക് മോചന പ്രസ്ഥാനത്തിൽനിന്നാണ് മുളപൊട്ടിയത്. അമേരിക്കയിലെ പെൺകൂട്ടായ്മകളിൽ ആരംഭംമുതലേ അപ്രഖ്യാപിതമെങ്കിലും സജീവമായ വർണവിവേചനം നിലനിന്നിരുന്നതുകൊണ്ട് കറുത്ത സ്ത്രീക്ക് മുഖ്യധാരയിൽനിന്നു വേർതിരിഞ്ഞ് സ്വന്തമായൊരു സംഘടന സൃഷ്ടിക്കേണ്ട അവസ്ഥ വന്നു. ശ്യാമളകളെ, അതായത് കറുത്ത വനിതകളെ വെള്ളകൾക്കു മുൻകൈയുള്ള സ്ത്രീ

സമാജങ്ങളിലെ ഔദ്യോഗിക സ്ഥാനങ്ങളിൽനിന്നു തന്ത്രപൂർവം ഒഴിവാക്കുന്ന ഒരു രീതിയുണ്ടായിരുന്നു. ഈ വിവേചനം, ഈ പ്രാന്തവൽക്കരണം അക്കാദമിക് തലങ്ങളിൽപ്പോലും കാണാമായിരുന്നു. പെൺപഠന വകുപ്പുകളിൽനിന്ന് കറുത്തവരെ മാറ്റിനിർത്തൽ സാധാരണമായിരുന്നു. അതിനു പറയുന്ന കാരണങ്ങൾ മറ്റു പലതുമായിരിക്കും. യുഎസിലെ പൊതുവായ പെൺകൂട്ടായ്മകളൊക്കെത്തന്നെ ഒരു വംശീയ അടിത്തറയിലാണ് പണിതുയർത്തിയിട്ടുള്ളത് എന്ന് ബ്ലാക് ഫെമിനിസ്റ്റുകൾ ചൂണ്ടിക്കാട്ടുന്നു.

എന്നാൽ ഒരു ബ്ലാക്ഫെമിനിസ്റ്റ് പ്രസ്ഥാനം ഊട്ടിയുണ്ടാക്കുക എളുപ്പമായിരുന്നില്ല. കറുത്ത പെണ്ണിനു സംഘം ചേരലിന്റെ ആവശ്യകത അത്രയങ്ങു ബോധ്യപ്പെട്ടിരുന്നില്ല. അവർക്കിടയിൽ- കറുത്ത പെൺസമൂഹത്തിനിടയിൽ - പല അബദ്ധ ധാരണകളും പ്രചരിച്ചിരുന്നു: (1) തൊലികറുത്തവരുടെ മോചനം എബ്രഹാം ലിങ്കൺ ഉറപ്പുവരുത്തിയിട്ടുണ്ട്. (2) വംശീയത മാത്രമാണ് ഒരു പ്രശ്നമായി അവശേഷിക്കുന്നത്. (3) ഫെമിനിസമെന്നാൽ പുരുഷവിദ്വേഷമാണ്. (4) സ്ത്രീയുടെ പ്രശ്നങ്ങൾ അരാഷ്ട്രീയം ആണ്; സങ്കുചിതമാണ്. (5) ഫെമിനിസ്റ്റുകൾ ലെസ്ബിയൻമാരാണ് (സ്വവർഗാനുരാഗികളാണ്). ഈ 'മിത്തു'കൾക്കെതിരായി പടവെട്ടിക്കൊണ്ടു വേണ്ടിവന്നു, ബ്ലാക് ഫെമിനിസ്റ്റ് സംഘടനക്ക് സമ്മതി സമ്പാദിക്കാൻ. The Combahee River collective Statement എന്ന ബ്ലാക് ഫെമിനിസ്റ്റ് രേഖ മുൻചൊന്ന തെറ്റിദ്ധാരണകൾ നീക്കാനും ഒരു പെൺ പരിപ്രേക്ഷ്യം കാഴ്ചവെക്കാനും കാരണമായി.

കറുത്ത പെൺപക്ഷം രൂപം നൽകിയ ഒരു മുഖ്യ സംഘടനയാണ് NBFO (National Black feminist Organisation). മറ്റൊരു കൂട്ടായ്മകൂടി രംഗത്തെത്തി: Black Woman organised for Action (BWOA). ഈ പ്രസ്ഥാനങ്ങൾ കാര്യമായ നേട്ടങ്ങളുണ്ടാക്കിയെന്നത് നിഷേധിക്കാനാവില്ല. വെള്ള മേധാവിത്വമുള്ള സ്ത്രീ സംഘങ്ങൾ അവരുടെ വംശീയ സമീപനത്തെക്കുറിച്ച് ബോധവതികളായി. വംശീയത തങ്ങളുടെ പല പ്രവർത്തനങ്ങളിലും നിഴലിക്കുന്നുണ്ടെന്ന കുറ്റസമ്മതം നടത്താൻ അവർ തയാറായി. യൂണിവേഴ്സിറ്റികളിൽ സ്ത്രീപഠനങ്ങളുടെ സിലബസിൽ ബ്ലാക്വിമൺ സ്റ്റഡീസ് സ്ഥലം കണ്ടെത്തി. അമേരിക്കയിലെ എണ്ണപ്പെട്ട യൂണിവേഴ്സിറ്റികളിലെല്ലാംതന്നെ ബ്ലാക് ഫെമിനിസ്റ്റ് പഠന വിഭാഗങ്ങൾ പ്രഗത്ഭമായിത്തന്നെ പ്രവർത്തിക്കുന്നുണ്ട്. ഫെമിനിസ്റ്റ് വിചാര പദ്ധതിക്ക് ബ്ലാക് ഫെമിനിസ്റ്റ് ബുദ്ധിജീവികൾ താത്വികമായ സംഭാവനകൾ ധാരാളമായി നൽകുന്നുണ്ട്. മാർക്സിയൻ ആശയശാസ്ത്രം പരുവപ്പെടുത്തിയ ചരിത്രബോധവും അപഗ്രഥന ശൈലിയും ബ്ലാക് ഫെമിനിസ്റ്റ് അക്കാദമിക് സംവാദങ്ങളിൽ പ്രത്യക്ഷമാണ്.

അറുപത്തിനാലു വയസുള്ള ബാർബറ സ്മിത്തിനെക്കുറിച്ച് കുറഞ്ഞൊന്നുപന്യസിക്കാതെ ബ്ലാക് ഫെമിനിസത്തെക്കുറിച്ചുള്ള സാമാന്യാവലോകനം അവസാനിപ്പിക്കുന്നത് ഉചിതമല്ല. Combahee River

Collective എന്ന കൂട്ടായ്മയെക്കുറിച്ച് സൂചിപ്പിക്കുകയുണ്ടായല്ലോ. അതിന്റെ മാനിഫെസ്റ്റോ പാകപ്പെടുത്തിയത് ഈ ബ്ലാക് ലെസ്ബിയൻ ഫെമിനിസ്റ്റാണ്. കറുത്ത സ്ത്രീപക്ഷത്തിന്റെ സംഘടനയിലും വളർച്ചയിലും അതിപ്രധാനമായ വേഷമാണ് ഈ അക്കാദമിക് ആക്റ്റിവിസ്റ്റിനുള്ളത്. കറുത്ത സ്ത്രീപക്ഷ ചിന്തയുടെ പ്രസിദ്ധീകരണത്തിലും പ്രചാരണത്തിലും ബാർബറ സ്മിത്ത് ആകണ്ഠം മുഴുകി. കൊമ്പാഹി റിവർ കലക്ടീവ് എന്ന സ്ത്രീവേദിയെ തികച്ചും സോഷ്യലിസ്റ്റ് പ്ലാറ്റ്ഫോമാക്കി മാറ്റിയത് അവരാണ്. കറുത്ത സ്ത്രീക്ക് സ്വന്തമായൊരു പ്രസിദ്ധീകരണശാല കൂടിയേ തിരൂ എന്ന് ബാർബറയ്ക്കു ബോധ്യപ്പെട്ടു. ഓഡ്റി ലോർഡും ചെറി മൊറാഗയുമായി കൂട്ടുചേർന്ന് അവർ 'Kitchen Table' എന്ന പബ്ലിഷിങ് സ്ഥാപനത്തിനു തുടക്കം കുറിച്ചു. സൈദ്ധാന്തികവും പഠനപരവുമായ ഒരുപാട് കറുത്ത പെൺപക്ഷ പുസ്തകങ്ങൾ ഈ സ്ഥാപനം പുറത്തിറക്കുകയുണ്ടായി. പുനരുൽപ്പാദനം, ബലാത്സംഗം, ജയിൽ പരിഷ്കാരങ്ങൾ, വന്ധീകരണം, സ്ത്രീപീഡനം, വെള്ള ഫെമിനിസ്റ്റ് ഗ്രൂപ്പുകളിൽ നിലനിൽക്കുന്ന വംശീയത - ഇങ്ങനെ ഒരുപാടു പൊള്ളുന്ന പ്രശ്നങ്ങളെക്കുറിച്ച് ചർച്ചകളും പാഠങ്ങളും സംവാദങ്ങളും ഈ പ്രസിദ്ധീകരണ സംരംഭത്തിലൂടെ വെളിച്ചം കണ്ടു. ബാർബറ സ്മിത്തിന്റെ പ്രമാണപ്പെട്ട പുസ്തകം, *The Truth that Never Hurts: Writings on Race, Gender and Freedom* ഈ പ്രസിലൂടെയാണ് പുറത്തുവന്നത്.

ബാർബറ സ്മിത്തിന്റെ ആഗോള പ്രശസ്തിയാർജിച്ച പ്രബന്ധമാണ് 1982 ൽ ജനസമക്ഷമെത്തിയ *Toward a Black Feminist Consciousness*. ബ്ലാക് ലെസ്ബിയൻ ചർച്ചയ്ക്കു വാതിൽ തുറന്നത് ഈ കൃതിയാണെന്നു പറയാം. കറുത്ത സ്ത്രീയെസംബന്ധിക്കുന്ന പല സമാഹാരങ്ങളും ബാർബറ എഡിറ്റു ചെയ്തു പുറത്തിറക്കി: *All the Women are White, all the Blacks are Men, But some of Us Brave; 'Black Studies; Home Girls: A Black Feminist Anthology.*

സ്വത്വരാഷ്ട്രീയം എന്ന പ്രയോഗം രാഷ്ട്രീയ പദാവലിക്ക് സമ്മാനിച്ചതിന്റെ ക്രെഡിറ്റും ബാർബറ സ്മിത്തിനുള്ളതാണ്. കറുത്ത പെണ്ണിന്റെ ഭൗതികാനുഭവത്തിൽനിന്നുരുത്തിരിയുന്ന രാഷ്ട്രീയം: അതാണ് സ്വത്വരാഷ്ട്രീയം എന്ന് അവർ വിശദീകരിക്കുകയും ചെയ്തു.

ബാർബറ യു എസ് പൊതുജീവിതത്തിൽ സജീവമായിത്തുടരുന്നു. ഒരു സൈദ്ധാന്തികയെന്ന നിലയിലും എഴുത്തുകാരിയെന്ന നിലയിലും പ്രക്ഷോഭക എന്ന നിലയിലും അവർ വിപുലമായി അംഗീകരിക്കപ്പെടുന്നുണ്ട്.

വ്യഭിചാരം എന്ന സ്ത്രീ ചൂഷണം: ഫെമിനിസ്റ്റ് കാഴ്ചപ്പാട്

വ്യഭിചാരം എന്നത് ആൺകോയ്മയുടെ ഉൽപ്പന്നമാണ്; ദുഷിച്ചു നാറിയ ഒരു സാമൂഹികവ്യവസ്ഥയുടെ സന്താനമാണ്; സ്ത്രീ ചൂഷണത്തിന്റെ ഏറ്റവും ആഭാസമായ പൊതു പ്രദർശനമാണ്; അടിമത്തത്തിന്റെ അശ്ലീലരൂപമാണ്. പെണ്ണിനെ പാതാളത്തോളം ചവിട്ടിത്താഴ്ത്താനുള്ള ഫലപ്രദമായ മാർഗങ്ങളിൽ പ്രധാനമായി 'പേട്രിയാർകി' വ്യഭിചാരത്തെ കൈയാളി. ജന്മികേന്ദ്രിതമായ ഫ്യൂഡലിസ്റ്റ് വ്യവസ്ഥയും അതിന്റെ ചാരത്തിൽനിന്നുയർന്നുവന്ന മുതലാളിത്ത സമ്പ്രദായവും വ്യഭിചാരത്തെ പ്രോത്സാഹിപ്പിക്കുകയും അതിനെ സ്ഥാപനവൽക്കരിക്കുകയും അതിനൊരു രീതിശാസ്ത്രം നിർമിക്കുകയും ചെയ്തു. ഏറ്റവും പ്രാചീനമായ തൊഴിൽ എന്ന് വ്യഭിചാരം വർണിക്കപ്പെട്ടു. അതിനെ ന്യായീകരിക്കുന്ന നീതിപാഠങ്ങളും പുരാണകഥകളും പ്രചരിച്ചു. സ്ത്രീശരീരത്തിന്റെ ഉടമ പെണ്ണല്ല, ആണാണ് എന്ന് മിത്തുകളിലൂടെയും പഴഞ്ചൊല്ലുകളിലൂടെയും സ്ഥാപിച്ചെടുക്കുകയായിരുന്നു പുരുഷന്റെ അടവ്. പുരുഷ സൃഷ്ടമായ മതങ്ങളും വിശ്വാസങ്ങളും പ്രമാണങ്ങളും ഈ തോന്ന്യാസങ്ങൾക്കൊക്കെ കൂട്ടുനിൽക്കുകയും ചെയ്തു.

പഴയ അരച പ്രഭാവകാലത്തെ അന്തഃപുരങ്ങൾ സ്ത്രീ ചൂഷണത്തിന്റെ മേൽക്കിട വ്യഭിചാരത്തിന്റെ–ഫ്യൂഡൽ മാതൃകകളായിരുന്നു മണ്ണും പെണ്ണും പെരിയ ജന്മിക്കുള്ളത് (പെരിയ ജന്മിയാണ് രാജാവ്) എന്ന ആശയവൈകൃതമത്രെ അന്തപ്പുര സമ്പ്രദായത്തിന് പിന്നിൽ പ്രവർത്തിച്ചത്. തേരിലേറി തെരുവു ചുറ്റുന്ന തമ്പുരാന്റെ തൃക്കണ്ണിൽ ഏത് ചന്തമുള്ള പെണ്ണുപെട്ടാലും – അവൾ കന്യകയായാലും ശരി, കുടുംബിനിയായാലും ശരി – രക്ഷയില്ല. കുറുക്കന്റെ കണ്ണ് ഏത് കോഴിക്കൂട്ടിലാണ് പതിയുന്നതെന്ന് നോക്കി പിറകെ നടക്കുന്ന ശേവുകവൃന്ദം അവളെ

മേനാവിൽ കൊട്ടാരക്കെട്ടിലെത്തിക്കും. ഈ നിരങ്കുശമായ പെൺവേട്ടയെ നീതിമൽക്കരിക്കുന്നതും നിരവധി ഭോഗസാമഗ്രികളിലൊന്നായി നാരിയെ അടയാളപ്പെടുത്തുന്നതുമായ സാമൂഹികപാഠങ്ങളുണ്ടായി. കുട്ടിനീമതവും വൈശികതന്ത്രവും രചിക്കപ്പെട്ടു. ചാരവൃത്തിക്ക് വേശ്യയെ നിയോഗിക്കുന്ന ഏർപ്പാടുമുണ്ടായി. ചുകന്ന തെരുവുകൾ നാഗരികതയുടെ ഭാഗമായി. ദൈവത്തിന്റെ നാമത്തിൽ ദേവദാസികളെന്ന് വ്യവഹരിക്കപ്പെടുന്ന ഒരു വാരനാരീവർഗം സൃഷ്ടിക്കപ്പെട്ടു. മാധവിമാരെയും വാസവദത്തമാരെയുംകുറിച്ച് പാട്ടുസാഹിത്യമുണ്ടായി. വേശ്യാസ്ത്രീ എല്ലാ മംഗളകർമങ്ങൾക്കും ശുഭശകുനമായി. തയിർപോലെ, തേൻപോലെ, കരിമ്പുപോലെ, ഗജത്തെപ്പോലെ, അശ്വത്തെപ്പോലെ, പല്ലക്കിനെപ്പോലെ, അരചനെപ്പോലെ, അത്താണിക്കാർത്തുവും പുണ്യക്കാഴ്ചകളിലൊന്നായി. കുലട, പുവുംശ്ച്ലി, സ്വൈരിണി, മഹാവേശ്യ തുടങ്ങി പതിതയായ പെണ്ണിന് കരുണാകരമായ പുരുഷാധിപത്യം പല ഗ്രേഡുകളും കനിഞ്ഞു നൽകി. ധർമപത്നി കാര്യശേഷിയിൽ മന്ത്രിയും സേവനത്തിൽ ദാസിയും രൂപലാവണ്യത്തിൽ ലക്ഷ്മിയും ശയ്യയിൽ ക്രിസ്റ്റീൻകീലറുമായിരിക്കണമെന്ന് അമ്മായിമാർ അടക്കം പറഞ്ഞു.

പ്രബുദ്ധമായ സ്ത്രീബോധം പണ്ടുമുതലേ ഈ വൃത്തികെട്ട ഏർപ്പാടിനെ അതിശക്തമായി എതിർത്തിരുന്നു. ആൺകോയ്മ ദുഷ്ടലാക്കോടെ പ്രോത്സാഹിപ്പിക്കുന്ന വ്യഭിചാരം സ്ത്രീസ്വത്വത്തിന്റെ മലിനീകരണവും താഴ്ത്തിക്കെട്ടലുമാണെന്ന് ഫെമിനിസത്തിന്റെ ആദ്യകാല വക്താക്കൾ തന്നെ വാദിച്ചിരുന്നു. രൂക്ഷമായ എതിർപ്പുമായി പല സ്ത്രീപ്രസ്ഥാനങ്ങളും മുന്നോട്ടുവന്നു. കലാപത്തിന്റെ പടഹം ഏറ്റവും ശക്തിയായി അടിച്ചത് റാഡിക്കൽ ഫെമിനിസ്റ്റുകളും അവരോട് പല ആശയവിതാനങ്ങളിലും കൈകോർക്കുന്ന സോഷ്യലിസ്റ്റ് ഫെമിനിസ്റ്റുകളുമാണ്. സമകാലിക മധ്യവർഗ സദാചാരത്തിന്റെ കണ്ണടയല്ല ഈ ഫെമിനിസ്റ്റുകൾ വ്യഭിചാരമെന്ന സ്ഥാപനത്തെ പരിശോധിക്കാൻ ഉപയോഗിക്കുന്നത്. ആശയശാസ്ത്രപരമായ ഒരപഗ്രഥന രീതി അവർക്കുണ്ട്.

റാഡിക്കൽ ഫെമിനിസം വ്യഭിചാരത്തെ, വേശ്യാവൃത്തിയെ എതിർക്കുന്നത് അത് സ്ത്രീയെ അധഃപതിപ്പിക്കുന്നു, അന്തസ്സ് നശിച്ചവളാക്കുന്നു എന്നതുകൊണ്ടും ആൺവർഗത്തിന്റെ ശക്തി രാഷ്ട്രീയത്തിന് അത് ഊക്ക് കൂട്ടുന്നു എന്നത് കൊണ്ടുമാണ്. അപരാധം, പാപം തുടങ്ങിയ പദങ്ങൾക്കൊന്നും ഇവിടെ സ്ഥാനമില്ല, പ്രസക്തിയില്ല.

പുരുഷന്റെ പരസ്യവും പരോക്ഷവുമായ ചൂഷണത്തിന് ചരിത്രപരമായി കീഴ്വഴങ്ങേണ്ടി വന്നവളാണ് സ്ത്രീ. ഈ ചൂഷണത്തിന് വ്യത്യസ്ത മുഖങ്ങളുണ്ട്; ഭാവങ്ങളുണ്ട്; മുഖാവരണങ്ങളുമുണ്ട്. ഈ ചൂഷണത്തെ എങ്ങനെ പ്രതിരോധിക്കണം, എവ്വിധം തകർക്കണം എന്ന കാര്യത്തിൽ സ്ത്രീ പ്രസ്ഥാനങ്ങൾക്കിടയിൽ വ്യത്യസ്തമായ അഭിപ്രായങ്ങൾ നിലനിൽക്കുന്നു. ഉദാരഫെമിനിസം ജെൻഡർ അനുരഞ്ജനത്തിന്റെ സ്വരത്തിൽ സംസാരിക്കുമ്പോൾ റാഡിക്കൽ ഫെമിനിസം ഏറ്റു

മുട്ടലിന്റെ ഭാഷ രൂക്ഷമായിത്തന്നെ ഉപയോഗിക്കുന്നു. അടിച്ചമർത്തലിന്റെ കാലാവസ്ഥയെ ശക്തിപ്പെടുത്താനും ശാശ്വതീകരിക്കാനുമാണ് വ്യഭിചാരം പ്രയോജനപ്പെടുന്നത് എന്നതാണ് റാഡിക്കൽ കാഴ്ചപ്പാട്. പുരുഷാധിപത്യത്തിന്റെ കൈയിൽ അതൊരു ആയുധമായിത്തീരുന്നു. വ്യഭിചാരം അവസാനിക്കണമെങ്കിൽ വ്യവസ്ഥിതിയെ തകർക്കണം. ഈ റാഡിക്കൽ വീക്ഷണത്തോട് പൊരുത്തപ്പെടാൻ തയാറില്ലാത്ത ഫെമിനിസ്റ്റ് ഗ്രൂപ്പുകളുമുണ്ട്. ഒരു തൊഴിലെന്ന നിലയിൽ വ്യഭിചാരത്തെ കാണാനും താൽപ്പര്യമുണ്ടെങ്കിൽ സ്വീകരിക്കാനും സ്ത്രീക്ക് അവകാശമുണ്ടെന്നും, ഈ അവകാശത്തെ നിഷേധിക്കുന്നതോ തടസപ്പെടുത്തുന്നതോ ജനാധിപത്യപരമല്ലെന്നും ചില ഫെമിനിസ്റ്റുകൾ വാദിക്കുന്നു. ഏതൊരു തൊഴിലാളിക്കും കിട്ടുന്ന മാന്യതയും അംഗീകാരവും ലൈംഗികത്തൊഴിലാളിക്കും ലഭ്യമാക്കുകയാണ് വേണ്ടത് എന്ന് അവർ കരുതുന്നു. വേശ്യാവൃത്തിക്ക് നിർബന്ധിക്കപ്പെടുന്നത്, അത് അടിച്ചേൽപ്പിക്കപ്പെടുന്നത് തെറ്റ്; എതിർക്കപ്പെടേണ്ടത്. പക്ഷേ ഒരു സ്ത്രീ സ്വമേധയാ, പരപ്രേരണയൊന്നുമില്ലാതെ അതൊരു തൊഴിലായി സ്വീകരിക്കുകയാണെങ്കിൽ? ഈ ചോദ്യത്തിന് വർത്തമാന സന്ദർഭത്തിൽ സാംഗത്യമുണ്ടെന്ന് അവർ പറയുന്നു.

ഈ വീക്ഷണങ്ങളെ വെച്ചുപൊറുപ്പിക്കാൻ പുരോഗമന ഫെമിനിസ്റ്റ് പ്രസ്ഥാനങ്ങൾക്ക് പറ്റില്ല. കാരണം, ഈ വാദങ്ങളിലൊക്കെ പുരുഷമേധാവിത്വത്തിനും അതിന്റെ കുത്സിത സംസ്കാരത്തിനും ജാമ്യം അനുവദിക്കുന്ന ഒരു ഒത്തുതീർപ്പു മനോഭാവം പ്രകടമാണ്. ഒരു സ്ത്രീയും ഈ സ്വത്വ മലിനീകരണം, ഈ തരംതാഴ്ത്തൽ ഇഷ്ടപ്പെടുന്നില്ല. അന്തസ്സോടും അഭിമാനത്തോടുംകൂടി ജീവിക്കാൻ തന്നെയാണ് അവളാഗ്രഹിക്കുന്നത്. തനിക്ക് താൽപ്പര്യം തോന്നുന്ന ഒരു പുരുഷനെ കിടപ്പറയിലേക്ക് ക്ഷണിക്കാനുള്ള സ്ത്രീയുടെ സ്വാതന്ത്ര്യത്തെ റാഡിക്കൽ ഫെമിനിസം നിഷേധിക്കുന്നില്ല. വ്യഭിചാരം അതല്ല. അത് സ്ഥാപനവൽക്കൃതമായ മാംസവിൽപ്പനയാണ്. തെരുവു തിണ്ണയിലായാലും, പഞ്ചനക്ഷത്ര ഹോട്ടലിലെ ശീതീകൃത മുറിയിലായാലും, ഐസ്ക്രീം പാർലറിന്റെ അകത്തളത്തിലായാലും അത് ക്രൂരമായ സ്ത്രീ ചൂഷണമാണ്. രതിസുഖം കാംക്ഷിച്ചുകൊണ്ടല്ല ഒരു കാൾഗേൾ, ഒരു പിമ്പിന്റെ കൂടെ ടാക്സിയിൽ കയറുന്നത്. വികാരശൂന്യമായ ഒരു വഴങ്ങിക്കൊടുക്കലിന് അവൾ തയാറാവുന്നത് വിശപ്പുകൊണ്ടാണ്, വീട്ടിലെ അടുപ്പിൽ തീ പുകയാൻ വേണ്ടിയാണ്. ആയതിനാൽ ഈ സാഹചര്യം സൃഷ്ടിക്കുന്ന സാമൂഹികഘടനയെ, സമ്പദ്‌വ്യവസ്ഥയെ, പുരുഷരാഷ്ട്രീയത്തെ, തച്ചുടയ്ക്കുകതന്നെ വേണം. ഇതാണ് സുചിന്തിതമായ സോഷ്യലിസ്റ്റ് ഫെമിനിസ്റ്റ് നിലപാട്. പരമ കാരുണികനായ ഉപഗുപ്തന് വാസവദത്തയുടെ വാർനെറുക തലോടാനേ കഴിയൂ. അവളെ മോചിപ്പിക്കണമെങ്കിൽ മറ്റവൻ വരണം: വിപ്ലവം.

'റാഡിക്കൽ' എന്ന പദം പൊടിച്ചുവന്നത് 'radic ' (root)എന്ന ലത്തീൻ ധാതുവിൽനിന്നാണ്. അപ്പോൾ റാഡിക്കലായത് എന്തും rootനെ, വേരിനെ അന്വേഷിക്കുന്നതാണ് എന്ന് സിദ്ധിക്കുന്നു. റാഡിക്കൽ ഫെമിനിസം അന്വേഷിച്ചതും സ്ത്രീ ചൂഷണത്തിന്റെ മൂലകാരണത്തെയാണല്ലോ. അത് ആണാധിപത്യമാണെന്ന് അവർ തിരിച്ചറിഞ്ഞു. തങ്ങൾ ജീവിക്കുന്ന സമൂഹത്തിന്റെ അധീശത്വം ആണിന്റെ കൈയിലാണെന്നും ആ ആൺമേധാവിത്വം പെണ്ണിന്റെ അടിച്ചമർത്തലിലാണ് മറ്റെന്തിനേക്കാളും ശ്രദ്ധിക്കുന്നതെന്നും റാഡിക്കൽ ഫെമിനിസ്റ്റുകൾ നിരീക്ഷിക്കുന്നു. പിൽക്കാലത്ത് സ്ത്രീയുടെ അടച്ചമർത്തലിന് കളമൊരുക്കുന്ന മറ്റുചില ഘടകങ്ങളെക്കൂടി റാഡിക്കൽ ഫെമിനിസം പരിശോധിക്കുന്നുണ്ട്. വർഗം, വർഗീയത, വർണവിവേചനം തുടങ്ങിയവയെ കോയ്മ എന്നത് പേട്രിയാർക്കിക്കും മറ്റു ചൂഷക സംവിധാനങ്ങൾക്കും വളരെ പ്രധാനമാണ്. കോയ്മയില്ലാത്ത വർഗങ്ങളെ അടിച്ചമർത്താൻ പുരുഷാധിപത്യം എല്ലാ സാമൂഹികസമ്പ്രദായങ്ങളെയും ഉപയോഗപ്പെടുത്തുന്നു. വ്യഭിചാരം അതിലൊന്നാണ്. ആൺ ആധിപത്യത്തെ തുടച്ചുനീക്കിയാൽ അതിനോടനുബന്ധമായി പ്രവർത്തിക്കുന്ന മറ്റു ദുഷിച്ച സമ്പ്രദായങ്ങളും അവസാനിക്കും; വ്യഭിചാരമടക്കം. അനീതിയിലധിഷ്ഠിതമായ സമൂഹം ഇല്ലാതാകും. യഥാർഥത്തിലുള്ള മർത്യവിമോചനം സംഭവിക്കും.

റാഡിക്കൽ ഫെമിനിസം ലൈംഗിക രാഷ്ട്രീയത്തെ ഒരു പൊതുപ്രശ്നമായി അവതരിപ്പിക്കുന്നതിൽ വിജയിച്ചുവെന്നാണ്, ആ പ്രസ്ഥാനത്തിന്റെ സൈദ്ധാന്തികയായ എല്ലെൻ വില്ലിസ് (Ellen Willis) അവകാശപ്പെടുന്നത്. ജനകീയ സംസ്കാരധാരയിലേക്ക് പ്രവേശിക്കാൻ ഫെമിനിസത്തിന്റെ രണ്ടാം വേലിയേറ്റത്തെ പ്രാപ്തമാക്കിയ ഭാഷ, പദാവലി, റാഡിക്കൽ ഫെമിനിസം നിർമിച്ചതാണെന്നും അവർ പറയുന്നു. ഗർഭഛിദ്രം നിയമവിധേയമാക്കാൻ പ്രക്ഷോഭം നയിച്ചതും റാഡിക്കൽ ഫെമിനിസ്റ്റുകളാണ്. വീട്ടുജോലി, ശിശുപാലനം എന്നിവ പെണ്ണിന്റെ മാത്രം ജോലിയല്ലെന്ന് സമൂഹത്തെക്കൊണ്ട് അംഗീകരിപ്പിക്കാനും റാഡിക്കൽ ഫെമിനിസ്റ്റ് പ്രസ്ഥാനത്തിന് കഴിഞ്ഞു.

അമേരിക്കയിലെ സ്ത്രീവിമോചന പ്രസ്ഥാനത്തിന്റെ (WLM-Women Liberation Movement) ഉൽപ്പന്നമായാണ് റാഡിക്കൽ ഫെമിനിസമെന്ന പ്രത്യയശാസ്ത്രം 1960കളിൽ വെളിച്ചത്തുവന്നത്. വംശീയതയ്ക്കെതിരായി പോരാടിയ വനിതകളിൽ നല്ലൊരു ഭാഗം റാഡിക്കൽ വേദിയിൽ കയറിനിന്നു. ഫെമിനിസത്തിന്റെ ദ്വിതീയ തരംഗം 1968 മുതൽ 1973 വരെയാണ് പ്രബലമായി കാണപ്പെട്ടത്. അക്കാലത്താണ് റാഡിക്കലിസവും പ്രത്യക്ഷമായത്. ഷുളാമിത്ത് ഫയർസ്റ്റൺ, ജൂഡിത്ത് ബ്രൗൺ, കാതറിൻ സാറാചീൽഡ് എന്നിവരൊക്കെ നേതൃനിരയിൽ ഉണ്ടായിരുന്നു. റാഡിക്കൽ ഫെമിനിസം അമേരിക്കയിൽനിന്ന് ഇംഗ്ലണ്ടിലേക്കും ആസ്ത്രേലിയയിലേക്കും പരന്നത് പെട്ടെന്നാണ്. മിഡിൽക്ലാസ് അണുകുടുംബമെന്നത് സ്ത്രീയെ അമർച്ച ചെയ്യുന്ന സംവിധാനമാണ്

എന്ന കാഴ്ചപ്പാട് ബ്രിട്ടനിലെ റാഡിക്കൽ ഫെമിനിസ്റ്റുകൾക്കുണ്ടായി. മാത്രമല്ല, ഉദാരവാദവും ഇടതുപക്ഷ ചിന്തയും ഹ്യൂമനിസ്റ്റ് വീക്ഷണങ്ങളുമൊക്കെ ആൺകോയ്മയുമായി രഹസ്യമായി കൈകോർക്കുകയാണ് ചെയ്യുന്നതെന്നും ഗുപ്തമായ ഒരു സ്ത്രീപക്ഷ വിരോധം അവയ്ക്കൊക്കെയുണ്ടെന്നും റാഡിക്കൽ ഫെമിനിസ്റ്റുകൾ ആരോപിച്ചു. അറിഞ്ഞോ അറിയാതെയോ ഒരു മാർക്സിസ്റ്റ് വിരുദ്ധ ചിന്തയുടെ പരിസരങ്ങളിലേക്ക് ചില റാഡിക്കൽ ഫെമിനിസ്റ്റുകൾ നീങ്ങിത്തുടങ്ങി. നിലവിലുള്ള എല്ലാ ബൃഹദ്ഘടനകളും എല്ലാ ആശയശാസ്ത്രങ്ങളും പേട്രിയാർക്കിയെ അനുകൂലിക്കുന്നവയോ അതിന് കീഴ്പ്പെടുന്നവയോ ആണ് എന്ന അതിവാദമാണ് റാഡിക്കൽ ഫെമിനിസത്തെ മറ്റു വിപ്ലവപ്രസ്ഥാനങ്ങളിൽനിന്ന് മാറ്റിനിർത്തിയത്.

സ്ത്രീകളുടെ അന്തർബോധധോത്തേജന ഗ്രൂപ്പുകൾ (CRG) സംഘടിപ്പിക്കുകയും അവയിൽ നടക്കുന്ന ചർച്ചകളിലൂടെ തനതായ ഒരു ഫെമിനിസ്റ്റ് വിചാരപദ്ധതി രൂപവൽക്കരിക്കാൻ ശ്രമിക്കുകയുമാണ് റാഡിക്കൽ ഫെമിനിസ്റ്റുകൾ ചെയ്തത് പലേടങ്ങളിലും ഈ ഗ്രൂപ്പുകൾ കാര്യക്ഷമമായി പ്രവർത്തിച്ചു. സ്ത്രീ രണ്ടുതരത്തിലുള്ള അടിച്ചമർത്തൽ അനുഭവിക്കുന്നുണ്ടെന്നുള്ള ഒരു ധാരണ ഈ സമാലോചനകളിലൂടെ ഉരുത്തിരിഞ്ഞു: ഒന്ന്, ഭർത്താവിൽനിന്ന്/ഗൃഹനാഥനിൽനിന്ന്/പങ്കാളിയിൽനിന്ന്; രണ്ട്, അധികാരം കൈയാളുന്ന പുരുഷനിൽനിന്ന്/ രാഷ്ട്രീയ മേധാവിയിൽനിന്ന്/ഭരണകൂടത്തിൽനിന്ന്. ഈ രണ്ട് അടിച്ചമർത്തലുകളെയും ചെറുത്തുതോൽപ്പിക്കാൻ പെണ്ണിന് കഴിവുണ്ടാകണം. സമ്പൂർണ ആശയശാസ്ത്രമെന്ന് വ്യവഹരിക്കപ്പെടുന്നതൊക്കെയും ഈ അടിച്ചമർത്തലിനെ പിന്തുണക്കുന്നതുമാണ്.

സിദ്ധാന്തവും ആശയശാസ്ത്രവും മാത്രമായി കഴിയുന്ന ഒരു പ്രസ്ഥാനമായിരുന്നില്ല റാഡിക്കൽ ഫെമിനിസം. 1960കളിലും എഴുപതുകളിലും ഒരുപാട് പ്രക്ഷോഭരംഗങ്ങളിൽ റാഡിക്കൽ ഫെമിനിസ്റ്റുകളെ കാണായി. 1968ൽ മിസ് അമേരിക്ക മഹോത്സവത്തിനെതിരായി അവർ സംഘടിപ്പിച്ച പ്രതിഷേധം ലോകശ്രദ്ധ പിടിച്ചു പറ്റുകയുണ്ടായി. ഹൈഹീൽ ഷൂകളും ഫാഷൻ വസ്ത്രങ്ങളും കുപ്പത്തൊട്ടിയിലേക്ക് വലിച്ചെറിഞ്ഞുകൊണ്ടാണ് അവർ എതിർപ്പ് പ്രകടിപ്പിച്ചത്.

റാഡിക്കൽ ഫെമിനിസത്തിന് മാർക്സിസവുമായി ചില സമാനതകളൊക്കെയുണ്ട്. രണ്ട് വിരുദ്ധശക്തികളുടെ ചരിത്രപരമായ സംഘട്ടനം മാർക്സിസ്റ്റ് ചിന്തയിൽ മുഖ്യമാകുന്നു. കീഴാളവർഗവും മേലാളവർഗവും തമ്മിലുള്ള അനിവാര്യവും നിർണായകവുമായ ഏറ്റുമുട്ടലിനെക്കുറിച്ചാണല്ലോ മാർക്സിസം സംസാരിച്ചത്. റാഡിക്കൽ ഫെമിനിസമാകട്ടെ, ആൺകോയ്മയും അടിച്ചമർത്തപ്പെട്ട പെൺവർഗവും തമ്മിലുള്ള പെരുംപൊയ്ത്തിനെപ്പറ്റിപ്പറയുന്നു. സാമൂഹികബന്ധങ്ങളിൽ, ആൺ-പെൺ സമവാക്യങ്ങളിൽ, സമൂലമായ പരിവർത്തനമാണ് മാർക്സിസ്റ്റ് പ്രത്യയശാസ്ത്രം വിഭാവനം ചെയ്യുന്നത്. റാഡിക്കൽ ഫെമി

നിസവും ഒരു അടിമുടി മാറ്റംതന്നെയാണ് അഭിലഷിക്കുന്നത്. പ്രോലിറ്റേറിയറ്റിന്റെ അടിസ്ഥാന കീഴാളവർഗ സ്ഥാനത്ത് റാഡിക്കൽ ഫെമിനിസം സ്ത്രീയെ സങ്കൽപ്പിക്കുന്നു; ബൂർഷ്വാസിയുടെ സ്ഥാനത്ത് പുരുഷനെയും.

റാഡിക്കൽ ഫെമിനിസ്റ്റ് ചിന്തക്ക് ചാലുകീറിയത് വാസ്തവത്തിൽ രണ്ട് വലിയ കമ്യൂണിസ്റ്റ് സൈദ്ധാന്തികകളായിരുന്നു: റോസാ ലക്സെംബർഗും (Rosa Luxemburg) അലക്സാൻഡ്ര കൊളൊൻറായും (Alexandra Kollontrai) കമ്യൂണിസ്റ്റ് വിപ്ലവചരിത്രത്തിൽ ഒരു രക്തനക്ഷത്രമായി പ്രശോഭിക്കുന്ന ജർമൻ മാർക്സിസ്റ്റ് പോരാളിയും തിയറിസ്റ്റുമായിരുന്നു റോസ. 1919 ൽ ജർമനിയിൽ നടന്ന കമ്യൂണിസ്റ്റ് വിപ്ലവത്തിൽ ഈ മഹതി രക്തസാക്ഷിയായി. *Accumulation of Capital* എന്ന അവരുടെ പ്രകൃഷ്ടകൃതി ഒരു മാർക്സിസ്റ്റ് ക്ലാസിക്കായി മാറി. റോസ വിപ്ലവബോധവും സമരോത്സുകതയുമുള്ള ഒരു ഫെമിനിസ്റ്റ് പ്രസ്ഥാനത്തിനുവേണ്ടി പ്രയത്നിച്ചു.

അലക്സാൻഡ്ര ഷൂറ കൊളൊൻതായ് (Alexandra Shura Kollontrai) ഒരു റഷ്യൻ കമ്യൂണിസ്റ്റ് വിപ്ലവകാരിയും സൈദ്ധാന്തികയുമായിരുന്നു. സ്ത്രീ സമത്വത്തിന്റെ മുന്നണിപ്പോരാളിയായിരുന്നു ഷൂറ *Theses on Communist Morality in the sphere of gender relations* എന്ന പ്രഖ്യാതമായ പ്രബന്ധമെഴുതി. Free Love (സ്വതന്ത്രപ്രണയം) സമൂഹം അംഗീകരിക്കണമെന്ന വാദമാണ് അവർ ഉന്നയിച്ചത്. പരമ്പരാഗത കുടുംബ സമ്പ്രദായത്തോട് അലക്സാൻഡ്ര ഷൂറ പരസ്യമായ എതിർപ്പ് പ്രകാശിപ്പിച്ചു. കുട്ടികൾ സമൂഹത്തിന്റെ പൊതു സ്വത്താവണമെന്ന ആശയവും അവർ അവതരിപ്പിച്ചു. റാഡിക്കൽ ഫെമിനിസം പിൽക്കാലത്ത് പൊക്കിപ്പിടിച്ച പല ആശയങ്ങളും ആദ്യം അവതരിപ്പിച്ചത് ഈ കമ്യൂണിസ്റ്റുകാരിയാണ്. *Free love, Communism and Family, Sexual relations and class struggle* എന്നീ പുസ്തകങ്ങളിലൂടെ റാഡിക്കൽ ഫെമിനിസ്റ്റ് വിചാരത്തിന് ബലവത്തായ ഒരു സൈദ്ധാന്തികാരൂഢം ഷൂറ നിർമിച്ചു.

ചുരുക്കിപ്പറഞ്ഞാൽ

ആൺ–പെൺ തുല്യത, ലിംഗസമത്വം, പൊതുസമൂഹമെന്നു വ്യവഹരിക്കപ്പെടുന്ന ഘടന താത്വികമായെങ്കിലും അംഗീകരിക്കാൻ തയാറാവുന്ന ഒരു അനുരഞ്ജന കാലാവസ്ഥ; അത് ഇരുപത്തൊന്നാം നൂറ്റാണ്ടിന്റെ ആദ്യ ദശകത്തിൽ സാമാന്യേന പുലരുന്നുണ്ടെന്ന നിരീക്ഷണത്തിനു പിന്തുണ വർധിക്കുന്നു. എന്നാൽ കാലങ്ങളായി, പല തലങ്ങളിൽ നടന്ന ഫെമിനിസ്റ്റ് പോരാട്ടം വിജയശ്രീലാളിതമായെന്നു പ്രഖ്യാപിക്കാൻ വരട്ടെ. പെങ്ങമ്മാരേ, തോക്ക് താഴെവെക്കാൻ സമയമായിട്ടില്ല. തൊഴിലവസരങ്ങളിൽ, വേതന വ്യവസ്ഥയിൽ, സാമൂഹ്യ–രാഷ്ട്രീയ–സാംസ്കാരിക മണ്ഡലങ്ങളിൽ, സ്ത്രീ നേരിടേണ്ടിവന്നിരുന്ന വിവേചനം, അവഗണന, അകറ്റിനിർത്തൽ, തന്ത്രപരമായ താഴ്ത്തിക്കെട്ടൽ, ഒട്ടുമിക്ക പരിഷ്കൃത സമൂഹങ്ങളിലും ഏതാണ്ട് അവസാനിച്ചുവെന്നത് ശരിതന്നെ. പക്ഷേ സ്ത്രീയെ പുനർനിർവചിക്കാൻ പുരുഷൻ ഇനിയും സന്നദ്ധനായിട്ടില്ല എന്ന സത്യം അവശേഷിക്കുന്നു. രക്ഷാധികാരിയുടെ (Patron), സംരക്ഷകന്റെ (Protector), വഴികാട്ടിയുടെ (Guide) ചമയങ്ങൾ അഴിച്ചുവെക്കാൻ ആണിന് ഇപ്പോഴും മനസുവരുന്നില്ല. മാത്രമല്ല, അമർത്തിപ്പിടിച്ച ഒരു ജന്റർപുച്ഛം പുരുഷന്റെ ഇടപെടലുകളിൽ പലപ്പോഴും നുരപൊട്ടുന്നുമുണ്ട്. മോളിക്കുട്ടി മാഡത്തിന്റെ സന്നിധിയിൽ ഫയലുമായി നിൽക്കുന്ന ഓഫീസ് സൂപ്രണ്ട് ബലരാമമേനോക്കിയുടെ പ്രസന്നവദനം നിങ്ങൾ ശ്രദ്ധിച്ചിട്ടുണ്ടോ? അവിടെ ഒരു നേർത്ത ചിരിയുടെ ലാഞ്ഛനയുണ്ടാവും. Smirk (സ്മിർക്) എന്നാണ് അതിനെ ആംഗലത്തിൽ പറയുക. അതിൽ ഇതൾവിരിയുന്നത് പരിഹാസമത്രെ. ചെറുപ്പക്കാരിയായ പൊലീസ് മേധാവിയുടെ മുന്നിൽ വടിപോലെ നീർന്നുനിന്നു സല്യൂട്ടടിക്കുന്ന ഉണ്ടവയറൻ ഹെഡ്കോൺസ്റ്റബിൾ കുക്കുടം കുമാരന്റെ

അധരപുടങ്ങളിലും ഈ ഹാസ്യഭാവത്തിന്റെ മിന്നായം കാണാം. ഉദര നിമിത്തം ഇവളുമാരെയൊക്കെ സലാംവയ്ക്കേണ്ടിവരുന്ന ആണിന്റെ ഗതികേട് എന്ന് ടിയാന്റെ ഉള്ളിൽനിന്നു Male ego - ആൺഅഹന്ത- പിറുപിറുക്കുന്നത് നിപുണ ശ്രോത്രങ്ങൾക്കു കേൾക്കുകയുമാവാം.

ലിംഗസമത്വം, പെൺബിംബത്തിന്റെ പുനഃപ്രതിഷ്ഠ, നിയമനിർമാണത്തിലൂടെമാത്രം സാധ്യമാവുന്ന സംഗതിയല്ല. ഇക്കാര്യം പല ഫെമിനിസ്റ്റ് സൈദ്ധാന്തികരും അടിവരയിട്ടു പറഞ്ഞതാണ്. അയേൺലേഡി എന്നു പുകൾപൊങ്ങിയ മാഗി മദാമ്മയും-സംശയിക്കേണ്ട, മാർഗ്രറ്റ് താച്ചർതന്നെ -ഇതേ അഭിപ്രായം പ്രകടിപ്പിക്കുകയുണ്ടായി. ആൺ-പെൺ മനോഭാവങ്ങളിലാണ് പൊളിച്ചെഴുത്തു നടക്കേണ്ടത്. സമീപനങ്ങളിൽ, കാഴ്ചപ്പാടുകളിൽ വിപ്ലവകരമായ പരിവർത്തനങ്ങളുണ്ടാകണം. ഈ മാറ്റങ്ങളുടെ കാറ്റിനു ചൂടുകൂടും. തൊലി പൊള്ളിയെന്നുവരും. പാരമ്പര്യത്തിന്റെ താടിക്കു തീപിടിച്ചെന്നും വരും. ഏട്ടിലെ പശുവായി ലിംഗസമത്വം വർത്തിക്കുമ്പോൾ ഒരു അലോഹ്യവുമില്ല, പുരുഷാധീശ സമൂഹത്തിന്. ആ പശു പുല്ലുതിന്നാൻ തുടങ്ങുമ്പോഴാണ് ആണിന് അങ്കലാപ്പ്.

പെൺ അവബോധത്തിൽ, വീക്ഷണത്തിൽ, അപഗ്രഥന രീതിശാസ്ത്രത്തിൽ, അടിമുടി ഉടച്ചുവാർക്കലുകളുണ്ടാകേണ്ടതിന്റെ അത്യാവശ്യത്തെക്കുറിച്ചാണ് സ്വത്വനിർണയത്തെ ഗൗരവമായി പരിഗണിച്ച പുരോഗമന സ്ത്രീപക്ഷം ആവർത്തിച്ചു പറഞ്ഞത്. മഹിളാമണികൾ അവിടെയുമിവിടെയും മന്ത്രിമാരായതുകൊണ്ടോ, പൊതുസ്ഥാപനങ്ങളുടെ തലപ്പത്തെത്തിയതുകൊണ്ടോ, വ്യവസായ സംരംഭകളായി വിജയഗാഥ രചിച്ചതുകൊണ്ടോ, ബഹിരാകാശയാനങ്ങളിൽ ഇടം നേടിയതുകൊണ്ടോ, മീശക്കാരൻ കേശവനുമാത്രമായി സംവരണം ചെയ്യപ്പെട്ട കർമരംഗങ്ങളിൽ ഇടിച്ചുകയറിയതുകൊണ്ടോ സ്ത്രീവിമോചനം സംഭവിച്ചുകഴിഞ്ഞു എന്ന യുഫോറിയ- അത്യാഹ്ലാദം- അസ്ഥാനത്താണ്. അപകടകരവുമാണ്. ഈ താക്കീത് ഉദ്ബുദ്ധ ഫെമിനിസം കാലാകാലങ്ങളിൽ നൽകിയിട്ടുണ്ട്. സ്ത്രീയുടെ റോളും പുരുഷന്റെ റോളും പ്രത്യേകമായി വ്യവസ്ഥപ്പെടുത്തുന്ന വഴക്കങ്ങളും അവയ്ക്കു പിന്നിൽ പ്രവർത്തിക്കുന്ന സമൂഹ മാനസികഘടനയും മാറാതിരിക്കുന്ന കാലത്തോളം പെൺമുക്തി എന്നത് സംഭവിക്കുകയില്ലെന്നു കോറാ കാപ്ളാൻ (Cora Kaplan) പറഞ്ഞതാണ് ശരി. ഉപരിപ്ലവമായ മാറ്റങ്ങളെ (Cosmetic Changes)പല വനിതാ കൂട്ടായ്മകളും വിപ്ലവപരമെന്നു തെറ്റായി വായിക്കുന്നു. ഈ മാറ്റങ്ങളിൽ ഊറ്റംകൊള്ളുകയും ചെയ്യുന്നു.

വിവാഹം, കുടുംബം, ലൈംഗിക വേഴ്ച, അധ്വാനം, ഉൽപ്പാദനം, വിനോദം തുടങ്ങിയ അതിപ്രധാനമായ ജീവിതവൃത്തികളിലെല്ലാംതന്നെ ആണും പെണ്ണും തുല്യപങ്കാളികൾ (equal partners) ആണെന്നും, പരസ്പര പൂരകങ്ങളായ മനുഷ്യഘടകങ്ങളാണെന്നും ഏംഗൽസ് നിരീക്ഷിക്കുകയുണ്ടായി. പ്രകൃതി ചിട്ടപ്പെടുത്തിയ ഈ തുല്യതയെ അംഗീകരിക്കാൻ ആൺകോയ്മ വിസമ്മതിച്ചു. ഒരു യജമാന-ദാസി സങ്കൽപ്പം പുരുഷ-സ്ത്രീ ബന്ധങ്ങളിൽ ആൺഗർവ് അടിച്ചേല്പിക്കുകയും ചെയ്തു. സി

മൺ ദെ ബുവെ ചൂണ്ടിക്കാട്ടിയപോലെ സ്ത്രീ എന്ന സ്വത്വത്തെ പുരുഷമേധാവിത്വം ഒരു ഗർഭപാത്രമാക്കി(Womb)ച്ചുരുക്കി. ഈ പാത്രത്തിൽ ബീജം (Seed) നിക്ഷേപിക്കാനുള്ള ദൈവദത്തമായ അവകാശം ആണിനുണ്ടെന്നു വരുത്തിത്തീർത്തു. ധ്വജവാഴ്ചയെ വാഴ്ത്തുന്ന മിത്തുകൾ സൃഷ്ടിച്ചു. സ്ത്രീ തീർത്തും അബലയാണ്, അതി ലോലയാണ്, പടർന്നുകയറാൻ മരം തേടുന്ന വള്ളിയാണ് എന്നു പെണ്ണിനെത്തന്നെ വിശ്വസിപ്പിച്ചു. ഒരാൺ തുണയില്ലെങ്കിൽ തനിക്കു രക്ഷയില്ലെന്ന ധാരണ അവളിൽ വളർത്തി.

Enslavement of the feminine gender-സ്ത്രീലിംഗത്തിന്റെ ദാസ്യവൽക്കരണം -എന്ന് ക്ലാരാ സെറ്റ്കിൻ കൃത്യമായി അടയാളപ്പെടുത്തിയ അവസ്ഥയുണ്ടല്ലോ, അത് ആസൂത്രിതവും അനുക്രമവുമായിരുന്നു. മതം, സദാചാരം, ദൈവഭയം, സൽക്കീർത്തി, മാന്യത തുടങ്ങിയ സംഗതികളെയൊക്കെ സ്ത്രീയുടെ അടിമത്തവൽക്കരണത്തിൽ പുരുഷൻ പരമാവധി പ്രയോജനപ്പെടുത്തിയിരുന്നു. ചാരിത്രം (Chastity) എന്നാൽ പെണ്ണുമാത്രം പവിത്രമായി പരിരക്ഷിക്കേണ്ട ഒരു സ്വഭാവശുദ്ധി എന്ന വ്യാഖ്യാനം പ്രചരിച്ചു. ആണിനു നേരമ്പോക്കാകാം. ആർക്കുമതിൽ പരാതിയില്ല. മറിയയെ കല്ലെറിയാനും വിശാലുവിന്റെ തല മുണ്ഡനം ചെയ്യാനുമൊക്കെ പുരുഷനിർമിത സദാചാരച്ചിട്ടകളിൽ വകുപ്പുണ്ടായിരുന്നു. എന്നാൽ അവരോട് സഹശയിച്ച വറതപ്പനും വേലുക്കുട്ടിമേനോനും ശിക്ഷയില്ല. ആണുങ്ങളായാൽ ചളിയിൽ ചവിട്ടും, അടുത്തു കണ്ടവെള്ളത്തിൽ കാൽ കഴുകുകയും ചെയ്യും. അത്രതന്നെ.

ഈ നെറികേടിന്, നീതിനിഷേധത്തിന്, സ്വത്വ ധ്വംസനത്തിന് എതിരായാണ് പെൺകൂട്ടായ്മകൾ പട നടത്തിപ്പോന്നത്. ചില രാജ്യങ്ങളിൽ അടിച്ചമർത്തപ്പെടുന്ന കീഴാള സമൂഹവുമായി സ്ത്രീ സംഘങ്ങൾ ഐക്യപ്പെടുകയും കൈകോർക്കുകയും ചെയ്തു. പ്രത്യയശാസ്ത്രപരമായ പ്രബുദ്ധത അവർ ഉൾക്കൊണ്ടു. സംഘം ചേരുക, ശക്തി നേടുക എന്ന ആഹ്വാനത്തിന് ആവേശകരമായ പിന്തുണയാണ് കിട്ടിയത്. വോട്ടവകാശവും ഭരണ സംവിധാനത്തിൽ മോശമല്ലാത്ത പ്രാതിനിധ്യവും തരപ്പെട്ടാൽ തങ്ങളുടെ യുദ്ധം പാതി ജയിച്ചതായി കരുതാമെന്നായി ചില ലിബറൽ ഫെമിനിസ്റ്റുകൾ. ഇവിടെയാണ് പിഴച്ചത്. ഏതാനും രാഷ്ട്രീയ സൗകര്യങ്ങൾ ചാർത്തിക്കിട്ടിയതുകൊണ്ട് സ്ത്രീമോചനം സഫലമാവുന്നില്ല.

ലിംഗസമത്വവും അവസര സമത്വവും ഭരണഘടനയുടെ തന്നെ ഭാഗമാക്കുകയും അവ കാര്യക്ഷമമായി നടപ്പിലാക്കുകയും ചെയ്ത ആദ്യ രാഷ്ട്രം യു എസ് എസ് ആർ (Union of Soviet Socialist Republics) - അതായത് പഴയ സോവിയറ്റ് യൂണിയൻ - ആയിരുന്നു. ഒരു നിത്യചൂഷിത വർഗമെന്നനിലയിൽ സ്ത്രീ സമൂഹത്തെ കാണുകയും പെൺപ്രശ്നങ്ങളെ ശാസ്ത്രീയമായി അപഗ്രഥിക്കുകയും ചെയ്ത ഒരു മോചന തത്വശാസ്ത്രത്തിന്റെ ധീരമായ പരീക്ഷണശാലയായി മാറി സോവിയറ്റുനാട്. വിപ്ലവാചാര്യനായ ലെനിൻ സംവിധാനം ചെയ്ത സോഷ്യലിസ്റ്റ് സമൂഹക്രമത്തിൽ സുപ്രധാനമായ സ്ഥാനവും സർവതോമുഖമായ വളർച്ചയുമാണ് സ്ത്രീസമൂഹത്തിനു കൈവന്നത്. സോഷ്യലിസ്റ്റ് നവ

ലോക നിർമിതിയിൽ അടങ്ങാത്ത ആത്മവീര്യത്തോടും അഗാധമായ അർപ്പണബോധത്തോടും കൂടിയാണ് റഷ്യയിലെ പെണ്ണുങ്ങൾ പങ്കെടുത്തത്. അവർക്കുമുമ്പിൽ ഒരു വാതിലും അടഞ്ഞുകിടന്നില്ല. ലിംഗപരമായ വിവേചനത്തിന്റെ എല്ലാ വരമ്പുകളും അവിടെ തകർക്കപ്പെട്ടു. സ്ത്രീയുടെ അധ്വാനത്തിന്റെ അന്തസ്സ് ആദരപൂർവം അംഗീകരിക്കപ്പെട്ടു. വ്യഭിചാരമെന്നത് അക്ഷരാർഥത്തിൽ അപ്രത്യക്ഷമായി. വിവാഹം, കുടുംബം, ഇണചേരൽ എന്നീ കാര്യങ്ങളിലൊക്കെ സോവിയറ്റ്സ്ത്രീക്ക് സമ്പൂർണമായ സ്വയം നിർണയാവകാശം സ്ഥാപിച്ചുകിട്ടി.

'വെൽഫേർ സ്റ്റേറ്റുകളെ'ന്ന് സ്വയം വിശേഷിപ്പിക്കുന്ന പല യൂറോപ്യൻ രാജ്യങ്ങൾക്കും സോവിയറ്റ് യൂണിയന്റെ സ്ത്രീശാക്തീകരണ പ്രയത്നങ്ങൾ മാതൃകയും പാഠപുസ്തകവുമായി. യു കെ, ഓസ്ട്രിയ, നോർവെ, സ്വീഡൻ, ഡെൻമാർക്ക്, ഫിൻലൻഡ്, നെതർലൻഡ്, ബെൽജിയം എന്നീ നാടുകളിലാണ് ആ വഴിക്കുള്ള നീക്കങ്ങളുണ്ടായത്. പക്ഷേ അവിടങ്ങളിലെല്ലാംതന്നെ 'കോസ്മെറ്റിക്' -തൊലിപ്പുറത്തുള്ളത് - എന്ന് വിളിക്കാവുന്ന ചായംപൂശലുകളേ നടന്നിട്ടുള്ളു. കാരണം ഈ നാടുകളെല്ലാം അടിസ്ഥാനപരമായി ക്യാപ്പിറ്റലിസ്റ്റ് വ്യവസ്ഥയുടെ വരുതിയിലാണ്. ആ വ്യവസ്ഥയാകട്ടെ പുരുഷാധിപത്യപരവും.

രണ്ടാം ലോകയുദ്ധം കത്തിയമർന്നപ്പോൾ പല രാഷ്ട്രീയ ഭൂപടങ്ങളും മാറ്റിവരയ്ക്കപ്പെടുന്ന അവസ്ഥയുണ്ടായി. കിഴക്കൻ യൂറോപ്പിൽ ജനകീയ ജനാധിപത്യ സോഷ്യലിസ്റ്റ് ഭരണകൂടങ്ങൾ നിലവിൽവന്നു: ഈസ്റ്റ് ജർമനി, ഹംഗറി, പോളണ്ട്, ബൾഗേറിയ, റുമേനിയ, യുഗസ്ലോവിയ എന്നീ നാടുകളിൽ. അവിടെയൊക്കെ സ്ത്രീ സ്വാതന്ത്ര്യവും ലിംഗസമത്വവും പൂർണമായും അംഗീകരിക്കപ്പെട്ടു. വമ്പിച്ച വനിതാ മുന്നേറ്റത്തിനാണ് പൂർവ യൂറോപ്പ് സാക്ഷ്യം വഹിച്ചത്. ലൈംഗിക വൈജാത്യമെന്നത് വെറും ജീവശാസ്ത്രപരമായ കാര്യമായി മാറി.

ലാറ്റിൻ അമേരിക്കൻ നാടുകളിലെ മർദിത വർഗപ്പോരാട്ടങ്ങളിൽ പടച്ചട്ടയും തോക്കുമായി മുന്നിട്ടിറങ്ങിയവരാണ് അവിടത്തെ സ്ത്രീജനങ്ങൾ.: ക്യൂബയിൽ, ബൊളീവിയയിൽ, ചിലിയിൽ, നിക്കരാഗ്വയിൽ, ബ്രസീലിൽ, അർജന്റീനയിൽ, പെറുവിൽ, കൊളമ്പിയയിൽ, വെനിസുലയിൽ. ലാറ്റിൻ അമേരിക്കൻ ജനതയുടെ വിമോചന യുദ്ധങ്ങളിൽ സ്ത്രീകൾ വഹിച്ച ഐതിഹാസികമായ പങ്കിനെ ചെ ഗുവേര മുക്തകണ്ഠം പ്രശംസിച്ചിട്ടുണ്ട്. ക്യൂബയിൽ സായുധ സോഷ്യലിസ്റ്റ് വിപ്ലവം വിജയകരമായി അവസാനിക്കുകയും ജനകീയ ഭരണകൂടം രൂപംകൊള്ളുകയും ചെയ്തപ്പോൾ ഫിദൽ കാസ്ട്രോ ആദ്യം ചെയ്തത് എല്ലാ മേഖലകളിലും സ്ത്രീസമത്വം ഉറപ്പുവരുത്തുക എന്നതാണ്. അത് ഒരു ideological mandate- പ്രത്യയശാസ്ത്രപരമായ ആദേശം - ആണെന്ന് ഹവാനയിൽ ചേർന്ന ജനപ്രതിനിധി സഭയിൽ അദ്ദേഹം പ്രഖ്യാപിക്കുകയും ചെയ്തു.

ദൂരപൗരസ്ത്യ ദേശങ്ങളിൽ സ്ത്രീസ്വാതന്ത്ര്യനിഷേധം ഏറെ രൂക്ഷമായിരുന്നു, പ്രത്യേകിച്ച് പഴയ ചൈനയിൽ. പെൺകുട്ടികളുടെ പാദ

ങ്ങൾ വരിഞ്ഞുകെട്ടിവയ്ക്കുന്ന ഏർപ്പാടുണ്ടായിരുന്നു. ചെറിയ പാദങ്ങളാണ് ഭംഗി എന്ന പുരുഷ ധാരണയാണ് ഈ വഴക്കം സൃഷ്ടിച്ചത്. ഒരു ഭാര്യക്ക് നാൽപ്പതു വയസുകഴിഞ്ഞാൽ അവൾ സ്വന്തം ഭർത്താവിന് ചെറുപ്പക്കാരിയായ ഒരു കിടപ്പറക്കൂട്ടിനെ കണ്ടുപിടിച്ചു നൽകണമെന്ന ചിട്ടയും നിലനിന്നിരുന്നു (പേൾ എസ് ബെക്കിന്റെ വിശ്വവിഖ്യാതമായ 'ഗുഡ് എർത്ത് എന്ന നോവലിൽ ഇതു വിവരിക്കുന്നുണ്ട്). ഇന്ത്യയിലെന്ന പോലെ പെണ്ണ് ആണിന്റെ ദാസി എന്ന സങ്കൽപ്പം ചൈനയിലും നിലനിന്നിരുന്നു. പൊതുസമൂഹത്തിൽ തിണ്ണ അനുവദിച്ചിരുന്നത് ഉപരിവർഗത്തിലെ പൊന്നും പണവുമുള്ള പെണ്ണുങ്ങൾക്കു മാത്രമായിരുന്നു. ജനകീയ ചൈന പുലർന്നപ്പോഴാണ് പെൺമുക്തി ഒരു യാഥാർഥ്യമായത്. ലിംഗപരമായ എല്ലാ വിവേചനങ്ങൾക്കും ചെയർമാൻ മൗ വിരാമമിട്ടു. സോവിയറ്റ് റഷ്യയിലെന്നപോലെ പീപ്പിൾസ് ചൈനയിലും സ്ത്രീ–പുരുഷ തുല്യത എല്ലാ കർമ്മമുഖങ്ങളിലും നടപ്പായി. ആണിനും പെണ്ണിനും ഒരേ തൊഴിൽക്കുപ്പായം (Work gown) എന്ന മൗവിന്റെ ആശയം തീർത്തും വിപ്ലവകരമായിരുന്നു.

വിയത്നാമിലുമുണ്ടായി ഗംഭീരമായ സ്ത്രീപക്ഷ മുന്നേറ്റം. ആദ്യം ഫ്രഞ്ച് കൊളോണിയൽ വാഴ്ചക്കെതിരായും പിന്നീട് തെക്കൻവിയറ്റ്നാമിൽ താവളമടിച്ച അമേരിക്കൻ സാമ്രാജ്യത്വത്തിനെതിരായും സഖാവ് ഹോ ചിമിൻ നടത്തിയ നീണ്ട യുദ്ധവും പുളകകാരിയായ ചെറുത്തുനിൽപ്പും ലോകചരിത്രത്തിന്റെ ചുവന്ന ഏടുകളാണ്. സ്ത്രീശക്തിയിൽ, സ്ത്രീ മോചനത്തിൽ ഉറച്ചു വിശ്വസിച്ചിരുന്ന പടത്തലവനായിരുന്നു ഹോ. പാടത്തു പണിയെടുക്കുന്ന നാട്ടുപെണ്ണുങ്ങൾക്കു അദ്ദേഹം തന്റെ പട്ടാളത്തിൽ പ്രവേശനം നൽകി. പല തിളയ്ക്കുന്ന സമരമുഖങ്ങളിലും ആൺപടയാളികളോടൊപ്പം പെൺപുലികളുമുണ്ടായിരുന്നു. മോചിത വിയത്നാം കാഴ്ചവച്ചത് പെൺനവോത്ഥാനത്തിന്റെ ആവേശകരമായ കഥയത്രെ.

സെക്സ്ബോംബുകളെ ഉൽപ്പാദിപ്പിക്കുന്ന, പെൺശരീരത്തെ, സ്ത്രീസൗന്ദര്യത്തെ, സ്ത്രൈണചേഷ്ടകളെ, പല മട്ടിൽ വിപണനവൽക്കരിക്കുകയും മലീമസമാക്കുകയും ചെയ്യുന്ന, പിൽക്കാല മുതലാളിത്ത വ്യവസ്ഥയുടെ അഥർവ വേദാന്തത്തിന് മാന്യതയും സ്വീകാര്യതയും അതിഥിപീഠവും ഒരു പച്ചച്ചിരിയോടെ അനുവദിക്കുകയാണ് വർത്തമാന സമൂഹം ചെയ്യുന്നത്. സൗന്ദര്യറാണി മത്സരങ്ങളും ഫാഷൻ ഷോകളും അനാവരണത്തിന്റെ ആഭാസങ്ങളും നിത്യേനയെന്നോണം നടക്കുന്നു. ഇതിനെതിരായ സിംഹിക ഗർജനങ്ങൾ വളരെ വിരളമായേ കേൾക്കുന്നുള്ളൂ. സ്ത്രീസംഘങ്ങൾതന്നെ പല സ്വത്വമലിനീകരണങ്ങളോടും സന്ധിചെയ്യുന്നു. പിന്നിൽനിന്നു തോണ്ടുന്ന വഷളന്റെ വൃത്തികെട്ട മോന്തക്ക് മുഷ്ടി ചുരുട്ടിയടിക്കാൻ പണ്ടുണ്ടായിരുന്ന തന്റേടം ഇപ്പോൾ ചോർന്നുപോവുന്നുണ്ടോ എന്നു സംശയം. പോരാട്ടങ്ങൾ അവസാനിക്കുന്നില്ല. അത് മറക്കരുത്.

ഗ്രന്ഥസൂചി

1. Elaine Showwalter: *A Literature of their own*
2. Kate Millet: *Sexual Politics*
3. Toril Moi: *Sexual Textual Politics*
4. Cora Kaplan: *Sex Changes.*
5. Elain Marks and Isebella (Eds): *New French Feminism.*
6. Dale Spender: *P Man-Made Language.*
7. Sandra Gilbert & Susan Gubar: *Shakespeare's Sisiters.*
8. Anna Kaplan: *Women and Films* London:
9. Janet Todd: *Feminist Literary Theory*: A Defence.
10. Rose Mari Tong: *Feminist Theory* - A Comprehensive introduction.
11. Catherine Balsey and Jane M (Eds); *The Feminist Reader.*
12. Susan Wolfe and Julia Penelope. (*Eds) *Sexual Practice*, Textual Theory.
13. Rose Bardoth: *Patterns of Discourse.*
14. Rachel Bowdly: *Virginia Wolf - Feminit Destinations.*
15. Mary Eagleton (Ed). *Feminist Literary Critcism.*
16. Rober T Young: *White Mythologies*. London:
17. Deborah Cameron (Ed): *The Female Critique of Language_A Reader.*

18. John Lechte: *Julia Kriesteva*. Routledge,
19. Maggie Humm: (Ed): *Feminism: A Reader*
20. Toril Moi: *French Feminist Thought: A Reader*.
21. Ruthven K K: *Feminist Literary Studies*. Cambridge Uni. Press.
22. Mary Jacobus: *Reading Wooman: Essays in Feminst Criticism Methuen*, 1986

www.ingramcontent.com/pod-product-compliance
Lightning Source LLC
La Vergne TN
LVHW090411051026
849518LV00006B/2310
* 9 7 8 8 1 9 2 0 7 7 2 9 1 *